अत्रारचा फास
नारायण धारप
साकेत
प्रकाशन

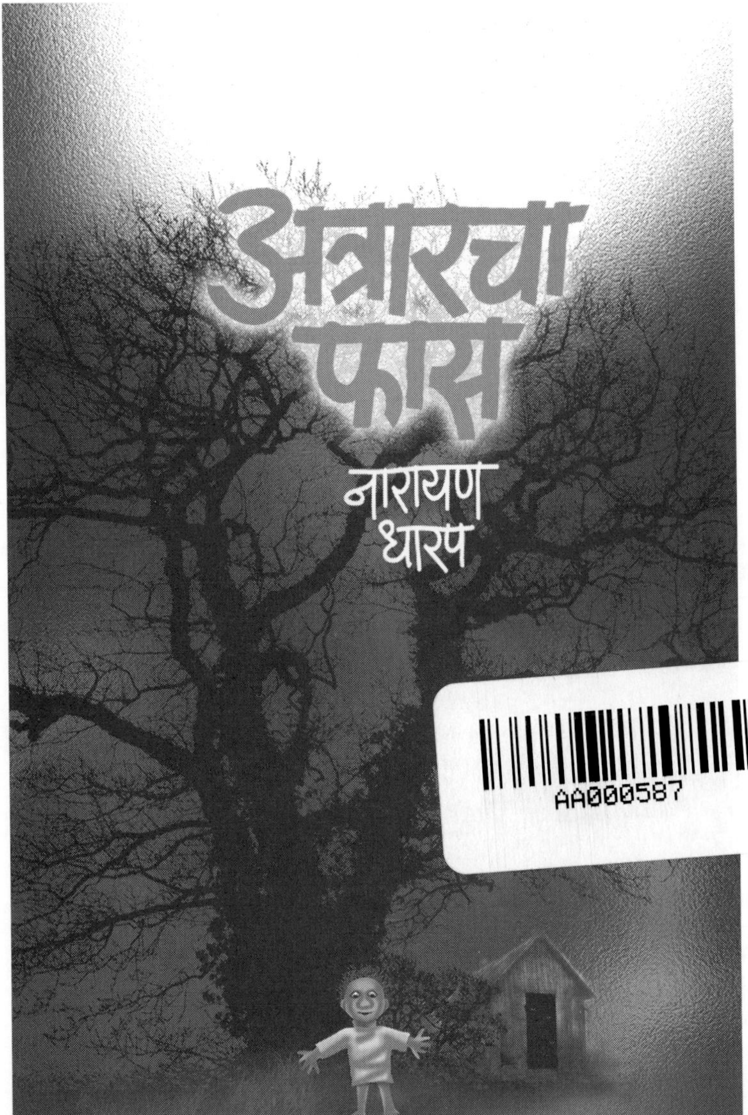

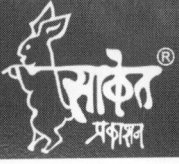

अत्रारचा फास
कथा
नारायण धारप

प्रकाशन क्रमांक - १६७९
पहिली आवृत्ती - १९९३
साकेत आवृत्ती - २०१५
तिसरी आवृत्ती - २०१८

प्रकाशक
साकेत बाबा भांड
साकेत प्रकाशन प्रा. लि.
११५, म. गांधीनगर, स्टेशन रोड
औरंगाबाद - ४३१ ००५
फोन - (०२४०)२३३२६९२/९५
www.saketpublication.com
info@saketpublication.com

पुणे कार्यालय
साकेत प्रकाशन प्रा. लि.
ऑफिस नं. ०२, 'ए' विंग
पहिला मजला, धनलक्ष्मी कॉम्प्लेक्स
३७३ शनिवार पेठ
कन्या शाळेसमोर, कागद गल्ली
पुणे - ४११ ०३०
फोन - (०२०) २४४३६६९२

Atrarcha Fas
Stories
Narayan Dharap

© सर्व हक्क सुरक्षित, २०१५

प्रमिला नारायण धारप
१८८७, सदाशिव पेठ,
पुणे - ३०

अक्षरजुळणी : धारा प्रिंटर्स प्रा.लि.
मुखपृष्ठ : संतुक गोळेगावकर

मुद्रक :
प्रिंटवेल इंटरनॅशनल प्रा. लि.
जी-१२, चिकलठाणा, औरंगाबाद

ISBN-978-81-7786-986-6

किंमत : २२५ रुपये

प्रकाशकीय

नारायण धारप हे नाव आताच्या वाचन करणाऱ्या पिढीला नवीन असलं, तरीही आपल्या रहस्यमय लेखनाने त्यांनी एक काळ गाजवला होता, ही गोष्ट कधीच न विसरण्यासारखी आहे. गेल्या शतकातील साठच्या दशकात त्यांनी लेखनाला सुरुवात केली आणि त्यानंतर अखेरपर्यंत ते सातत्याने लिहीत राहिले आहेत. मराठी साहित्यात रहस्यकथेचे आणि कादंबरीचे दालन समृध्द करणारे जे काही मोजकेच स्वतंत्र लेखन करणारे लेखक आहेत, त्यांत नारायण धारपांचे स्थान अव्वल आहे.

कथानकात पुढे काय होणार याची उत्सुकता कायम ठेवत, वाचकाला आपल्या लेखनात गुंतवून ठेवणे, इतकेच नाही तर त्या वातावरणाचा एक भाग बनविण्याचे कसब ज्या काही लेखकांना साध्य झाले; त्यापैकी नारायण धारप एक आहेत, ही गोष्टही आवर्जून नमूद करण्यासारखी आहे. त्यामुळेच दूरदर्शन आणि इतर प्रसारमाध्यमांची फारशी चलती नव्हती, त्या काळात सामान्य वाचक अतिशय आतुरतेने त्यांच्या लेखनाची वाट पाहत असत. वाचनालयात विशेषतः सर्क्युलेटिंग लायब्ररीजमधून त्यांची पुस्तके वाचायला मिळविण्यासाठी वाचक रांगा लावीत असत, ही गोष्ट त्यांच्या लेखनाची वाचकप्रियता स्पष्ट करण्यास पुरेशी आहे.

माणसाला नेहमीच कोणतेही रहस्य जाणून घेणारी मुळातच उत्कंठा असते. हे समाधान वाचनातून मिळते, तितके दुसऱ्या कोणत्याही माध्यमातून मिळत नसल्यामुळे वाचनाकडे आकर्षित झालेली नवी पिढी रहस्यमय कथा, कादंबऱ्याच्या प्रतीक्षेत आहे. या वाचकांची वाचनाची भूक भागविण्यासाठी नारायण धारप यांचे रहस्यमय साहित्य पुन्हा नव्याने प्रकाशित करण्याचा आम्ही निर्णय घेतला आहे.

नारायण धारप यांचे रहस्यमय साहित्य चांगल्या आणि दर्जेदार स्वरूपात प्रकाशित केल्यामुळे वाचकांना त्याचा अतिशय योग्य प्रकारे आणि मनासारखा आस्वाद घेता येईल, असे वाटते. नव्या स्वरूपातील या अस्सल मराठी रहस्य साहित्याचे वाचक नक्कीच स्वागत करतील, अशी खात्री आहे.

- प्रकाशक

नारायण धारप यांचे साहित्य

पाठलाग	नारायण धारप	१००.००
ग्रास	नारायण धारप	१५०.००
महावीर आर्य, विधाता	नारायण धारप	१२०.००
सावधान	नारायण धारप	१२०.००
भुकेली रात्र	नारायण धारप	१२०.००
माणकाचे डोळे	नारायण धारप	१२०.००
द्वैत	नारायण धारप	१२०.००
दरवाजे	नारायण धारप	१००.००
अंधारयात्रा	नारायण धारप	१६०.००
अघटित	नारायण धारप	१००.००
शापित फ्रँकेस्टाईन	नारायण धारप	१२०.००
काळ्या कपारी	नारायण धारप	१६०.००
इक्माई	नारायण धारप	१४०.००
शाडूचा शाप	नारायण धारप	१००.००
कृष्णचंद्र	नारायण धारप	१४०.००
नवी माणसं	नारायण धारप	१००.००

अनुक्रम

नारायण धारप यांचे साहित्य

अनोळखी दिशा १	नारायण धारप	२५०.००
अनोळखी दिशा २	नारायण धारप	२५०.००
अनोळखी दिशा ३	नारायण धारप	२५०.००
स्वाहा	नारायण धारप	२००.००
विश्वसम्राट	नारायण धारप	१००.००
काळी जोगिण	नारायण धारप	१००.००
प्रा. वाईकरांची कथा	नारायण धारप	२००.००
सीमेपलिकडून	नारायण धारप	२००.००
चेटकीण	नारायण धारप	२००.००
४४०, चंदनवाडी	नारायण धारप	२००.००
एक पापणी लवते आणि इतर कथा	नारायण धारप	२००.००
नवे दैवत	नारायण धारप	२००.००

१ : केशवगढी

॥ १ ॥

माणसाला असे काही अनुभव येतात की, त्याचा बाह्यसृष्टीवरील विश्वासच ढासळावा. वाटतं की, ते दिसतं हे सर्व जग केवढं एक कवच आहे, एक देखावा आहे; आतली सत्यस्थिती काही वेगळीच आहे; आपल्याला माहीत नसलेल्या काही विचित्र शक्ती त्यात त्यांच्या अगम्य नियमांनुसार कार्य करीत असतात; माणसाला त्यात प्रवेश नाही; जागाही नाही किंवा असलीच तर ती एखाद्या यंत्रात सापडलेल्या माशीची आहे... त्याचा चुराडाच व्हावा अशी.

मी काही कोणी तत्त्वज्ञ नाही, संशोधक (निदान असल्या शाखेतला) नाही किंवा विवेचक नाही. माझा विषय साखर कारखान्यांची मशिनरी. समोर दिसणारी, काही नियमांनुसार हलणारी, आपल्या आज्ञेत चालणारी यंत्रे. त्यांच्या गतीचे भविष्य वर्तविता येते, त्यांच्यात वापरल्या जाणाऱ्या शक्तीचा अचूक हिशेब मांडता येतो- एक अर्ग किंवा एक कॅलरी इकडची तिकडे व्हायची नाही. हे दणादण चालणारे कॉम्प्रेसर किंवा ही उंचच उंच चकचकत्या धातूची पॅन्स किंवा नजरेला भोवंड आणणाऱ्या गतीने भिरभिर फिरणारी ही सेंट्रिफ्युजेस दिसायला क्लिष्ट, अवजड वाटतात; पण ती खरोखर अगदी साधी, आज्ञाधारक यंत्रे आहेत. त्यांच्यात भीतिदायक असं काहीही नाही - त्याचं रूप बदलत नाही, त्यांच्याकडे केव्हाही पाहा - मनाचा गोंधळ होत नाही...

याउलट... एखादं झाड. दिसायला क्षुल्लक गोष्ट. लहान मूलसुद्धा त्याच्यापाशी जायला कचरणार नाही; पण काही वेळा त्याच्यात भीतीचा अर्क साठल्यासारखा

वाटतो... त्याची प्रत्येक हालचाल धमकीची व्हायला लागते... झाडच कशाला, माणसाने उभं केलेलं घर घ्या. दगड, माती, लाकूड, चुना असल्या निर्जीव वस्तूंची एक रास असं वाटतं की, समजायला लागल्यापासून माणसाला घराचा परिचय असतो. त्याचं रूप कधी भयानक होईल का? होतं? मला अनुभव आहे. जेव्हा घराचा आकार एखाद्या पशूसारखा होतो, जेव्हा उघडी दारं म्हणजे जबडे वाटायला लागतात, जेव्हा खिडकी म्हणजे वटारलेले डोळे होतात, जेव्हा एक एक अंधारी खोली म्हणजे पिंजरा होतो. मला अनुभव आहे. स्पष्टीकरण मात्र नाही. माहीत असलेले कोणतेच नियम काम करीत नाहीत. जे सांगितलं जातं त्यावर विश्वास ठेवायला मन धजत नाही. तेच सर्वकाही लिहून ठेवणार आहे. शरीरात भिनलेलं विष एकदा उत्सर्ग होऊन गेलं की, थोडं समाधान लाभेल असं वाटतं. जसं घडत गेलं तसंच लिहिणार आहे. त्या त्या वेळी जे विचार मनात आले तसेच मांडणार आहे - गोष्ट कठीण आहे; कारण शेवटी जेव्हा सत्याचा भीषण आविष्कार झाला तेव्हा मेंदूच चुरमडल्यासारखा झाला. त्या भयानक सत्याची सावली आठवणीतल्या प्रत्येक प्रसंगावर पडली - तिथे काही वेळा नसलेला भीतीचा भडक रंग भरू लागली - ते टाळायला हवं. त्रयस्थांना सत्यस्थिती समजली पाहिजे. त्यांचे निष्कर्ष त्यांना काढू द्यात.

शरद मुजुमदार माझ्यानंतर दोन वर्षांनी कारखान्यात नोकरीस लागला. मी इंजिनिअर होतो, तो केमिस्ट होता. वास्तविक पाहता आमची खाती अगदी वेगळी; पण क्वार्टर शेजारी असल्याने आमचा सहवास व मैत्री वाढली. त्यातल्या त्यात आम्ही दोघंही तरुण होतो, सडेफटिंग होतो. घरच्या जबाबदाऱ्या तशा फार नव्हत्या. दोघांना खेळायची, हिंडण्याची आवड होती. दोघांच्या भविष्याबद्दल अपेक्षा खूप मोठ्या होत्या. असं आडरानातल्या लहानशा कारखान्यात कायमचं राहण्याचा विचार नव्हता - तेव्हा तिथे जे काही राजकारण चालत असे त्यापासून आम्ही दोघंही अलिप्त होतो.

शरद दिसायला उमदा होता, शैक्षणिक पात्रतेत जी काही थोडीशी उणीव होती (तो थर्ड क्लास एम. एस्सी. होता) ती तो आपल्या या देखण्या, रुबाबदार व्यक्तिमत्त्वाने भरून काढीत असे. त्याची अंगयष्टी चांगलीच तगडी होती, कपड्यांचा शौक होता, वृत्तीही जरा कलंदर होती. आम्ही एकमेकांचे स्पर्धक नसल्याने (एक गोष्ट सोडली तर - ती पुढे येतच आहे) मला त्याचा हेवा वाटण्याचं काहीच कारण

नव्हतं. उलट त्याचा छाट स्वभाव, हजरजबाबीपणा, जराशी खर्चीक वृत्ती यामुळे तो सर्वत्र लोकप्रिय होता - त्याच्या सहवासात राहिल्याने मलाही जराशी परावर्तित प्रसिद्धी मिळत होती.

माझा स्वभाव तसा असता तर एकाच गोष्टीने आमच्या दोघांत वांधा आला असता - त्याला कारण आमच्या चीफ केमिस्टांची मुलगी मालती. ती सुंदर होती. मोकळेपणाने आमच्यात मिसळत असे. इतर सर्व तरुणांबरोबरच माझंही लक्ष तिच्याकडे गेलं होतं. प्रत्यक्ष विषय काढायची जरी माझी हिंमत झाली नव्हती तरी तिच्या वागण्यावरून मला आशेला बरीच जागा होती आणि अचानक हा शरद आला - सारं चित्रच पालटलं. पर्सनॅलिटीच्या बाबतीत तो कुणालाच हार गेला नसता; शिवाय त्याचं डिपार्टमेंट एक पडलं. तेव्हा साहजिकच शरदचं त्यांच्या घरी जाणं-येणं सुरू झालं आणि या ना त्या मार्गाने सर्वांना समजलं की, शरद आणि मालती यांचा विवाह जवळजवळ ठरल्यासारखाच आहे. एकदा नोकरी कन्फर्म झाली की, त्याची जाहीर वाच्यता होणार होती - चीफ केमिस्टांवर भावी जावयासाठी वशिला लावला असा आरोप येऊ नये म्हणून.

जी नैसर्गिक गोष्ट होती तिचा राग करण्यात अर्थ नव्हता. तेव्हा मी शरदचे मनापासून अभिनंदन केलं आणि ती गोष्ट विसरून गेलो.

साखरेचा कारखाना म्हणजे हजारो एकरांच्या शेतीतच असायचा. आधी कारखाना आणि मग वसाहत हा क्रम. कारखाना उभा राहण्यापूर्वी हा ओसाड माळ होता. जमीन चांगली होती; पण पाण्याची ओरड होती. धरण झालं, कालवे वाहू लागले आणि जमिनीचं नंदनवन झालं. पाच-सहा वर्षांपूर्वी ज्याने हा भाग पाहिला असेल त्याचा आताचे स्वरूप पाहून डोळ्यांवर विश्वास बसणार नाही. इथे लक्ष्मी पावलापावलावर खेळत होती; पण यालाही एक मर्यादा होती. कालव्याचे पाणी मिळणारी जमीनच पैसे देऊ शकत होती. कोरडवाहू शेतीचा मालक पूर्वीसारखाच कर्जबाजारी आणि कंगाल होता. कारखान्याच्या फार्मची हद्द संपली की, हा बदल ताबडतोब ध्यानात यायचा. त्यापलीकडे लहान लहान खोपटांची खेडी, मरगळलेली खरीप-रब्बी-पिकं, वैतागलेले शेतकरी दिसायला लागत. त्याच्या आसमंतात काहीच बदल झाला नव्हता. कारखान्यापासून सर्वांत जवळचं गाव महादेवगाव होतं. पूर्वी तालुक्याचं गाव होतं; पण आता सर्व ऑफिसं कारखान्याजवळच्या नव्या गावात हलली होती. महादेवगावला अजूनही आठवड्याचा

बाजार भरत होता; पण त्यातला पूर्वीचा जोर गेला होता. गावची शान गेली होती.

गावापाशी नदीचा फाटा होता - पूर्वीचा एक राजमार्ग. गाव गेली चार-साडेचारशे वर्षे तरी जाग्यावर होताच. काही इमारती शिंद्यांच्या वेळच्या होत्या - काही देवळं तर त्याच्याही पूर्वीची होती; पण महादेवगावचं भूषण म्हणजे केशवगढी. गावाच्या पूर्वेस एक ओढा होता. पावसाळ्यात तुफान भरून वाहणारा, कार्तिकानंतर जेमतेम घोटभर पाण्याचा. तो ओलांडला की, केशवगढीची हद्द लागे. महादेवगावचेच काही लोक माझ्या खात्यात रोजगारीवर होते. वेळोवेळी त्यांच्याकडून मला या केशवगढीबद्दल बरीच माहिती समजली होती.

केशवगढी हे नाव कसं किंवा केव्हापासून पडलं होतं याची त्यांना काहीही माहिती नव्हती; पण केशवगढीचा सर्व भाग झपाटलेला होता अशी गावकऱ्यांची समजूत होती. त्यांच्यापैकी कोणीही रात्रीच्या तर जाऊ द्याच, दिवसाच्याही कोणत्याही वेळी ओढा ओलांडून केशवगढीत जायचं धाडस करीत नसे. भूतपिशाच्च असल्या गोष्टींबद्दल मोकळेपणाने बोलणारे हे लोक केशवगढीचा विषय निघाला की, गोंधळून जात. असं नाही की, त्यांना सांगायची इच्छा नव्हती - त्यांना नीट सांगताच येत नव्हतं. 'तिथे देवांचा वावर आहे' या सर्वसमावेशक वाक्याने ते वर्णन करीत. त्यांचे देव आपल्या कल्पनेतल्याप्रमाणे न्यायी, दयाळू नाहीत; मानवांच्या भावना घेऊन वावरणारे, सणासुदीला गोडधोड आणि पौर्णिमा-अमावस्येला बकरीकोंबड्यांचा नैवेद्य मागणारे हे देव होते - एवढ्याशा चुकीला भयानक प्रायश्चित्त देणारी त्यांची दैवतं होती.

अशांचा केशवगढीत वावर होता. त्यांना एक भगत लागे आणि नवल हे (ही गोष्ट मी स्वतःच पाहिलेली आहे) की, केशवगढीत कायम कोणीतरी भगत असायचा. तो वेडा असायचा. केशवगढीचा वेडा ही महादेवगावची एक जिवंत आख्यायिकाच झाली होती. ओढ्याच्या पलीकडल्या काठावर, जरा उंचीवर, दगडांची एक वरवंड रचलेली होती. दिवसातून एखादा गावकरी ओढा ओलांडून त्या वरवंडीवर भाकर-चटणी, गूळभात, मीठमिरची, काही गोडधोड केलं असेल तर तिथे नेऊन ठेवत. दुसऱ्या दिवशी तिथून ते जिन्नस गेलेले असत. मग तो वेडा भगत ते सर्व एकटाच खायचा की, त्याचे ते चमत्कारिक देव त्याच्या पंगतीला यायचे याची कोणी शहानिशा केली नव्हती. देवाचा नैवेद्य ही एक जुनी प्रथा होती - ती पाळली जात होती. भगत जिवंत होता - केशवगढीचे देव संतुष्ट होते...

भगत जिवंत होता. रात्री-अपरात्री कधीकधी ओढ्याच्या पलीकडून त्याचं हसणं कानावर येई किंवा एखाद्या वेळी ते मोठमोठे हेल काढून रडे... नाहीतर स्वतःशीच मोठमोठ्याने बोलत असे... गावकरी तिकडे शक्य तितकं कमी लक्ष द्यायचा प्रयत्न करीत. ओढ्याच्या पलीकडे काठ चढला की, गर्द झाडी होती. कोणाकोणाला त्या झाडीतून जाणारी वेड्या भगताची आकृतीही दिसली होती. निदान तसं ते म्हणत. त्याचं वय, चेहरामोहरा, कपडे यांची कोणालाच काही माहिती नव्हती. खरं म्हणजे ते त्याला विलक्षण भीत होते. अशी ही केशवगढीची चमत्कारिक हकिकत होती.

मी प्रथम जेव्हा ही हकिकत ऐकली तेव्हा अर्थातच माझा त्यातल्या सर्वच गोष्टींवर विश्वास बसला नाही. मात्र पलीकडच्या ओसाड इस्टेटीत एखादा वेडा असण्याची शक्यता होती किंवा रोज जर फुकटात जेवण मिळत असेल तर त्यासाठी एखाद्याने डोकं चालवून वेड्याचं सोंग घेतलं असण्याचीही शक्यता होती. चापून जेवावं, झाडाखाली झोप काढावी, मधूनमधून ओढ्यापाशी येऊन गावाकडे तोंड करून आरडाओरडा करावा, चार पावलांचा नाच करावा- अगदीच अशक्य नव्हतं. मधेच एकदा मला संधी मिळाली तेव्हा मी स्वतःच ही केशवगढी पाहिली.

त्याचं असं झालं - तुकाराम नावाचा एक चुणचुणीत पोरगा माझ्या हाताखाली कामाला होता. तो महादेवगावचाच होता. तो बराच आजारी आहे असं समजल्यावरून मी कारखान्याची गाडी घेऊन त्याच्या घरी गेलो. तशी आवश्यकताच वाटली तर त्याला बरोबर आणून कारखान्याच्या हॉस्पिटलमध्ये ठेवायचा माझा विचार होता - पण सुदैवाने त्याची प्रकृती सुधारायला लागली होती; पण मी गेल्याचं त्या लोकांना फार फार जाणवलं.

गाडी वळता वळता मला तो ओढा दिसला. केशवगढीसंबंधात ऐकलेलं सर्व मनात आलं. चटदिशी विचार आला पुन्हा आपण इकडे कशाला येताहोत? मी गाडी थांबवली, खाली उतरलो, ओढ्याच्या काठावर उभा राहून समोर पाहू लागलो. बरोबर आलेला तुकारामचा मित्रही माझ्या शेजारी उभा होता. माझ्याकडे तो जरा नवलाने व जरा साशंक नजरेने पाहत होता.

'हीच का रे तुमची केशवगढी?' मी त्याला विचारले.

'होय साहेब.'

मी ओढ्याकडे पाहिले. पाणी जेमतेम शंभर फूटभर असेल. मधे मोठमोठे दगड होते. पाण्याचा स्पर्शही न होता ओढा ओलांडता आला असता.

'येतोस का रे? जरा पाहून येऊ पलीकडे - ' मी सहज विचारले.

'मी! नाही बा! ' भिऊन दोन पावलं मागे सरत तो म्हणाला.

'मग थांब इथेच. मी जाऊन येतो - ' मी म्हणालो आणि काठ उतरलो.

'साहेब! ' तो ओरडला. मी मागे वळून पाहताच तो म्हणाला, 'तिकडून काही आणू नका - गवताचं पातसुद्धा आणू नका.'

'नाही आणणार.' मी त्याला कबूल केलं आणि ओढ्यातल्या दगडांवरून पलीकडे गेलो. पंचवीस-तीस फुटांचा पलीकडचा काठ चढून वर आलो. तिथेच ती ओबडधोबड दगडांची उतरंड होती. वर कर्दळीची दोन सुकलेली पाने होती. आजचा 'नैवेद्य' त्या पानात ठेवला असेल, मला वाटलं. त्यांच्या अंधश्रद्धेची क्षणभर मौज वाटली; पण एक गोष्ट मलाही माहीत होती. माणूस आपल्या श्रद्धांचा, आपल्या विश्वासाचा गुलाम होतो. ख्रिस्तियन, मुस्लिम, पारशी, ज्यू यांच्या धर्मकल्पनांना मी कोणतेच महत्त्व दिले नसते; पण कोणत्याही हिंदू मंदिरात पादत्राणे घालून गेलो नसतो. महादेवगावकरांच्या मनावर याच श्रद्धेचं आणखी एक जाड आवरण होतं एवढंच. माझा विश्वास नव्हता, मला भीती वाटत नव्हती.

मग माझी नजर समोर गेली. समोरची झाडी गर्द होती. वरचा सूर्यप्रकाश खाली पोहोचायच्या आधीच झिरपून जात होता. त्या हिरव्या सावलीत एक गूढ गंभीरता होती. मी काही क्षण झाडाच्या बाहेरच उभा राहिलो. आत जाऊन पाहण्याची काही आवश्यकता आहे का? इथे वेडा असो वा नसो, वेडा असो वा वेड्याचं सोंग घेणारा असो - माझा त्याच्याशी काही संबंध होता का? मी स्वतःला विचारीत होतो. खरं म्हणजे तिथूनच परत फिरण्याची इच्छा होती; पण पलीकडच्या काठावर जमलेले लोक माझ्याकडे पाहत असणार याची मला जाणीव होती. वास्तविक त्यांच्याही मताची मला काय फिकीर होती? मी इथे परत कशाला येणार होतो? पण पाठीवर खिळलेल्या त्यांच्या नजरा मला पुढे रेटीत होत्या.

मी त्या झाडीत पाय टाकला. प्रत्यक्ष आत गेल्यावर दिसलं की, झाडी वाटत होती तितकी दाट नव्हती किंवा त्या अस्पष्ट पायवाटाही होत्या. पायवाट? म्हणजे ती कोणीकडे तरी जात असली पाहिजे - एका पुसटशा वाटेवरून जाता जाता मनात विचार आला. झाडीच्या आत दोनशे-अडीचशे पावलं आल्यावर मी थांबलो.

प्रतिष्ठा राखली गेली होती. मी आता उजळ माथ्याने परत जाऊ शकत होतो; पण माणसाच्या मनात काहीतरी अट्टाहास असतो. मी आणखी आत गेलो... आणि पुढच्याच वळणावरून मला तो पडका वाडा दिसला.

काही वेळ मी नुसता पाहतच राहिलो. केशवगढी या नावाचं निदान एक कारण तरी हे असावं. कोणीतरी इथे पूर्वी वसती केली होती. वाड्याच्या एकंदर रूपावरून ते कोणीतरी सरदार दरकदार मंडळींपैकी असावेत. आज नुसत्या जाड जाड भिंती शिल्लक होत्या; पण विस्तार खूप होता. येथपर्यंत आल्यावर मग जरा पुढे जाऊन पहायला काय हरकत होती आणि तसं भय वाटण्यासारखं इथं काय होतं? मी वळलो. वाड्याच्या दिशेने निघालो. वाड्याच्या आसपास झाडी बरीच विराट होती. तिथे स्वच्छ ऊन पडलं होतं; पण त्या प्रकाशात भग्न वास्तू अगदीच उदासवाणी, मन खिन्न करणारी वाटत होती.

उघडा पडलेला मोठा दरवाजा होता. आत चौक होता. दोन्ही अंगाला ओवऱ्या होत्या. एखाद्या कोरीव कामासारखं सगळं वाटत होतं. मी आत गेलो नाही. वाड्याला वळसा घालून परत फिरायचा माझा विचार होता. माझं कुतूहलही तेवढ्याने शमलं असतं. मी एका अंगाने निघालो. वळण घेऊन मागच्या अंगास आलो.

तो उन्हात, पडक्या वृंदावनापाशी उभा होता. त्याचे डोळे मिटलेले होते. हात डोक्यावर उचललेले होते. अंगावरच्या कपड्यांच्या चिंध्या झाल्या होत्या. डोक्यावरच्या केसांच्या जटा झाल्या होत्या. त्या मळकट पांढऱ्या दाढीत मिसळल्या होत्या. शरीर म्हणजे नुसता हाडांचा सांगाडा होता. त्याच्या कंठमण्याची हालचाल होत होती. आवंढे गिळल्यासारखी. त्याचं हे दर्शन इतकं अनपेक्षित होतं की, क्षणभर मी जागच्या जागी खिळून उभा राहिलो. मनात भीतीही होती. तो जर खरोखरीचाच वेडा असला तर तो काय करील याचा काहीच भरवसा नव्हता. शरीराने असा काटकिळा आणि अशक्त दिसत असला तरी वेड्याची शक्ती काही वेगळीच असते आणि मी एकटा. आरडाओरडा केला तरी मदतीला कोणी यायचं नाही-

मी काही करायच्या आधीच तो प्रश्न मिटला. त्याने हात एकदम खाली घेतले. डोळे खाडदिशी उघडले, तो इकडेतिकडे पाहू लगला आणि त्याला मी दिसलो. एखादा विजेचा धक्का बसल्यासारखं त्याचं शरीर एकदम ताठ झालं. त्याने एकदोनदा डोळ्यांची उघडझाप केली. मी हवेत विरघळत नाही असं पाहताच तो हळूहळू माझ्याकडे आला. तो इतका गलिच्छ होता की, मला अगदी शिसारी

आली. पाच फुटांवरूनही त्याच्या शरीराची दुर्गंधी माझ्यापर्यंत पोहोचत होती. पोटात उन्मळून यायला लागलं होतं. नशिबाने तो पाच फुटांवरच थांबला. आता मी त्याचा चेहरा अगदी बारकाईने पाहू शकत होतो. चेहऱ्यावरच्या निळ्या शिरा फुगून ताठरल्या होत्या. वटारलेल्या लाल डोळयांत संपूर्ण बुबुळे दिसत होती. माझ्याकडे पाहता पाहता त्याच्या मुठींची उघडझाप होत होती. त्याने एकदोनदा आवंढा गिळला; सुरुवातीचा त्याचा बोलण्याचा प्रयत्न अयशस्वी झाला. इथे त्याच्याशी बोलायला येणार तरी कोण? बोलायची सवयच गेली असावी त्याची!

'तू... तू... कोण? कशाला आलास? ' घोगऱ्या आवाजात शेवटी तो म्हणाला. माझ्या मनात त्याच्याबद्दल कीव उत्पन्न झाली होती. शेवटी तोही माणूसच होता. समजा त्याला काही मानसिक रोग झाला असला - त्यावर काही उपचार तरी व्हायला हवेत? मी एकदम बोलून गेलो, 'मी तुला गावात न्यायला आलो आहे-'

एक वाक्य माणसात एवढा बदल करू शकेल? त्याच्या चेहऱ्यावर विलक्षण आनंद आला. तो आणखी जवळ आला. अडखळत्या आवाजात म्हणाला, 'मला नेणार! मला इथून नेणार?' माझ्यावरून घसरून त्याची नजर पडक्या वाड्यावरून, आसपासच्या झाडांवरून फिरली आणि एखादा दिवा मालवावा तसा त्याच्या चेहऱ्यावर क्षणभर दिसलेला आनंद मावळला. मान हलवीत तो म्हणाला, 'नाही, ते मला जाऊ द्यायचे नाहीत - ते मला सोडणार नाहीत - ' आता प्रथमच माझ्या मनाला भीतीचा पुसटसा स्पर्श झाला. हे त्याचे 'ते' कोण? पण वरकरणी आत्मविश्वासाने मी म्हणालो, 'कोणी तुला अडवत नाही. चल माझ्याबरोबर...'

मी त्याच्याकडे पाठ फिरवली (हे मोठं धाडसाचं होतं!) आणि बाहेरची वाट धरली. काही वेळ थांबून तोही माझ्या मागोमाग यायला लागला. मी वळून पाहत नव्हतो; पण त्याच्या फटफटणाऱ्या पावलांचा आवाज मला ऐकू येत होता. मलाही त्या ओसाड जागेतून निघायची घाई झाली होती. मी पावलं चटचट उचलत होतो. झाडांची कड येईपर्यंत तो माझ्यासोबत होता; पण तिथे त्याच्या पावलांचा आवाज थांबला. मी मागे वळून पाहिलं. तो थांबला होता. झाडांच्या शेवटच्या रांगेकडे भयभीत नजरेने पाहत होता. त्याची भीती संसर्गजन्य होती. माझ्याही शरीरावर सरसरता काटा उभा राहिला. आवाज जरा चढवून मी म्हणालो, 'कशाला थांबलास? चल ना?' जागच्या जागीच उभा राहून तो झाडांच्या शेंड्यांकडे पाहत होता, अगतिकपणे मान हलवत होता. त्याच्या वागण्याचा अर्थ न समजून

मी तरातरा त्याच्याजवळ गेलो, इच्छा नसतानाही त्याचा हात धरला आणि त्याला पुढे ओढीत म्हणालो, 'अरे चल! तो बघ ओढा जवळ आला-'

तो हात मागे ओढत होता. जमिनीत पाय रुतवून उभा होता. भीतीने त्याची बोबडी वळायची वेळ आली होती - 'ते बघ! ते बघ!' एक हात झाडांकडे करीत तो म्हणाला - 'ते बघ वाटेत उभे आहेत! ते बघ मला अडवायला उभे आहेत!'

त्याचा तो घाबराघुबरा चेहरा, ते लटलट कापणारे शरीर, तो कापणारा आवाज, सरळ झाडाकडे झालेला हात - ती आसपासची शांतता, वाटेतली झाडांची रांग - सूचकता कोणत्या मर्यादेपर्यंत जाऊ शकते? कशाची कोणास ठाऊक, मलाही भीती वाटायला लागली होती. जरा रागाने त्याच्या हाताला हिसका देत मी ओरडलो, 'कोण बघ? कोणी नाही तिथे! चल!'

'ते बघ आले!' तो ओरडला आणि मोठ्याने किंचाळला. नकळत माझी त्याच्या हातावरची पकड सुटली. हात ओढून घेत किंचाळत किंचाळत तो झाडाच्या रांगेतून त्या पडक्या वाड्याकडे निघून गेला. माझेही सर्व शरीर या अनपेक्षित प्रकाराने कंप पावत होते. मलाही तिथे थांबायची अजिबात इच्छा नव्हती. घाईघाईने मी त्या झाडांच्या रांगेतून बाहेर काठावर आलो, मागे एकदाही वळून न पाहता ओढ्याचा उतार ओलांडून गावाच्या बाजूला आलो. गाडीचा ड्रायव्हर आणि तुकारामाचा मित्र काठावरच जरा साशंक नजरेने माझ्या दिशेने पाहत होते.

मी बोलायच्या मनःस्थितीत नव्हतो. गाडीत बसताच त्यांना म्हणालो, 'चला' पण परत कारखान्यात येईपर्यंत त्या वेड्याचाच विचार मनात होता.

॥ २ ॥

पुढे पाच-सात दिवसांनी तुकाराम कामावर हजर झाला. मी महादेवगावला त्याला पहायला आलो होतो या साध्या गोष्टीचा त्याच्या मनावर केवढा परिणाम झाला होता! त्याची काही ना काही अंशांनी परतफेड करण्यासाठीच तो मला भेटायला आला असावा असं वाटतं.

'काय रे! आता ठीक आहेस ना?' मी वर पाहत विचारलं.

'होय साहेब.' भेट औपचारिक असेल व तो जाईल अशी माझी कल्पना होती; पण तो जागच्या जागीच चुळबुळ करीत उभा होता. 'काय रे?' मी वर पाहत विचारले.

'साहेब, तुम्ही त्या दिवशी केशवगढीत गेला होतात।' त्याने शेवटी धीर धरून विचारले.

'हो. पाहिली तुमची ती भुताटकीची जागा. ' मी जरा हसत म्हणालो; पण त्याला ती थट्टा रुचली नाही. त्याचा चेहरा गंभीरच राहिला.

'तिथे तो वेडाही पाहिला. ' मीही गंभीर होत म्हणालो, 'खरं म्हणजे त्याला तिथून कोणीतरी हलवायला हवा - दवाखान्यात ठेवायला हवा- तो सुधारेलही एखादे वेळी.'

'नाही, साहेब. केशवगढीतलं काहीही बाहेर येऊ देत नाहीत. '

'बाहेर येऊ देत नाहीत? पण कोण?'

'तिथलेच ते - ' नाव घ्यायला तो कचरत होता. 'साहेब, तिथनं तुम्ही काही आणलं नाहीत ना? ' (दुसऱ्यांदा हा प्रश्न!)

'नाही; पण एवढं का? '

'तिथनं काही हलवलं की- की- त्यांचा शाप बाधतो- '

मला क्षणभर त्याचा राग आला; पण या भोळ्या सूचनेमागची त्याची भावना फार चांगली होती. 'हे बघ- मी काही पुन्हा तिकडे जाण्याची शक्यता नाही - पण गेलोच तर तुमची सूचना अवश्य ध्यानात ठेवीन - झालं? '

समाधान होऊन तुकाराम त्याच्या कामाला गेला.

शरदशी बोलता बोलता केशवगढीचा विषय निघणं अपरिहार्य होतं, कारखान्यातलं एकूण जीवन इतकं नियमित आणि रुक्ष होतं की, असा एखादा चाकोरीबाहेरचा अनुभव ही एक मोठी पर्वणीच. मी सर्व वर्णने केल्यावर तो म्हणाला, 'तुझं काय मत झालं पण?'

'त्या माणसाबद्दल? तो वेडा होता यात शंकाच नाही - पण त्याचं वेड त्या एका गोष्टीपुरतंच मर्यादित दिसतं- कोणीतरी त्याला केशवगढीत डांबून ठेवलं आहे. त्याने जर सुटकेचा प्रयत्न केला तर हे 'कोणीतरी' त्याला जाऊ देणार नाही-'

'आणि तुझं मत काय झालं? केशवगढीसंबंधात?'

'ती जागा मोठी भयाण आहे खरी- '

'शब्दांचा खेळ करू नकोस - ती जागा झपाटलेली आहे की नाही?'

'मी कसं सांगणार? पण मनावर एक विचित्र दबाव येतो खरा तिथे- '

‘आणि तिथून बाहेर काही आणायचं नाही हा काय प्रकार आहे? ’

‘मला माहीत नाही - पण मी बरोबर काही आणलं नाही- ’

आम्ही दोघे खूप हसलो. ‘मी एम. ई. ची मोटारसायकल घेतोय, माहीत आहे ना तुला?’ शरद म्हणाला. ‘ती आली की आपण जाऊ एकदा या केशवगढीला - मलाही पहायची आहे ही जागा एकदा- ’ मी तितक्या तत्परतेने होकार दिला नाही. का कोणास ठाऊक; पण शरदने तिथे जाण्याची कल्पना मला अजिबात आवडली नाही. शरद - केशवगढी... तेल पाण्यासारखे एकमेकांत अजिबात न मिसळणारे दोन पदार्थ... तिथला तो शांत, गंभीर, उदास परिसर शरदच्या उतावळ्या, बडबड्या, एक्स्ट्रोव्हर्ट स्वभावाशी मला सर्वस्वी विसंगत वाटत होता...

शरदचा गाडीचा सौदा झाला. फर्रर्रर्र आवाज करीत त्याची ती चकचकीत हिरवी जावा कॉलनीत फिरायला लागली. एखाद्या वेळी पिलियनवर मी असायचा; पण बहुतेककरून मालतीच असायची आणि ती दोघं एकमेकांना शोभून दिसत हे मलाही मान्य करावंच लागलं. मला वाटतं शरद आतापर्यंत इतका सुखी, आनंदी कधीच दिसला नव्हता. हिरव्या बाणासारखी सुसाट पळणारी त्याची गाडी पाहून मला वाटे, त्याने जपून असावं. आयुष्याशी इतका बेदरकार खेळ खेळू नये - वेळ कधी सांगून येते का? पण हा अशुभ विचार मी मनात, अगदी खोल ठेवला.

त्या रविवारी आम्ही दोघंही संध्याकाळच्या शिफ्टवर होतो. सकाळीच त्याने गाडी काढली होती- आणि मला घेऊन तो निघाला होता. गाडी महादेवगावच्या दिशेला वळेपर्यंत मला त्याच्या बेताची कल्पना नव्हती. गावाच्या हद्दीत गाडी शिरताच मी त्याला थांबबलं. केशवगढीत जायला नको असं सांगून पाहिलं - पण माझी कारणं लंगडी होती, माझ्या सबबी तुटपुंज्या होत्या. पटण्यासारख्या नव्हत्या. मनातले विचार इतके अस्पष्ट होते की, शब्दात मांडताच येत नव्हते.

‘तू भीत असलास तर तसं सांग!’ शेवटी शरद वैतागून म्हणाला. ‘मी तुझ्यावर कोणतीही सक्ती करीत नाही. तुला दोषही देणार नाही. तू या काठावर थांब - मी जाऊन येतो ’ पण तेच तर मला नको होतं! आणि त्याने एकट्याने जायला तर मुळीच नको होतं! मी बरोबर असलो म्हणजे मला त्याच्यावर काहीतरी वचक ठेवता येईल अशी माझी कल्पना होती - पण सगळंच अस्पष्ट होतं.

‘ठीक आहे बाबा - चल, मी येतो. ’ मी शेवटी म्हणालो.

ओढा ओलांडताना आम्हाला गावकऱ्यांनी पाहिलं असेल - पण आम्हाला अडवायला किंवा सांगायला कोणी आलं नाही. त्यांच्या दृष्टीने आम्ही शिकलेले, साहेब लोक!

मागे मी आलो होतो तेव्हा दुपार होती, आता सकाळ होती - पण केशवगढीच्या रूपात काही बदल नव्हता. असं वाटत होतं की, काळाचा प्रवाह येथे पोहोचतच नाही, याला वळसा घालून गेला आहे. काळप्रवाहातलं हे एक बेट आहे - इथे काळ थांबला आहे. तिथल्या वातावरणाचा परिणाम किनाऱ्यावर पाय टाकता टाकता मला जाणवला होता; पण शरद मात्र त्यापासून अलिप्त दिसला. तो कुतूहलाने इकडेतिकडे पाहत होता. हळूच स्वतःशी शीळ घालत होता.

'कुठे आहे रे तो पडका वाडा?' त्याने विचारलं. आता आम्ही ओढा बराच वरच्या अंगाला ओलांडला होता आणि शिवाय मला केशवगढीची काहीच माहिती नव्हती. तेव्हा साधारण अंदाज करून त्या दिशेने मी निघालो आणि शरदही माझ्या मागोमाग निघाला. केशवगढीचा विस्तार किती होता मला माहीत नव्हतं. रस्ता चुकण्याची शक्यता होती. आम्हा शहरी लोकांना सदर आखीव रस्त्यांनी चालायची सवय असते. आमच्या सोईसाठी रस्त्यांवर नावाच्या पाट्या असतात, घरांना नंबर असतात. तेव्हा आसपासच्या खाणाखुणा न पाहता चालायची सवय होते. ती आता मला नडत होती. मी एकदा या भागात हिंडलो होतो; पण सर्व परिसर विसरलो होतो. हळू चालण्याचं आणखीही एक कारण होतं. तो वेडा अचानकपणे समोर येण्याची भीती वाटत होती - अर्थात या खेपेस तगडा शरद बरोबर होता - पण तरीही तो वेडा आम्ही बेसावध असताना समोर यायला नको होता.

माझ्या कौशल्यापेक्षा योगायोगानेच आम्ही त्या वाड्यापाशी आलो. ती भग्न वास्तू आपल्या एकाकी उदासवाण्या कोशात स्तब्ध उभी होती; पण आता प्रथमच एक नवा विचार मनाला स्पर्श करून गेला. ही वास्तू रिकामी वाटते; पण तशी नाही. मला याचा अधिक खुलासा करता येत नाही. असं वाटतं ही गोष्ट खरी.

शरद जेव्हा मोठ्या पडक्या दरवाजातून आत शिरायला लागला, तेव्हा मी त्याला हटकलं. 'आत जायची काही आवश्यकता आहे का?' मी म्हणालो. त्याचं उत्तर अगदी व्यावहारिक होतं. 'इथपर्यंत आलोच आहोत तर सर्वकाही पाहून

घेऊ - म्हणजे मग इथे कोणतंही रहस्य राहणार नाही - मग आपण हे विसरून जाऊ शकू. ' त्याचा युक्तिवाद नाकारता येत नव्हता - पण तरीही त्या पडक्या वाड्यात जायची माझी इच्छा नव्हती ही गोष्ट खरी.

आत शिरताच दोन्ही अंगाला पहारेकऱ्यांसाठी ओवऱ्या बांधल्या होत्या. वरची छपरं ढासळली होती, चिरेबंदी काम निखळलं होतं, दगडाच्या दरवाजातून गवत आणि लहान लहान तणं उगवली होती. पुढे-मागे फरसबंदी चौक होता. मध्ये विहीर होती. चारी बाजूंनी उंच दगडी जोतं होतं, त्यात पडव्या होत्या, त्यामागे खोल्या होत्या. एक भिंत शाबूत होती. त्यावरचा चुन्याचा रंग, दाराभोवतीची काचेची नक्षी, वरचा हाताने काढलेला गणपती सर्व दिसत होतं; पण त्यामागे इमारत खाली आली होती. ती भिंत नाटकातल्या खोट्या सेटसारखी दिसत होती. गवतातले किडे किर्र्रर्र करीत होते; पाकोळ्या अंधाऱ्या जागेत फडफडत होत्या; मोकळ्या जागेत पक्षी चिवचिव करीत होते.

वास्तविक यात मनावर दडपण येण्यासारखं काहीही नव्हतं. माणसाने ही बाजू सोडली होती. निसर्ग तिचा पुन्हा सावकाश ताबा घेत होता - हे नैसर्गिकच होतं; पण त्यापेक्षा इथे काहीतरी अधिक होतं. या पडक्या वास्तूत माणूस गेल्यावर आणखी काहीतरी वस्तीला आलं होतं. सावलीसारखं हलकं, आवाजासारखं तरळ... एखाद्या कोळ्याच्या सूक्ष्म तंतूंनी वेढल्यासारखी ही वास्तू त्यात गुरफटली गेली होती.... शरदचे हे दणादण आपटणारे पाय, भिंतीभिंतीवरून प्रतिध्वनित होऊन येणारे मोठे शब्दांचे आवाज.. मला वाटत होतं इथली ही निश्चल शांतता अशी मोडू नये... जे काही इथे आहे त्याला डिवचून जाग आणू नये... पण हे विचार कोणत्या शब्दात नि कसे मांडणार? अशी एक जाणीव होती की, इथे जे काही आहे त्याने अजून आपली दखल घेतलेली नाही - त्याचा जो काही व्यापार चालतो त्यातच ते दंग आहे... आलो तसेच आपण निघून जावं हे बरं...

मला आणि शरदला ती हालचाल एकदम दिसली. भिंतीतल्या एका खिडकीमागे काहीतरी हललं होतं... एखादा माणूस घाईने दूर व्हावा तसं काहीतरी... माझी छाती क्षणभर धडधडली आणि मग आठवलं की, हा तो वेडा असणार... आमच्या आवाजाने तो सावध झाला असेल, त्या पडक्या खिडकीतून आमची हालचाल चोरून पाहत असेल.

'हाच तुझा वेडा! ' शरद मोठ्याने म्हणाला आणि त्या खोलीकडे निघाला.

'शरद! ' मी एकदम म्हणालो, ' तिकडे कशासाठी जातोस! '

'अरे, पाहू दे तरी एकदा कसा आहे तो! '

'तुझी उत्सुकता कधीकधी प्रमाणाबाहेर जाते हं! '

'अरे, पण तो वेडा आहे ना! त्याला काय वाटणार आहे? त्याला कसली शरम?! ' आताही त्याचा युक्तिवाद बिनतोड होता. माझी इच्छा नसूनही मला गप्प बसावं लागलं. आम्ही दोघं त्या खोलीपाशी आलो. बाहेरच्या झगमगाटाच्या मानाने आत अंधारच होता - काही वेळाने नजर सरावली तेव्हा जरा स्पष्ट दिसलं... खोलीत जुनं सामान होतं; पण त्यावर धुळीचे आणि कोळिष्टकांचे इतके जाड थर बसले होते की, ते ओळखूच येत नव्हतं... त्यात अगदी कोपऱ्यात अंग चोरून तो वेडा बसला होता... मधेच त्याचे डोळे उघडत, प्रकाशात ते लखकन चमकत... मग तो परत डोळे मिटून तोंड खाली घालून बसे. तो भयंकर घाबरला होता यात शंका नव्हती... आमच्या जागी त्याला काय दिसत होतं त्याचं त्यालाच माहीत! सर्वमान्य संकेत एकदा नष्ट झाले की, मग मेंदूचं तारू कोठेही भरकटत जातं. या वाटांचे नकाशे नाहीत. या वाटांवर ओळखीच्या खुणा नाहीत. एकट्याने क्रमायची वाट. अशा एका अगम्य वाटेवरून त्याचा प्रवास चालला होता. त्याला मागे एकदा झाडांच्या रांगेपाशी कोणीतरी 'ते' दिसले होते, आमच्या जागीही ते 'ते' च दिसत होते काय? शरद खोलीत जायला लागताच मी त्याचा हात धरून त्याला मागे खेचला. माझ्याकडे जरा रागाने वळून तो म्हणाला, 'अरे! आज असं काय करतो आहेस सारखा! ' पण मी काही उत्तर द्यायच्या आतच आमचं लक्ष त्या वेड्याकडं गेलं. शरद बोलायला लागताच तो उठून उभा राहिला होता. भिंतीत आणखी मागे जायचा प्रयत्न करीत होता आणि त्याच्या त्या गंजलेल्या, घोगऱ्या आवाजात म्हणत होता, 'नको! नको! जवळ नको येऊ! मी पुन्हा नाही पळून जायचा प्रयत्न करणार! पुन्हा नाही! नको!' त्याला जरा नीट पाहण्यासाठी शरदने खोलीत एकच पाऊल घेतले. एक मोठी किंचाळी फोडून तो वेडा आमच्या दिशेने धावला - आता मला समजतं की, तो केवळ खोलीतून पळून जायची धडपड करीत होता. आमच्यावर हल्ला करायची त्याची अजिबात कल्पना नव्हती; पण पिंजारलेले केस, वटारलेले डोळे, वासलेले तोंड अशी झपाट्याने येणारी ती आकृती भयानक होती. आमचाही गोंधळ झाला आणि आम्ही नेमके त्याच्या वाटेत आलो. तो शरदवर आपटला. एक प्रकारच्या प्रतिक्षिप्त क्रियेने शरदने हात उचलले. तो वेडा मोठमोठ्याने किंचाळायला लागला. पाचसात सेकंद दोघांची

झोंबाझोंबी झाली आणि मग एखाद्या जनावरासारखा खाली वाकून, दोन्ही हातांवर व पायांवर चालत तो खोलीतून बाहेर गेला आणि धूम पळत सुटला.

'बाप रे!' शरद हसत म्हणाला. हातावर थोडंसं खरचटण्यापलीकडे त्याला काही इजा झाली नव्हती. रुमालाने हात पुसत तो म्हणाला, 'शी! कसली घाण!' मलाही काही क्षण तो अगदी असह्य दुर्गंध जाणवला होता. आम्ही बाहेर मोकळ्यावर आलो. वेड्याची काही खूण दिसत नव्हती.

त्यानंतर शरद कोणत्याच खोलीत गेला नाही. मधल्या चौकातून आम्ही आतला भाग बघितला. मागच्या पडक्या दारातून बाहेर आलो; तिथेच वृंदावन होते. जिथे मला पहिल्यांदा तो वेडा दिसला होता. आता वृंदावनात तुळस नव्हती. सगळीकडे झाडंझुडपं वाढली होती. एवढी लहान असलेली गुलाबाची रोपं आता उंच काटेरी झुडपं झाली होती; पण मला वाटलं की, त्या नैसर्गिक रचनेतही एक प्रकारचे मुक्त सौंदर्य आहे; पण शरदपाशी हे विचार बोलून दाखविण्यात अर्थ नव्हता - तो टिंगलच करणार.

झाडापाशी जात शरद म्हणाला, 'मालीसाठी काही फुलं घेतो रे! ' आणि मी काही बोलायच्या आत त्याने पाच-सहा पाने व दोन फुले यांचा एक गुच्छ तोडलासुद्धा! 'नको' ओरडताच तो आश्चर्याने माझ्याकडे पाहत उभा राहिला.

'आता काय अपराध झाला बुवा? ' तो विचारत होता.

'शरद, ती फुलं आताच्या आता खाली टाकून दे! इथून काहीही बाहेर न्यायचं नाही; काहीतरी वाईट घडतं असा लोकांचा विश्वास आहे- '

'तू तर एखाद्या खेडुताच्याही वरताण करतोस! '

'अरे, मालतीला फुलांचा काय तोटा! तिच्या बंगल्यापुढल्या बागेत आहेत. तुझ्या हजार ओळखी आहेत - इथलंच फूल कशाला न्यायला हवं?'

क्षणभर थांबून तो हसत म्हणाला, 'अशा दाराजवळच्या फुलापेक्षा रानावनातून मुद्दाम आणलेलं फूल बायकांना जास्त आवडतं!' तो वळला; एक प्रकारच्या अट्टाहासाने त्याने बराच मोठा गुच्छ जमवला; त्यात फर्नसारखी पानं होती; विविध रंगांची, वासाची व आकाराची फुलं होती... तो मिश्र रंगांचा गुच्छ अतिशय सुंदर होता, हे मलाही मान्य करावंच लागलं.

जरा वेळ आम्ही केशवगढीतच भटकलो आणि मग ओढा पार करून महादेवगावच्या हद्दीत आलो. माझा एक कान त्या वेड्याच्या हालचालीचा काही

आवाज येतो का इकडे होता; पण तो आम्हाला दिसलाच नाही. परत येताना शरदने फुलांचा तो गुच्छ मोटारसायकलच्या दिव्यावर लावला होता. 'तुला हे अशुभ वाटतं ना? मग हातातही घेऊ नकोस बाबा! ' तो थट्टेत म्हणाला होता.

मग त्याची ती चकचकीत हिरवी मोटारसायकल, पुढचा तो रंगीबेरंगी झेंडा नाचवीत डौलाने रस्त्यावरून धावत आम्हाला परत घेऊन आली.

।। ३ ।।

पार्श्वबुद्धी नेहमीच क्लेशदायक ठरते. अमुक केलं असतं तर? हा विचार मनाला फार त्रास देतो. कारण ती गोष्ट करण्याची वेळ गेलेली असते, तो क्षण हातातून निसटलेला असतो. जिवाचं मोल देऊनही तो परत आणता येत नाही; पण ती टोचणी जन्मभर कायम राहते. सुरुवातीस शरदच्या तापाचा संबंध मी आमच्या केशवगढीच्या त्या भेटीशी जोडला नाही (अजूनही मन धजत नाही!) जेव्हा ती शंका मनात डोकवायला लागली तेव्हा फार उशीर झाला होता.

तो कामावर गेला नाही असं समजलं, म्हणून संध्याकाळी मी त्याच्या क्वार्टरमध्ये गेलो. आतल्या खोलीत तो आरामखुर्चीत बसून होता. अंगाभोवती एक ब्लँकेट पांघरले होते. चेहरा लाल आणि मलूल दिसत होता. त्याला 'बरं नाही का?' हे विचारायचीच आवश्यकता नव्हती. मी त्याच्या कपाळाला हात लावून पाहिला. ताप होता; पण तसा काही काळजी करण्याइतका जास्त वाटला नाही.

'केव्हापासून रे, शरद!' मी त्याला विचारलं. सकाळी उठल्यापासूनच त्याला निरुत्साही, जड, थकल्यासारखं वाटत होतं. त्याने सकाळी, दुपारी आणि आता एकएक अशा एपीसीच्या गोळ्या घेतल्या होत्या. मीही हेच सुचवले असते. त्याला कडक चहा बनवून दिला. पडून राहायला सांगितलं. खानावळीतून संध्याकाळी गरम भात आणून दिला. फ्लूसारखा काहीतरी आजार असेल ही माझी कल्पना; तो आपले दोन-तीन दिवस घेतल्याखेरीज सुटणार नव्हता.

पण दोन दिवस झाले तरी शरदची गाडी काही ठिकाणावर येईना. त्याचा ताप वाढतच होता, चेहराही लालबुंद सुजल्यासारखा दिसत होता. शेवटी मग कारखान्याचे डॉक्टर येऊन तपासून गेले. दोन दिवसांत घेतलेल्या औषधांची यादी ऐकून ते जरा हसले, त्यांनी स्ट्राँग अँटिबायोटिकच्या कॅप्सूल दिल्या. 'काहीतरी व्हायरस इन्फेक्शन असेल...' ते म्हणाले. 'एक-दोन दिवसांत क्लिअर होईल... तशी प्रकृती ठणठणीत आहे त्याची.'

एकदोन नाही; पण सहासात दिवसांत शरदचा ताप नॉर्मलवर आला. मी होतो, शिवाय मालतीही सर्व संकोच बाजूला ठेवून दिवसातून चारपाच वेळा तरी त्याच्याकडे येत होती, कॉटवर किंवा शेजारी बसत होती. त्याचा ताप उतरला; पण डोळ्यात जी एक लालसर झाक आली होती ती मात्र कमी झाली नाही. त्याचे ते डोळे पाहून मला एकदम केशवगढीतल्या त्या वेड्याचीच आठवण झाली आणि मग लगोलग त्याच्या आणि शरदच्या झटापटीची आठवण झाली. शरदला जर त्याची नखं लागली असतील तर इन्फेक्शन व्हायला काय उशीर? देवालाच माहीत त्या वेड्याच्या नखात कसली घाण साचलेली असेल ती! मी डॉक्टरांना ही शंका बोलून दाखवली. त्यांनी शरदचे हात, कोपरे, दंड सर्व नीट पाहिले. आता कोणत्याच खुणा किंवा व्रण नव्हते; पण घाण नखांतून इन्फेक्शन होण्याची शक्यता त्यांना मान्य होती. वाघांच्या नखाच्या जखमांनी काहींना मृत्यू आल्याचे प्रसंग त्यांना माहीत होते; पण शरदचा ताप उतरला, घसा साफ झाला, नाडी नॉर्मलवर आली म्हणजे त्यांच्या मते तो बरा झाला होता.

पण मला काही तो पूर्वीसारखा झालासा वाटेना. डॉक्टरांच्या हिशेबात बसेल असं कोणतंही लक्षण त्याच्यात नव्हतं. ही आपली मनातली एक शंका होती. दरवेळी मला अशी शंका, संशय, भीती हे जाणवतं; पण शब्दात मांडता येत नाही, लोकांना ते पटवून देता येत नाही. शरदच्या डोळ्यांतली ती तापट लाली मला अजिबात आवडत नव्हती, मला अस्वस्थ करीत होती. मला अशीच शंका येत होती की, रात्री त्याला स्वस्थ झोप लागत नसावी. काही दिवसांतच हीही शंका खरी ठरली. मी काही बोलायच्या आधी त्यानेच माझ्यापाशी हा विषय काढला.

'शिक्या, काल रात्री फार भ्यालो लेका मी! कसलं भयानक स्वप्न पडत होतं!' आठवणीनेही शहारत तो म्हणाला. 'जागा झालो तेव्हा घामाने निथळून निघालो होतो. बघ - वाटलं मोठ्यांदा बोंबलावं आणि कोणीतरी चार माणसं गोळा करावीत.'

पण विशेष म्हणजे त्याला स्वप्नाचा आशय आठवेना. त्याच्यावर काहीतरी भयंकर प्रसंग आला होता, हालचाल केली नाही तर जीव जाणार असं वाटत होतं; पण हालचाल तर सर्वथा अशक्य होती - सर्वांनाच जाणवलेली भयानक असहायता. त्याच्या नुकत्याच झालेल्या आजाराने मेंदू हलका झाला असल्याची शक्यता होती; पण मला ती पटत नव्हती आणि मी त्यालाही ती सांगायचा

प्रयत्न केला नाही. मात्र त्याला डॉक्टरांकडून झोपेच्या गोळ्या आणायची सूचना केली.

पुन्हा एकदा मनाला डिवचणारी ती शंका. हे जर केलं नसतं तर? कारण गोळ्यांनी त्याला शांत झोप लागायला लागली; पण ही गुंगी होती; मेंदू जखडून टाकला जात होता; पण स्वप्नं ही धोक्याच्या लाल कंदिलासारखी असतात. ती माणसाला बेसावध झोपेतून सावध करतात. आपल्याला कोठे माहीत आहे ही कोणत्या संकटाची पूर्वसूचना होती? पण शरदची झोप गाढ होती, त्याला स्वप्ने पडत नव्हती - त्याचा धोक्याची सूचना देणारा अलार्म बंद केला गेला होता. माझी खात्री आहे की, त्याच्यात जो काही बदल होत होता, ज्याच्याविरुद्ध त्याचं मन जागतेपणी आणि झोपेतही, क्षीण का होईना; पण प्रतिकार करीत होते. तो बदल आता अविरोधपणे होत राहिला. झोपेच्या गोळ्या घेतल्या नसत्या तर तो बदल टाळता आला असता का, हा विवाद्य मुद्दा आहे; कारण नंतर तरी त्याला काय वैद्यकीय मदत होऊ शकली? पण सर्व क्रमानेच येऊ दे.

शरद कामावर जायला लागला होता. एका संध्याकाळी तो मला म्हणाला, 'शिक्या, सॅकरीमीटरमधून आताशी पहायची भीतीच वाटायला लागलीय रे! '

सॅकरीमीटर हा साखरेचे रसातील कॉंसेन्ट्रेशन दाखवतो. एक लांब नळी रसाने भरलेली असते, त्यातून एका बाजूने दिव्याचा प्रकाश पोलराइज होऊन येतो आणि दुसऱ्या बाजूने डोळा लावून काही ॲडजेस्टमेंट करायच्या असतात - मग साखरेची टक्केवारी समजते. एक साधे आणि रूटीन काम.

'त्याला डोळा लावायचीच भीती वाटते... मधेच एकदा वेड्यावाकड्या रेषा दिसायला लागल्या होत्या. डोळा चोळल्यावर त्या गेल्या. पण नंतर एकदा एकाएकी एक चेहरा दिसायला लागला. कितीदा डोळा चोळला तरी जाईनाच - रीडिंग घ्यायला लागली की, आलाच समोर!... आता एवढ्यात दिसला नाही; पण मनाने धास्तीच घेतलीय बघ-'

प्रत्यक्ष त्रास किंवा नुकसान यापेक्षा आत्मविश्वासाला बसलेला धक्काच जास्त वाईट होता. जणू ती एक काच होती, तिला आता तडा गेला होता आणि तीतून काहीच नीट, सरळ, स्वच्छ दिसू शकत नव्हतं. कोणत्याही बंद खोलीत जायची शरदला भीती वाटायला लागली. त्याच्याबरोबर मी कारखान्यातून परत आलो आहे आणि मला दिसलं की, त्याच्या क्वार्टरच्या दारापाशी तो घुटमळायचा- किल्ली कुलपाला लावायचा, परत मागे घ्यायचा - कुलूप काढायचा, कडी

सरकवायचा; पण दार ढकलायची काही त्याची हिंमत व्हायची नाही. मग खांदे ताठ करून तो एकदम दार ढकलायचा - तरीही दाराशीच किती वेळ तरी उभा राहायचा - मग एकदम आत जायचा -

'शिक्या, माहीत असतं रे की, आपण जाताना सर्व दारं, खिडक्या तपासून बंद केली आहेत. बाहेरच्या दाराचं कुलूप आपणच लावलेलं आहे. कोणीही आत गेलं असणं शक्य नाही; पण मनाला पटतच नाही बघ! वाटतं, आत अंधारात कोणीतरी आपल्यासाठी टपून बसलेलं आहे. आपला पाय आत पडताच आपल्याला पाठीमागून येऊन धरणार - '

त्याला स्वतःलाच हे माहीत होतं की, आपली भीती इररॅशनल आहे. तर्कदुष्ट आहे. मी त्याला आणखी काय सांगणार? होत होता तो प्रकार मला मुळीच आवडत नव्हता; पण मी काय करू शकणार होतो? जेव्हा शरद हातातलं काम किंवा चाललेलं संभाषण थांबवून कान देऊन काहीतरी ऐकायला लागला तेव्हा मात्र मी मनात चरकलो.

'तुला नाही ऐकू येत त्यांची कुजबुज? ' तो गंभीरपणे मला विचारायचा. 'ते कुजबुजतात - खिसखिस आवाज करीत हसतात. मला माहीत आहे. माझ्याबद्दल बोलत असताना तुला खरोखरच ऐकू येत नाही, का मुद्दामच तू तिकडे दुर्लक्ष करतोस? मला वाईट वाटू नये म्हणून?'

मी मनात चरकलो. ही लक्षणं चांगली नव्हती. मन रोजच्या जगावरून उडून भरकटायला लागलं होतं. त्याच्या अपरोक्ष मी मालतीला एकटी गाठली आणि शक्य तितकं जपून हा विषय काढला; पण तिच्या लक्षात तर ही गोष्ट पूर्वीच आली होती. 'त्याचं लक्षच नसतं हो आताशी माझ्याकडे!' ती रडवेल्या आवाजात म्हणाली. 'तसे येतात- पण कोठेतरी नजर लावून बसतात - हाक मारावी तर केवढ्यांदा दचकतात... एकेक प्रश्न दहादहादा विचारावा लागतो... त्या तापापासून असंच करताहेत...'

त्या तापापासून! आणि तो ताप आला केशवगढीला आम्ही दिलेल्या भेटीपासून! साखळीतला दुवा असा जोडला जात होता. अर्थाची गल्लत झाली की, अनर्थ व्हायचाच. मालतीची केविलवाणी नजर मला पाहवत नव्हती. दिवसाकाठी एकदा तरी ती शरदला भेटायला यायचीच. मी त्याच्या खोलीत असलो तर काही निमित्त काढून बाहेर यायचा. त्यांना एकांत आवश्यक होता. शरदने मालतीजवळ मनातल्या शंका, संशय, भीती हे सर्व उघड केलं असतं तर त्याला कदाचित

फायदा झालाही असता; पण एकांतात ते काय करीत होते कोणाला ठाऊक! बोलत तरी होते का नाही त्यांचं त्यांनाच माहीत! मालतीचा चेहरा उजळलेला काही मला दिसला नाही.

त्याच्या क्वार्टर्समधून निघाल्यावर ती तशीच माझ्या खोलीत आली होती. तिने डोळ्यांतलं पाणी कसंतरी अडवून धरलं होतं. आली ती तशीच एका खुर्चीत बसली. मोठा बाका प्रसंग! मला सहानुभूती वाटत होती; पण तिला काय सांगणार? शेवटी तिचा ताबा सुटला आणि रडू कोसळलंच. 'त्यांचं काही लक्षच नसतं हो आताशी!' ती स्फुंदत बोलत होती. 'कोठेतरीच पाहत बसतात - मधेच हात वर करून गप्प बसायला सांगतात. मग विचारतात, 'ऐकलंस! तो बघ! तो बघ आता हसतोय! ऐकलंस?' मला तर बाई भीतीच वाटायला लागली आहे...'

मी तिची अवस्था जाणू शकत होतो. काहीतरी सांत्वनाचे शब्द बोलण्यासाठी मी तोंड उघडणार तोच खोलीचं दार धाडदिशी उघडलं गेलं - आम्ही दचकून मागे पाहतो तो खोलीत शरद उभा! कमरेवर हात, विस्कटलेले केस, लाल तापट डोळे!

'शऱ्या! लेका काही मॅनर्स! ती किती दचकली बघ! ' मी म्हणालो.

'सगळं काही बघतोय!' तो तिखट आवाजात म्हणाला, 'तिथे गोडगोड बोलता आणि माझ्या पाठीमागे दोघांचे हे धंदे चालतात काय! '

'शऱ्या!' मी संतापून ओरडलो.

'कशाला आता नाटक करतोस! तू माझा सर्वांत जवळचा मित्र!'

आता कोठे मालतीला त्याच्या शब्दांचा अर्थ समजला. ती ताडकन उभी राहिली आणि त्याच्याकडे संतापाने वळली - आता जर काही कमीजास्त शब्द बोलले गेले तर फार वाईट परिणाम होईल हे जाणून मी मोठ्याने म्हणालो, 'मालती! स्टेडी! तो भानावर नाही आहे आता! त्याचे शब्द मनावर घेऊ नकोस.' क्षणभर तिच्या तोंडून रागाने शब्दच बाहेर येईना - ती दोघं एकमेकांकडे जळजळीत नजरांनी पाहत उभी होती - आणि मग हुंदका कसातरी आवरीत मालती जवळजवळ पळतच खोलीतून निघून गेली - आम्ही दोघं एकटेच राहिलो.

'शऱ्या! मी म्हणालो, 'तुझे सर्वांत जवळचे आम्ही दोघे! जरा विचार करून वागत जा - नाहीतर तुला बोलायलाच कुणी उरणार नाही!'

ढगाच्या पटलातून मधेच स्वच्छ सूर्यप्रकाश यावा तसा क्षणभर त्याच्या डोक्यात शहाणपणाचा भाव आला. आपण काय केलं याची भयानक आठवण त्याचं मन जाळीत गेली. त्याचा चेहरा अगदी कासावीस झाला. 'हे बघ', मी म्हणालो, 'मी

तुझी अवस्था जरा तरी जाणतो - मी मनावर घेत नाही तुझं बोलणं - त्या मालतीचं मात्र काही सांगता येत नाही - शक्य तर आताच तिला भेट आणि सगळा खुलासा कर -’

शरद गेला. मला वाटतं तो तिला भेटलाही. त्या वेळेपुरता तरी त्यांच्यातला गैरसमज दूर झाला.

पण घसरणीला लागलेली गाडी आवरणं कठीण होतं. एखाद्या दगडापाशी काही वेळ थांबायची, की परत घसरणं सुरूच. जणूकाही सर्व बाजूंनी असे अणकुचीदार आरे एकत्र येऊन शरदचा मेंदू जखडून टाकीत होते. सॅकरीमीटरमधला चेहरा त्याला आता बाहेरही दिसायला लागला आणि एकटा नाही, बरोबर आणखीही कुणी कुणी घेऊन.

शक्य तितका वेळ मी त्याच्याबरोबर राहण्याची खटपट करीत होतो - मी बरोबर असतानाही तो मधेच म्हणायचा, ‘ते बघ! पाहिलेस! ते बघ त्या कंपाउंडवर ओळीने बसले आहेत - माझ्याकडे बोट दाखवून फिदी फिदी हसताहेत. बघितलेस?’ - पण मी त्याला आवरू शकत होतो, त्याचे लक्ष दुसरीकडे वेधू शकत होतो; पण सर्व वेळ मी त्याच्याबरोबर कसा असणार? त्याच्या लॅबोरेटरीत मी कसा जाणार? तिथेच त्याचा तो पहिला सीन झाला. काहीतरी ओरडून हातातला चिमटा त्याने समोरच्या एका शेल्फवर फेकला. रसायनांच्या बाटल्या खळखळत फुटल्या. खाली द्रावांचं मिश्रण पसरलं. ‘मला वेडावतात लेकाचे! बदमाश!’ शरद संतापून ओरडत होता. त्याला त्यांनी घरी पाठवलं; पण साहेबाला वेड लागलं ही बातमी कामगारांत तेव्हाच पसरली. तुकारामच्याही कानांवर आली आणि लगोलग तो मला भेटायला आला. मी आणि शरद केशवगढीत गेलो होतो हेही त्याच्या कानावर आलंच होतं. तो जरा बिचकत म्हणाला,

‘साहेब, तुमच्या त्या मित्राने तिथून काही आणलं का बरोबर?’

‘काही पानं फुलं आणली असतील; पण त्याने काय होणार?’

‘त्याने काय होणार विचारता?’ तुकाराम कपाळाला हात लावीत म्हणाला, ‘कशाला आणले हो त्यांनी हे? मी तुम्हाला परोपरीने सांगितलं नव्हतं का की, कशाकशाला हात लावू नका म्हणून? तुम्ही का नाही अडवलंत हो त्यांना?’

‘तुला काय म्हणायचंय, त्याने त्यांना असं होतंय?’

‘तिथलं काय सांगणार साहेब!’ तो खालच्या आवाजात म्हणाला. ‘महादेवगावची लोकं काय वेडी आहेत? का भोळी सांब आहेत? दोन हातांवर चिंचा, आवळे,

कवठं, आंबे दिसत असताना हात न लावायला काय सांबाचे अवतार आहेत? अहो, त्यांना अनुभवच आलेत तसे. माणसं हालहाल होऊन मेलीयत एका फळापायी!' त्याचे शब्द वरवर अविश्वसनीय वाटत होते; पण मी ते थट्टेवारी नेऊ शकत नव्हतो. अतर्क्य अशा गोष्टी जर डोळ्यांसमोर घडत होत्या तर पाखंडे माजवण्यात काय अर्थ होता?

'पण एक इलाज आहे साहेब. आणलेली वस्तू जर जशीच्या तशी परत केली तर एखादे वेळी ते गय करतात - ' तुकाराम बोलत होता. मी कपाळाला हात लावला. त्या फुला-पानांची केव्हाच माती झाली होती. आता कोठून आणायची ती!

'निदान तुमच्या मित्राला एकदा न्या तर केशवगढीला. चुकूनमाकून गोष्ट झाली तर त्यांच्यापुढे नाक घासावं, दया करा म्हणावं - दुसरा इलाज कोठे आहे?'

मनातल्या मनात म्हणालो - काही तोटा तर नाही ना व्हायचा? एखादे वेळी मनाला धक्का बसला तर त्यानेच परिणाम चांगला व्हायचा! माणसाची बुद्धी अल्प असते हेच खरं!

|| ४ ||

शरदला घेऊन मी केशवगढीला गेलो. तो यायला सुरुवातीस अजिबात तयार नव्हता. किती किती प्रकारांनी मी त्याची समजूत काढून त्याला तयार केला. मनाला कायम सतावणारी ही आणखी एक गोष्ट आहे. त्याला केशवगढीला नेला नसता तर? त्याचा विकार इतका शीघ्र विकोपाला गेला असता का? पण दररोज मला त्याच्या शहाणपणाचा होत असलेला नाश पाहवत नव्हता. अत्यंत चांगल्या हेतूनेच मी हे केलं अशी माझी स्वतःची खात्री आहे. हेतू माणूस जाणू शकतो; पण परिणामांची कल्पना त्याला कुठे असते?

'अरे, घाबरतोस काय?' ओढ्याच्या काठावर पाय मागे खेचणाऱ्या शरदला मी सांगत होतो. 'अरे, आपण नुकतेच तर गेलो नव्हतो का? तिथे काहीतरी भिण्यासारखं होतं का? जाऊ, एक चक्कर मारू, परत येऊ; चल की!'

एक-एक पाऊल टाकीत मी त्याला ओढ्यावर नेला, पलीकडचा चढ चढवला. आम्ही त्या उंबराच्या वरवंडीपाशी पोहोचलो. तो वेडा कुठे दिसतो का हे पाहण्यासाठी मी वरवंडीकडे वळलो... चार-पाच कावळे काव काव करीत एकदम वर उडाले...

वरवंडीवर कर्दळीच्या पानावर ठेवलेले दोन-तीन दिवसांचे अन्न तसेच होते... कावळ्यांनी आता ते चिवडून टाकले होते... पण म्हणजे तो वेडा इथे एवढ्यात आला नव्हता... मनाला आता प्रथमच भीतीचा खरा स्पर्श झाला. वेडा असला तरी शरीराच्या गरजा होत्याच; पण अन्नपाण्यावाचून तो राहणे शक्यच नव्हते. अन्नपाण्याची शुद्ध हरपली असेल तर तो मरणाच्या वाटेलाच लागला म्हणायचा-

आम्ही झाडांच्या रांगेत शिरलो. मनाला अशी एक विचित्र जाणीव होत होती की, ही शेवटचीच खेप आहे... पुन्हा आपण असं करणार नाही... अशा विचारात जो एक नोस्टाल्जिया असतो त्याने मनाला अगदी चटका बसतो...

खालच्या वाळक्या पानांवर उन्हाचे सोनेरी ठिपके पडले होते. पानं पायाखाली खसखसत होती. आसपास किड्यांची किर्रर होती; पण आम्ही काहीच बोलत नव्हतो. शरद तर आताशी नॉर्मल संभाषण करीतच नसे... त्याला जे कोणी दिसत त्यांच्याशी त्याचं बोलणं, रागावणं, भांडण, शिवीगाळ चालू असायची... पण तो गप्प गप्प बसला तरीही मला त्याची काळजी वाटायची... जसा आता तो शांतपणे चालला होता... लाल तापट डोळ्यांची नजर चारी बाजूंस फिरत होती... मधेच एकदा अवचितपणे तो खाली वाकला, एक मुठीएवढा गोटा उचलून घेऊन त्याने तो डाव्या हाताच्या झाडाच्या रोखाने भिरकावला आणि मग तो मोठमोठ्याने हसायला लागला. 'कसा बसला साल्याच्या थोबाडात!' तो हसत हसत म्हणत होता. 'सारखा सारखा आपल्या मागे येत होता... वळून पाहिलं की, झाडामागे लपायचा... आता चांगला बनवला.. आता कसा पळाला पाहा!' त्याचा एक-एक आविर्भाव आणि एक-एक शब्द माझ्या मनात क्षणाक्षणाला जास्त जास्त निराशा निर्माण करीत होता. ज्या कामासाठी मी त्याला इथे आणला होता त्याचा अर्थ तरी त्याला समजणार होता का?

करता करता शेवटी आम्ही त्या पडक्या वाड्यापाशी पोहोचलो. वाडा जवळ यायला लागताच शरदमध्ये एक वेगळाच अस्वस्थपणा दिसायला लागला होता. वाड्याकडे जायची त्याला एक नाखुशीही होती आणि एक चमत्कारिक आतुरता होती. 'शिवाय, नक्कीच ते सगळे वाड्यात लपून बसलेले आहेत - बरं झालं मला इथं आणलंस ते.. आता चांगला समाचार घेतो एकेकाचा!...' आणि मग जरा वेळानेच; 'पण मला एकट्याला आवरतील का रे इतके जण? नाहीतर जळवांसारखे अंगाला चिकटायचे. तुला सांगितलं ना सारखे माझ्याकडे पाहून असतात, जिभल्या

चाटीत असतात ते?’ काहीच न बोलता मी वाड्याच्या पडक्या दारातून आत गेलो. शरदही मागोमाग आला.

आतला पडका चौक शांत होता. आता प्रथमच एका सर्वस्वी अनैसर्गिक संवेदनेची माझ्या मनाला जाणीव झाली. अतिविचाराने व काळजीने मेंदू शिणला होता, की विलक्षण मित्रप्रेमाने काही क्षणांपुरती संवेदनेची कक्षा विस्तारली होती? ते काहीही असो, काही क्षण तरी मला वाड्याचे ते भग्न अवशेष एका वेगळ्या रूपात दिसले... असं वाटत होतं की, या क्षणासाठी, आमच्या या आगमनासाठी सर्वकाही सिद्धता झाली आहे... सर्वजण (जे कोणी होते... ते अजून पडद्यामागेच होते) सज्ज आहेत... हवेवर तरंगत जाणाऱ्या अल्पायुषी वासासारखी ही जाणीव क्षणभंगुर होती. झाली नि गेली...

वाड्याच्या चौकात आम्ही उभे होतो. आता काय करायचं? मी विचार करीत होतो. आधी केशवगढीत तर जाऊ, मग पुढचं पुढे, असा इतका वेळ विचार होता. आता आम्ही तिथे पोहोचलो होतो. इथून नेलेली वस्तू तर परत आणणं शक्यच नव्हतं... दुसरा मार्ग, इथल्या दैवतांची शरदने क्षमा मागणे... पण ते कोण होते? कोठे होते? त्यांना कोणती भाषा समजत होती? समजलीच तरी त्याची खूण आम्हाला कशी कळणार? मी क्षणभर शरदकडे दुर्लक्ष केलं होतं... त्याचा एक दबका आवाज आला...

‘ते बघ, तिथे खोलीत लपून बसलेत - ’ आणि तो पळत पळत त्या बाजूच्या ओसरीकडे निघाला. ‘शरद! थांब!’ मी ओरडलो; पण त्याचं लक्षच नव्हतं इतर कशाकडे... मग मीही हललो... पण त्याच्या मानाने फारच सावकाश... आणि आता मी माझ्या आयुष्यातल्या सर्वांत वाईट क्षणाकडे येत आहे... असा ताण, अशी अनिर्वाच्य भीती माणसाच्या सहनशक्तीच्या खरोखरच पलीकडली आहे.

शरद ज्या खोलीकडे धावत होता त्या खोलीचं छप्पर केव्हाच कोसळलं होतं. आत स्वच्छ ऊन पडलं होतं आणि चौकात चारपाच पावले टाकताच मला खोलीचा आतला भाग दिसला... आणि मी अक्षरशः थिजून जागच्या जागी उभा राहिलो.

खोलीच्या दाराच्या आतच तो वेडा उभा होता. ऊन त्याच्यावर एखाद्या प्रखर सर्चलाइटसारखं पडलं होतं. त्याच्या शरीराच्या, चेहऱ्याच्या रेषान्रेषा मला अगदी स्पष्ट दिसत होत्या... त्याचे डोळे अर्धवट उघडे डोते, तोंड अर्धवट उघडं होतं, तो आपल्या टाचांवर किंचित हलत होता... असं वाटत होतं की, कोणत्याही क्षणी

त्याचा तोल जाईल. मग लक्ष खिळून राहत होतं ते त्याच्या उचललेल्या हातांकडे... अंगावरच्या कपड्याच्या चिंध्या होऊन त्या खांद्यापासून खाली लोंबत होत्या... त्यातून त्याचे ते कृश, घाणेरडे हात नांग्यांसारखे वर आले होते... आणि वरच्या बोटांच्या आकड्या वळलेल्या होत्या. खोलीत पाय ठेवणाराच्या मानेभोवती विळखा घालण्यासाठी...

एकदशांश सेकंदात हे सर्व मला दिसलं. मी ओरडलोही 'शरद!' माझा आवाज चिरका निघाला... पण तो अगदी बुलंद निघाला असता तरीही शरद थांबला नसता... तो सुसाट वेगाने त्या खोलीकडे निघाला होता... हालचाल माझ्या आटोक्यापलीकडची होती... दोन्ही हात गालावर दाबून धरून मी पुढचा भयानक प्रकार नुसता पाहत राहिलो... अगदी असहाय होऊन...

काहीतरी ओरडत शरद त्या खोलीकडे शिरला... आणि त्याच क्षणी त्याच्या गळ्याभोवती त्या वेड्याची मिठी पडली... शरदच्या तोंडून निघालेली ती आर्त किंकाळी आजही माझ्या डोक्यात घुमते आहे... ते दोघे धडपडत खाली पडले, माझ्या नजरेआड गेले आणि मग मी धावलो...

पाय शिशाचे झाले होते... जमीन चिखलाची झाली होती... पाय पुढे पडतच नव्हता... प्रगती होतच नाही असं वाटत होतं... श्वास मात्र धापांनी येत होता... अनंत काळानंतर मी त्या खोलीच्या दाराशी पोहोचलो आणि आत पाहिलं...

शरद धापा टाकीत गुडघ्यावर बसला होता आणि तो वेडा त्याच्या शेजारीच अस्ताव्यस्त अवस्थेत पडला होता... त्याच्या चेहऱ्यावरून दिसत होतं की, तो मृत झालेला आहे... पूर्वी पाहिला होता तेव्हा सशक्तच वाटावा इतकी त्याची अवस्था आता झाली होती... हाडांच्या काड्या आणि त्याच्या भोवती सुकलेल्या कातडीचे अस्तर... असल्या शरीरात जीव राहिला तरी कसा? मी आजवर कोणाशीही बोलून न दाखवलेला एक अतिभयानक विचार त्या क्षणी माझ्या मनात येऊन गेला... हा वेडा आता नाही पूर्वीच मरण पावला होता... केवळ शरदच्या येण्यासाठी त्याला थांबवण्यात आलं होतं...

शरदला घाबरविण्यापुरतं त्याचं मृत शरीर नाचवण्यात आलं होतं... आणि आता ते निश्चेष्ट झालं होतं... असल्या विषारी कल्पनांनी माणसाचा मेंदू तडकून जात नाही?

'शरद, चल!' मी म्हणालो. या भयानक, शापित वास्तूतून आम्ही केव्हा बाहेर पडतो असं मला झालं होतं. येथे आलो हाच मूर्खपणा केला, असं वाटायला

लागलं होतं. ''शरद! चल ना!'' तो हलत नाही असं पाहून मी जरा मोठ्याने म्हणालो... आणि शरदची मान वर झाली.

त्याचा तो चेहरा पाहून मी जवळजवळ खालीच कोसळलो! ज्याच्या शहाणपणाचे सर्व पाश तुटले आहेत, वेडाच्या गर्तेत ज्याचा कडेलोट झाला आहे अशा माणसाचा तो चेहरा होता. - संपूर्ण अपयशाची कडवट चव, प्रयत्नांची राख राख झाल्याची चव माझ्या जिभेवर होती - ज्या एका भयानक घटनेकडे आजवरचे सर्व प्रसंग अविरोधपणे चालत आले होते ती घटना घडली होती.

पण माणूस वरकरणी तरी सर्व काही नॉर्मल आहे असा भास वागवीत असतो.

'शरद! अरे' बसलास काय? चल ना, आपण परत जाऊ- ' मी त्याचा खांदा हलवीत म्हणालो. तो उभा राहिला खरा; पण माझ्या चेहऱ्यासमोर एक बोट हलवीत खालच्या आवाजात म्हणाला, 'मला न्यायला आलास? पण त्यांनी मला सोडलं पाहिजे ना? ते मला बरे जाऊ देतील. ' हेच शब्द त्या वेड्याच्या तोंडून मी ऐकले होते; आता माझ्या प्रिय मित्राच्या, शरदच्या तोंडून ऐकायची पाळी माझ्यावर आली होती... मनाचा तोल कसातरी सावरीत मी म्हणालो,

'चल रे! कोणी तुला अडवीत नाही! मी आहे ना बरोबर? चल! '

त्याचा हात धरून जवळजवळ ओढीतच मी त्याला त्या खोलीबाहेर काढला.

त्याला मी बरोबर नेत होतो; त्याची पावलं रेंगाळायला लागली तर ओढत होतो. माझी सारखी बडबड चालली होती - मला विचार नको होता, कृती हवी होती; पण शरदचं माझ्या शब्दांकडे लक्ष तरी कोठे होते? तो झाडांच्या रांगांकडे पाहत होता, हातवारे करीत होता, मान हलवीत होता, मधेच वेडावूनही दाखवीत होता... मी वाजवीपेक्षा जास्त मोठ्याने बोलत होतो... चारी बाजूंनी आवळत येणाऱ्या एका प्रचंड राक्षसी शक्तीविरुद्ध मी एकटा माझ्या क्षीण प्रयत्नाने प्रतिकार करीत होतो.

शेवटची झाडांची रांग जवळ यायला लागली आणि शरदची पावलं रखडायला लागली. मला आठवलं की, तो वेडाही इथेच थांबला होता, पुढे यायला धजला नव्हता. आताही त्याच प्रकारची पुनरावृत्ती होणार होती की काय? मला मनोमन वाटायला लागलं की, शरदला जर मी ओढ्यापलीकडे नेऊ शकलो तर मी यातूनही वाचेल...

शरद थांबला; एक पाऊल पुढे टाकीना; हाताला धरून ओढला तरी हलेना...

'चल ना शरद! ' मी ओरडलो; पण तो झाडांच्या शेंड्यांकडे पाहत मान हलवीत होता - 'ते बघ वाटेने उभे राहिलेत! इतके दिवस लपत होते... आता अगदी उघड्यावर आलेत! ' तो बोट दाखवत बोलत होता. 'तुला दिसत नाहीत का? झाडांवरून लोंबकळताहेत, खाली जमिनीला सरपटताहेत... मला सोडणार नाहीत ते!'

वेळ निर्वाणीची होती. मी प्रयत्न केला, नाही असं नाही... एकदम शरदच्या कमरेला विळखा घालून त्याला वर उचलला आणि त्याला घेऊन जमलं तितक्या लवकर ओढ्याकडे निघालो. आधीचे काही क्षण केवळ आश्चर्याने तो गप्प होता... पण मग हातपाय झाडायला लागला, 'नको! नको!' म्हणून किंचाळायला लागला; हातांनी मला मारायला लागला... त्या कशालाही न जुमानता मी त्याला झाडांच्या रांगेतून नेला असता, ओढ्यात टाकला असता...

पण मला ते जमलं नाही. माझ्या शक्तीबाहेरचं काहीतरी इथे माझ्याविरुद्ध उभं ठाकलं होतं आणि माझा प्रतिकार अपुरा पडला... त्यांच्याजवळच्या साधनांची मी बरोबरी करूच शकत नव्हतो.

हातपाय झाडणाऱ्या शरदला कसातरी आवरीत मी चाललो होतो; पण झाडं काही केल्या संपेनातच. वास्तविक दोन-तीन झाडांनंतर ओढा यायला हवा होता; पण कितीही मागे गेली तरी पुढे दोन-तीन होतीच... इकडेतिकडे पाहण्यासाठी मी क्षणभर थांबलो, तो शरदने इतका जोरात धक्का दिला की, मी जवळजवळ पडलोच. पुन्हा उभा राहताना, जराशी चक्कर आल्यासारखी वाटली... मग मान खाली घातली आणि सर्व शक्ती एकवटून जोरात धाव घेतली... जेव्हा आसपासची झाडे मागे गेली तेव्हा मी शरदला सोडला आणि वर पाहिले...

मी उलट दिशेला वाड्याकडे आलो होतो!

जमिनीला पाय लागताच किंचाळत किंचाळत शरद पळून गेला होता...

वेड्यासारखा चारी दिशांना पाहत मी उभा होतो. काही काही क्षण असे येतात की, नेहमीच्या त्रिमित जगाची कोंडी फुटते, एका नव्या अपरिमित, भयानक सृष्टीचं ओझरतं दर्शन माणसाला घडतं...

केशवगढीत कोण किंवा काय वावरतं, तिथे कोणाची सत्ता आहे याचे ओझरतं दर्शन मला घडलं... दिसलं. त्याचा अर्थ समजला असे मात्र नाही... पण दिसलं... ते वरून, बाजूंनी, सर्व दिशांनी... त्या वाड्याकडे येत होते... धुरासारख्या विरळ

पारदर्शक, तरंगत्या आकृत्या... रेषा एकमेकांत मिसळणाऱ्या, वितळणाऱ्या... त्याचा प्रवास अंगावर काटा आणत होता, हातापायांच्या बोटांना झिणझिण्या येत होत्या, डोक्यात मोठी भणभण होत होती...

हीच ती केशवगढीची दैवतं... आपल्या वेड्या भगताचा ताबा घ्यायला ती आली होती... आता तो शेवटपर्यंत इथे राहणार... दुसरा कोणी तरी त्याची जागा घेईपर्यंत...

मी धूम पळ काढला. किंचाळलो नाही इतकीच जमेची बाजू.

॥ ५ ॥

मालतीला सांगणं भागच होतं; पण तिने आधीच तर्क केला होता. तिला सुटल्यासारखं वाटलं तरी तिला दोष कसा द्यायचा? एखाद्या शारीरिक व्यंगावर प्रीती मात करू शकेल. मनामनांचा संगम झाला असला तर... पण जिथे शरद माणसातूनच उठल्यासारखा झाला होता, तिथे ती तरी काय करणार? समाधानाची गोष्ट असली तरी ती ही होती - शरदला आता कशाचेच सुखदुःख राहिले नसणार. निदान मी स्वतःशी तरी असा विचार करीत होतो.

मालती माझ्याबरोबर शरदला भेटायला केशवगढीला आली. कल्पना तिचीच होती. भेट काही अंशी स्त्रीसुलभ कुतूहलापायी, काही अंशी औपचारिक, काही अंशी मागच्या स्मृतींसाठीही होती. मला माहीत होतं की, तिला तो देखावा अत्यंत क्लेशदायक होणार आहे... पण तिने स्वतः एकदा पाहावं हे बरं असं मलाही वाटतं...

महादेवगावातून आम्ही गेलो नाही. विनाकारण चर्चा नको होती. ओढा बराच वरच्या अंगाला ओलांडला, मग वाड्याच्या रोखाने चालत आलो. मधूनमधून मी शरदला हाक देत होतो. मालतीच्या मनावर त्या एकूण प्रसंगाचा खूप परिणाम झाला होता. आताही ती भयभीत झाली होती.

शरद वाड्यामागच्या पडक्या वृंदावनापाशी उभा होता. एका बाजूला मान करून कसलीतरी चाहूल घेत होता. आमची नाही- कारण आम्ही जवळ गेल्यावरही तो तसाच उभा होता. 'शरद!' मी हाक मारताच तो एकदम दचकला व मग आमच्याकडे संशयाने पहायला लागला...

तो आमची दोघांची ओळख पूर्णपणे विसरला होता!

त्याचा तो कळकट अवतार, वाढलेली दाढी, मळके कपडे, लाल डोळे... मालती काही न बोलताच मागे फिरली... मीही मागे वळलो... बोलण्यासारखं काही उरलंच नव्हतं.

मी शक्य तितक्या लवकर त्या कारखान्यातली नोकरी सोडली; पण तिथे राहणे अशक्यच झालं. शरदचा विचार मनाला कायम सतावीत होता. अजूनही सारखा सतावतोच. वाटतं, वरवर योगायोगासारख्या वाटणाऱ्या या घटना कशा घडल्या? माझी ही सूत्रधाराची हालचाल कशी झाली? दरवेळी मनाला शंका वाटत होती - बाहेरची एखादी प्रेरणा कार्य करीत असल्याची तर ती खूण नव्हती? शरदची निवड आधीच कोठेतरी झाली होती काय?

तो आता केशवगढीचा वेडा भगत झाला आहे. मानवापासून तो आता किती दूर गेला आहे? त्याचे मन फाडून त्यात ही दैवते घुसली आहेत काय? त्याच्या अन्नपाण्याबरोबर इतरही संवेदना तो त्याच्या बरोबरीने अनुभवतो काय? असं वाटतं की, आपलं नेहमीचं अनुभवविश्व किती लहान, किती अरुंद, किती कोतं आहे! त्याच्या लहानशा परिघाबाहेर केवढा अगम्य पसारा पसरला आहे! त्या भीतीचा एक पुसटसा स्पर्श मानवाला असह्य होतो. माणूस वेडा होतो!

त्यापेक्षा हे बरं की, त्या अथांग अंधाराकडे पाठ फिरवावी आणि आपल्या या लहानशा, मर्यादित, सुरक्षित प्रकाशित जगातच मन रमवावं!

२ : सूड

(ही सूचना देणे आवश्यक आहे की, या कथेतील गावांची आणि पात्रांची नावे संपूर्ण काल्पनिक आहेत. नावात किंवा गावाच्या उल्लेखात काही साम्य आढळल्यास तो निव्वळ योगायोग आहे.)

|| १ ||

देशपांड्यांच्या घरात मला जागा कशी मिळाली याचं अनेकांनी नवल केलं. कदाचित त्या गावाला मी संपूर्ण नवखा असल्याने मला प्रत्येक घराची आणि त्यातल्या माणसांची अजिबात माहिती नव्हती. निवाठीतल्या कोणाचीच देशपांड्यांना जागेबद्दल विचारायची छाती झाली नसती. गेली कित्येक वर्षे कोणी त्या बंद दरवाजावर थापही मारलेली नाही. तसे निवाठीकर भेकड खास नाहीत; पण ते देशपांड्यांच्या वाटेला जात नव्हते एवढं मात्र खरं.

मला गावात जागा हवी होती आणि बंद दाराखिडक्यांचे ते घर पाहून मी दारावर थाप मारली. वेळ दुपारी दोन-सव्वा दोनची होती. दुपारची शांतता मोठी अनैसर्गिक वाटते. निदान शहरातून आलेल्या मला तरी तसं वाटलं. सिमेंटचा पांढराशुभ्र रस्ता दुपारच्या उन्हात लखलखत होता. दोन्ही बाजूंना मरगळलेली झाडं होती. ती संपली आणि गावातली घरं लागली. आत कोणी राहत असेल असं वाटूच नये इतकी सामसूम.

देशपांड्यांचं घर उजवीकडून पाचवं होतं. निरुद्योगी मन किती लहानसहान गोष्टी टिपून घेतं याचा हा पुरावा. जास्तीत जास्त 'नाही' म्हणतील, आणखी काय होईल, असा विचार करून मी अंगणात शिरलो आणि दारावर थाप दिली. गावात वीज आली होती; पण या घरात विजेच्या तारा पोहोचल्या नव्हत्या. दारावर घंटेचे बटणही नव्हते.

बाहेर सर्वत्र इतकी शांतता नसती तर तो हालचालीचा आवाज मला ऐकूही आला नसता आणि मी बाहेर पडलो असतो; पण मी तो आवाज ऐकला. दाराच्या आतल्या बाजूस कोणीतरी उभं होतं. कपड्यांचा आवाज, पाय जमिनीवर घासल्याचा आवाज, सगळं व्यवस्थित कानावर येत होतं; पण जे कोणी दारामागे उभं होतं ते नुसतंच उभं असावं. दार उघडण्याची काही खूण दिसेना.

निरुद्योगी मनाचा आणखी एक अव्यापारेषु व्यापार. दारामागे कोण आहे? असे का उभे आहे? कशाची वाट पाहत आहे? मी निघून जाण्याची? मग दार उघडून तसं सांगत का नाही? किंचित रागाने मी दारावर आणखी एक थाप दिली आणि जरा मोठ्याने म्हणालो,

"आत कोणी आहे का? जरा दार उघडा - "

दार उघडत होते, एक कडी, दोन कड्या, तीन कड्या काढल्याचा आवाज आला आणि दार जरासे उघडले.

"कोण आहे? काय हवं?" एक थकलेला आवाज आला. आत इतका काळोख होता की, मला बोलणारी व्यक्तीसुद्धा दिसत नव्हती. इतर काही दिसणं तर दूरच राहिलं.

"मी परगावाहून आलेलो आहे. राहायला जागा शोधतो आहे. तुमच्याकडे त्याचीच चौकशी करायची होती."

"कोणी सांगितलं इथे चौकशी करायला? " आवाज चिडचिडा संशयी झाला होता. बोलणारी स्त्री असावी असा समज होत होता.

"कोणीही नाही. मी कोणाशी बोललेलोही नाही."

दार आणखी उघडले. बोलणारी व्यक्ती मागे सरली.

"आत या. उघड्या दारात बोलणं नको."

आतापर्यंतच्या घटनांचा मनावर एक अनिष्ट परिणाम झाला होता आणि क्षणभर वाटलं होतं की, आत पाऊल टाकूच नये; पण तो विचार टिकला नाही. मी आत गेलो. माझ्यामागे दार परत लोटले गेले. आधीच मी बाहेरच्या कडक उन्हातून आलेला, त्यात खोलीत अंधार. मला तर काही क्षण अगदी आंधळयासारखं झालं. काही म्हणजे काही दिसेचना.

काही क्षणांनी नजर साफ झाली. मी एका बऱ्याच मोठ्या खोलीत-दिवाणखानाच म्हणा उभा होतो आणि माझ्यापासून पाच-सात पावलांवर एक म्हातारी स्त्री उभी

होती. तिच्याकडे पाहण्याआधी मी खोलीवरून एक नजर फिरविली. भिंतींना बऱ्याच तसबिरी होत्या आणि खाली बऱ्याच खुर्च्या रांगेने मांडून ठेवल्या होत्या.

मग माझं लक्ष बाईकडे गेलं. त्यांच्या अंगावर गडद रंगाचं पातळ होतं. त्यामुळे मागच्या अंधाऱ्या पार्श्वभूमीवर गोरापान चेहरा, पांढरे केस आणि गोरे हात हे अगदी उठून दिसत होते. त्यांची स्तब्धताही एखाद्या चित्रासारखी होती. हातावर हात ठेवून त्या उभ्या होत्या आणि माझ्याकडे पाहत होत्या.

"मला जागा मिळण्यासारखी आहे का? " घसा साफ करून मी म्हणालो.

"आजवर आम्ही कधी भाडेकरी ठेवले नाहीत - " त्या बोलून थांबल्या. यापुढेही ठेवणार नाही असं म्हणाल्या नव्हत्या. प्रवासाने आणि उन्हातल्या चालण्याने मी थकलो होतो. एखाद्या खुर्चीत अंग लोटून द्यावंसं वाटत होतं; पण त्या 'बसा' म्हणेपर्यंत मला उभं राहणंच भाग होतं.

"पण आता जमाना बदललेला दिसतो." त्या जवळजवळ घरात स्वगतच बोलत होत्या. "कानावर येतं काही काही. आळीतल्या सगळ्यांनीच परकी माणसं घरात घेतलीत. विजेचे दिवे लावलेत. रेडिओ घेतलेत." मग एकदम मान वर करून अचानकपणे म्हणाल्या, 'तुम्ही काय करता? '

"इथल्या बँकेचा एजंट म्हणून आलोय."

"एकटे आहात की, बायकामुलं आहेत?"

"बायकामुलं आहेत - " मी हसत म्हणालो. "पण इथे मी एकटाच राहणार आहे. वर्षभरात बदली होण्याची शक्यता आहे." त्यांचा जागा देण्याकडे कल वळत होता हे माझ्या ध्यानात आलं आणि आणखी काहीही न बोलण्याचा शहाणपणा मी केला. जरा वेळाने त्या म्हणाल्या.

"तुम्ही समंजस, भले माणूस दिसता. जागा द्यायला मला काही हरकत दिसत नाही; पण काही गोष्टी आधीच सांगते. त्या ऐका नि मग तुमचं तुम्ही ठरवा. मी एकटी असते. गेली कितीक वर्षं एकटीच आहे. माझ्याबद्दल आणि वाड्याबद्दल निवाठीत नाना प्रवाद आहेत. लोक नाही नाही ते बोलतात. वाडा पछाडलेला आहे म्हणतात. बोलू देत. त्यांना त्यातलं काय कळणार? तुम्ही जागा घेतलीत तर तुमची सगळी सोय तुम्हाला करावी लागेल. वाड्यात वीज नाही नि यायचीही नाही. एका बाजूच्या दोन खोल्या तुम्हाला देईन; पण तरी त्या घरातल्या आहेत, स्वतंत्र नाहीत. माझी तशी फार वर्दळ नाही; पण जी काय आहे ती मात्र चालूच

राहील. तुमच्याकडे कोणी आलं तर दिवसाउजेडीच येऊ दे - रात्री-अपरात्री नको...'

मी अजूनपर्यंत तरी त्यांची एकच खोली पाहिली होती आणि त्या इतक्या अटी घालत होत्या! त्याही वेळी मला त्यांचे आभार मानून बाहेर पडता आलं असतं; पण मी म्हणालो,

"मला खोल्या दाखवा. भाड्याचंही सांगा."

उत्तरेकडच्या दोन खोल्या मी त्याच संध्याकाळपासून घेतल्या.

माई देशपांडे वयाने पासष्टच्या आसपासच्या होत्या. (ही सर्व माहिती मला बाहेरून समजली. मी आणि माई परस्परांना क्वचितच दिसत होतो आणि त्याहूनही कमी वेळा परस्परांशी बोलत होतो.) देशपांडे हे त्यांचं माहेरचं नाव. त्यांनी लग्न केलंच नव्हतं. एवढंच नाही, अगदी मागच्या काही वर्षांपूर्वीपर्यंत त्यांच्या दोन बहिणीही त्यांच्याबरोबरच राहत होत्या. एक थोरली आणि एक धाकटी. तिघी अविवाहितच होत्या. गावातल्या वृद्ध माणसांची सर्वांत जुनी आठवण आपल्या तीन मुलींना घेऊन निवाठीला आलेल्या देशपांडे मास्तरांची होती. लिहितावाचता येत होते म्हणून 'देशपांडे मास्तर' हे नाव; तसा त्यांचा व्यवसाय ठराविक नव्हता. कोणाचे कागदपत्र लिहून दे, कोणाचा अर्ज लिहून दे, इथपासून ते होतकरू वकिली सल्ला देण्यापर्यंत, अडतीच्या लहानसहान व्यवहारापासून ते सावकारीपर्यंत देशपांडे मास्तर सर्वकाही करीत असत. डोंगरमाथ्यावर माणूस चढला की, तो पाय धुऊन टाकतो, मग तो कोणत्या मार्गाने वर आला याची कोणी चौकशी करीत नाही. देशपांडे मास्तरांनी वाडा घेतला; ते खऱ्या अर्थाने स्थानिक गावकरी झाले आणि गावात मिसळून गेले.

मुलींची लग्ने मास्तरांनी केलीच नाहीत. का केली नाही कोणालाच सांगता येत नव्हते. मास्तर कोठल्याशा आजारात वारले तेव्हा थोरली (ताई) तीस वर्षांची होती, तिच्या खालची माई सव्वीस वर्षांची आणि सर्वांत लहान सुशीला बावीस वर्षांची होती. ताई बरीचशी वडिलांसारखी दिसायला होती - याचा अर्थ कुरूप होती. माई दहाजणींसारखी होती आणि सुशीला मात्र सुंदरात गणना होण्यासारखी होती. मास्तरांनी मुलींसाठी बरेच पैसे मागे ठेवले आहेत अशीही गावात वदंता होती. विवाह करायचा झाला असता तर त्या तिघींना कोणतीच अडचण भासली नसती आणि सुशीलाला तर नाहीच नाही. इतकंच काय; पण हस्ते परहस्ते अनेकांनी सुशीलासाठी मागणीही घातली होती; पण घरातली कर्ती बाई म्हणजे

ताई. लग्नासंबंधीच्या प्रत्येक चौकशीला तिचा ठाम नकार येत होता. तिच्याशी वाद घालायची कोणाचीच हिंमत नव्हती. ताई एखाद्या काळ्या कातळासारखी होती. कशाचाच तिच्यावर परिणाम होत नव्हता. समजुतीच्या शब्दाचा नाही किंवा सुरक्षिततेच्या प्रलोभनाचा नाही किंवा आकस्मिक आणि दुर्दैवी घटनांचाही नाही.

मला समजलं की, त्यांच्या वडिलांच्या मृत्यूनंतर अशीच एक भयानक घटना त्या घरात घडली होती. अनेकांच्या डोळ्यांतून ती घटना अनेक रंगी दिसत होती - (आणि जरा सूचना द्यायचा अवकाश की, प्रत्येकजण त्या विषयावर बोलायला मिटक्या मारीत तयार होत होता.) वादातीत घटना एकच होती - सुशीला मरण पावली. त्यामागच्या कारणाबद्दल असंख्य मतभेद होते. दोन्ही कारणे - मृत्यूचे कारण आणि या घटनेकडे नेणारी कारणे. मृत्यू हा अपघाती, नैसर्गिक, स्वहस्ते किंवा परहस्ते येऊ शकतो. सुशीला आजारात वारली, तिने आत्महत्या केली आणि तिला मारण्यात आले - तीनही मतांचे लोक होते. लोकांच्या जिभा विषारी नागिणीसारख्या वळवळतच राहिल्या; पण त्या सर्वाला तोंड द्यायला बेडर ताई खंबीरपणे उभी होती. डॉक्टरांनी सर्टिफिकेट दिलं होतं आणि पैशासाठी त्या कोणावरही अवलंबून नव्हत्या. तेव्हा कोणाच्या मतांची फिकीर करण्याचं ताई-माईंना कारण नव्हतं. जिभा वळवळल्या आणि काही दिवसांनी थंड पडल्या.

तोपर्यंत देशपांडे भगिनी गावातल्या स्त्रियांत जरा तरी मिसळत असत. तेव्हापासून तर तेही अजिबात बंद झाले. ताई-माईंनी (ताईनेच म्हणायला हवं) निवाठीतला स्त्रीवर्ग वाळीत टाकला होता. त्या घरात काय काय चालतं याबद्दलची बायकांची उत्सुकता विलक्षण होती. तेव्हा अनेकांनी आपलं जाणं-येणं चालूच ठेवलं; पण त्यांचं स्वागत इतकं थंड होऊ लागलं की, नाइलाजाने शेवटी तेही बंद झालं. कारण अगदी अपमान सहन करून घरात पाय ठेवला तरी प्रवेश बाहेरच्या खोलीपुरताच मर्यादित राहिला. संभाषणाचे विषय भेटायला येणारी काढील तेवढेच, प्रश्नांना उत्तरे हो किंवा नाही एवढीच. तेव्हा मग जाण्यात काय अर्थ? देशपांड्यांच्या वाड्याभोवती रहस्यमयतेचं एक कवच तयार झालं.

रहस्यमय वातावरणात अफवा मूळ धरतात आणि फोफावतात. तेव्हा देशपांड्यांची वास्तू 'झपाटलेली' आहे हा समज पसरला तर त्यात फारसं नवल नव्हतं. स्वयंपूर्ण व स्वावलंबी माणसं समाजाला नेहमीच प्रिय असतात असं नाही; तेव्हा देशपांड्यांच्या बंद घराबद्दलचा द्वेषही लोकांच्या मनात असणं शक्य आहे. अपरिचिताची भीतीही मनावर मोठं दडपण आणू शकते, त्यातूनही या अफवा निघाल्या असतील; पण

अनेकांच्या तोंडून तोच आरोप ऐकल्यावर मनात विचार आल्याशिवाय राहिला नाही की यामागे सत्याचा लहानसा तरी भाग नसेल का?

यालाच पुष्टी देणारी एक हकिकत मला निवाठीच्या पोलीस सबइन्स्पेक्टरांकडून कळली. हकिकत अपूर्ण होती; पण मोठी सूचक होती. निवाठीचा कासीम भुरट्या चोऱ्या करतो हे सर्वांना माहीत होतं. लहानसहान गुन्ह्यांवरून तो कधी सहा महिने, तर कधी वर्षभर, अशी तुरुंगाची हवा खाऊनही आला होता. कासीम मोठा हरहुन्नरी होता. अनेकांची अनेक लहानसहान दुरुस्तीची कामं तो करून द्यायचा; पण सज्जनपणे राहायचा कंटाळा आला की, त्याला चोरीचा मोह व्हायचा - पुढचा सगळा इतिहास गावाला पाठ होता. गावच्या अळणी आयुष्याला कासीम म्हणजे एक करमणूकच होती - त्याला हद्दपार करण्याच्या सूचनेला सरपंचांनीसुद्धा विरोध केला होता.

देशपांड्यांच्या घरात कासीमचा कधीच प्रवेश झाला नव्हता. चोरी करण्याआधी यायच्या जायच्या पळवाटा पाहून ठेवायची त्याला संधी मिळाली नव्हती तेव्हा तो प्रयत्न अविचारीपणाच होता; पण एका अमावस्येच्या अंधाऱ्या रात्री त्याने ते साहस केलंच...

"देशपांड्यांच्या घरापासून चौकी अगदी जवळ आहे. आरडाओरड होताच कॉन्स्टेबल पाच मिनिटांतच तिथे पोहोचला." मला सबइन्स्पेक्टर सांगत होते.

"घरात दोघीच होत्या तर? " मी सहज विचारले.

"तुमच्या ध्यानात आलेलं नाही - आरडाओरडा त्यांचा नव्हता."

" त्यांचा नव्हता? मग?"

"कासीम ओरडत होता, किंचाळत होता... एखादा वाघ नाही... एखादा समंध मागे लागल्यासारखा किंचाळत पळत होता..."

मी एकदम ताठ उठून बसलो हे सांगायला नकोच.

"मग पुढे काय?"

"पुढे काही नाही." कॉन्स्टेबल जवळ येताच कासीमने त्याचे हात धरले. "मागे कोणीतरी लागलंय - " असं काहीतरी बरळला; पण लागलीच त्याने भान सावरले आणि तो गप्प झाला. मागून एक शब्द बोलेना; पण त्याचं एकूण वागणं संशयास्पद होतं म्हणून कॉन्स्टेबल आळीत चौकशी करीत निघाला. देशपांड्यांच्या घरात वीज नाही हे तुम्हाला माहीत आहेच; पण आत प्रकाश होता. दार वाजताच थोरल्या बहिणीने दार उघडले. पोलीस पाहताच ती एकदम म्हणाली, "सापडला

का चोर?" म्हणजे कासीम त्यांच्याच घरात शिरला होता तर! पण ताईंना ही चोरीची तक्रार नोंदवायची नव्हती. घरातलं काहीच हललं नाही असं त्या म्हणत होत्या. कॉन्स्टेबल बिचारा यावर काय बोलणार? तो परत आला. कासीमला सकाळपर्यंत चौकीत डांबून त्याने आपला राग त्याच्यावर काढला. मी दुसऱ्या दिवशी पुढे तपासाचा प्रयत्न केला; पण शेवटी हाती काहीच आले नाही. कासीम गप्प आणि ताईही गप्प; पण दोघांची कारणे वेगळी होती. कासीम भेदरला होता - त्याला तो विषयसुद्धा नको होता; पण ताई? त्या बोलत नव्हत्या; पण त्यांच्या नजरेत एक छद्मीपणाचे हास्य दिसत होते. असं वाटत होतं की, खरा प्रकार काय आहे तो त्यांना माहिती आहे; पण त्यावर बोलायची त्यांची इच्छा नाही किंवा त्यांना ती आवश्यकता वाटत नाही."

हस्तेपरहस्ते कासीमच्या हकिकतीला एक जास्तच विकृत स्वरूप आले हेही सांगायला नकोच.

मला एवढी माहिती पुरवणारे काही मोठे निःस्वार्थी नव्हते. त्यांचाही एक हेतू होता. देशपांड्यांच्या घराबद्दल त्यांना विलक्षण उत्सुकता होती. त्यांच्या संभाषणात प्रत्यक्ष आणि अप्रत्यक्ष अनेक प्रश्न येत. "तुम्हाला तिथे विशेष काही जाणवतं का हो?" हा बहुतेकांचा प्रश्न. "काही नाही." मी म्हणत होतो. "अजून तरी काही नाही." त्यांचे पडलेले चेहरे पाहून जरा हसून पुढे म्हणत होतो; पण मनात विचार येई, कोणी सुखासमाधानाने राहिलेलं यांना पाहवतच नाही काय? स्वतःचं आयुष्य खासगीपणे, चारचौघांच्या नजरेआड जगण्याचा देशपांडे भगिनींना हक्क नव्हता का? त्या घरात काय व्हावं अशी या साऱ्यांची इच्छा होती?

।। २ : ३ ।।

देशपांडे घराण्याबद्दल मनात थोडीशी सहानुभूती निर्माण झाली होती ही सत्य गोष्ट आहे. एकमेकांपासून अलिप्त राहण्याचे धोरण मी (व माईंनीही) पहिला महिनाभर कसोशीने पाळले; पण दोन सुशिक्षित, समंजस माणसे अशी एकत्र टाकली गेल्यावर त्यांना एकमेकांची जाणीव झाल्याखेरीज कशी राहील? ते अपरिहार्य होतं.

महिन्याभरानंतर एका रविवारी सकाळी माई माझ्या दाराशी आल्या. जरा अवघडल्यासारख्या त्या दारातच उभ्या होत्या.

"या ना माई- आत या- "

"आत नको " त्या दारापासनंच म्हणाल्या. "आज तुम्हाला सुटी असेल ना रविवारची?"

"हो."

"मग आज जेवायला माझ्याकडे यायला जमेल का? "

"जेवायला? " मी जरा आश्चर्याने म्हणालो.

माईंची भीड जरा चेपलेली दिसली. (मला तर असं वाटतं की, परक्या माणसांशी बोलायची त्यांची सवयच गेली होती.)

"महिनाभर मी तुमचं वागणं पाहते आहे आणि मगच मनाशी ठरवलं की, यांना बोलवायला हरकत नाही." माझा एखादा सन्मान केल्यासारख्या त्या (अभावितपणे) बोलत होत्या. त्यांचं एकाकी, निरुद्योगी आयुष्य एका क्षणात माझ्या डोळ्यांपुढून सरकलं.

"हो, येईन की - पण काही खास करू नका - तरच येतो."

"बरं. बाराला आलात तरी चालेल." त्या गेल्या.

माझ्या तथाकथित मित्रांना केवढा धक्का बसला असता! मी मनाशी विचार केला. मलाही त्यांच्या घराबद्दल कुतूहल नव्हतं असं थोडंच आहे? महिनाभर घरात राहूनही माझी जायची-यायची वाट, माझ्या दोन खोल्या, अंगणातली विहीर आणि शेजारची मोरी वगैरे, याखेरीज इतर काही मी पाहिलंच नव्हतं. पाहण्याचा प्रयत्नही केला नव्हता.

तेव्हा मलाही या आमंत्रणात आकर्षण होतंच.

घराची रचना अशी होती. दिवाणखान्यातून आत ओसरीवर दार उघडत होतं. दोन्ही अंगाला काटकोनात खोल्या होत्या. उजवीकडच्या दोन मी वापरत होतो. त्यापलीकडच्या दोन्ही बंद होत्या. डावीकडच्या चारी माईंकडे होत्या. ओसरीतूनच वर जिना जात होता; पण त्याचं दार बंद होतं. वर बहुतेक खोल्या नसाव्यात. बसका माळा असावा असं वाटत होतं. खोल्यांच्या दोन रांगांमध्ये फरसबंद अंगण होतं. मागचा भाग भिंतीने बंद केला होता. भिंतीपाशीच विहीर होती, मोरी होती, पायखाना होता. अंगणात एकच पारिजातकाचे मोठे झाड होते. बाजू फारशी आकर्षक नव्हती; पण अतिशय स्वच्छ आणि शांत होती.

ओसरीवर खूप मोठं घड्याळ होतं. त्यात बाराचे ठोके पडताच मी खोलीबाहेर आलो. माई त्यांच्या दारातच उभ्या होत्या; पण मला पाहताच त्या म्हणाल्या,

'या ना.''

त्यांच्या मागोमाग मी आत आणि प्रथमच पाऊल टाकले. माईंनी मला एकदम जेवायला खोलीतच नेले. त्यामुळे बाहेरच्या खोलीवर मला फक्त एक ओझरता दृष्टिक्षेप टाकायला वेळ मिळाला. मनावर ठसला तो एक निर्जीव उदासपणा. सामान चांगलं असलं तरी ते केवळ भिंतीजवळ ओळीने मांडून ठेवल्यासारखं दिसत होतं. भिंतीचा रंग जुनाट आणि फिकट वाटत होता. खिडक्या उंच होत्या. त्यांच्यावर जाड पडदे सोडलेले होते.

जेवायची व्यवस्था आत होती. एकच ताट घेतलेलं पाहून मी त्यांना माझ्याबरोबरच जेवायचा आग्रह केला; पण त्यांची भीड चेपण्याइतका अनौपचारिकपणा अजून आमच्यात आला नव्हता. खरं म्हणजे निदान त्या भेटीत तरी मला फारच संकोचल्यासारखे झाले. त्यांच्या वयाच्या स्त्रीला सारखी ऊठबस करायला लावणं जड वाटत होतं - पण त्यासुद्धा कसल्या हट्टी! प्रत्येक जिनसेचं हवं नको करीत होत्या. शेवटी एकदाचं जेवण उरकलं आणि शिष्टाचारासाठी मी जरासा बाहेरच्या खोलीत बसलो.

माझ्या मागोमाग माईही बाहेर आल्या.

"तुमचं व्हायचं असेल ना?" मी उठत म्हणालो. दिला एवढा त्रास पुरे असं वाटत होतं.

"माझं होईल हो सावकाश. बसा की पाच मिनिटं..." एक खुर्ची घेत त्या म्हणाल्या आणि मग मलाही बसावंच लागलं. आम्ही दहापंधरा मिनिटं बोलत होतो; पण त्या अगदीच निरर्थक गप्पा होत्या. एक तर आमच्यात समान विषय नव्हते आणि त्यांचा गेल्या कितीतरी वर्षांत बाह्य जगाशी संबंधच आलेला नव्हता; पण माझी अशी समजूत झाली की, काहीतरी बोलण्याचा त्यांचा मानस आहे. शेवटपर्यंत त्या काही बोलल्याच नाहीत, कदाचित त्यांचा धीरही झाला नसेल. तेव्हा माझी ही कल्पना खरी होती का खोटी होती, याचा पडताळाही आला नाही.

काही वेळानं मी त्यांचा निरोप घेतला. भेटीत विशेष असं काहीच घडलं नव्हतं; पण परकेपणाचा अडसर मात्र दूर झाला होता. रोज संध्याकाळी मी बाहेरून जेवून आल्यावर आमचं पाच-सात मिनिटं बोलणं व्हायला लागलं. दररोज माझी शंका बळावत चालली की, माईंच्या मनात काहीतरी टोचणी आहे, त्यांना ते एकदा बाहेर काढून टाकायचं आहे. आता इथं एक गोष्ट नमूद करून ठेवायला हवी, या गावात मी फक्त काही दिवसांसाठीच आलो होतो आणि गावातल्या

भूतकालीन किंवा सध्याच्या घटनांत मला फारसं कुतूहल नव्हतं. तेव्हा माईंचं काय असेल ते असो, मी ते जाणून घ्यायला उत्सुक नव्हतो आणि तसा कोणताही प्रयत्न मी केला नाही.

त्या वर्षी हिवाळा लवकर सुरू झाला. ऑक्टोबरच्या सुरुवातीपासूनच कडाक्याची थंडी पडायला लागली. वयोमानाने माईंना थंडी जास्तच जाणवत असावी. संध्याकाळच्या त्या बाहेर येईनाशा झाल्या आणि माणूस सवयीचा कसा गुलाम होतो पाहा! संध्याकाळी परत आल्यावर एकदा तरी माईंची गाठ घेतल्याशिवाय मला राहवेनासे झाले. त्यांच्या बाहेरच्या खोलीचं दार किलकिलं असे. ते लोटून, "काय माई? कसं काय आहे?" असं दारातून विचारत मी आत जायचा. माई शालजोडी पांघरून बसलेल्या असायच्या. मला पाहताच त्या हसायच्या. "कसली थंडी, नाही रामभाऊ?" त्यांचे शब्दही ठरलेले. एकदोन मिनिटांनी मी दार मागं लावून घेत बाहेर पडायचा.

खाणावळीतून रविवारचा डबा मी घरी मागवायला लागलो. माईंनी आधी खूप आढेवेढे घेतले होते; पण त्यांनाही रुचिपालट आवडला होता. जगापासून एकाकी पडलेल्या या बाईंसाठी तास दोन तास खर्च करणे ही काही फारशी मोठी गोष्ट नव्हती; पण माईंना त्याची केवढी अपूर्वाई! रविवारची त्या वाट पाहत असाव्यात असेही मला वाटे आणि त्यांच्या मनातला तो विचार आणखी वर, पृष्ठभागाकडे येत होता. त्या कशाचा हिशेब करीत होत्या त्यांचं त्यांनाच माहीत; पण अजून उत्तर जुळत नसावं; कारण त्या काहीच बोलल्या नाहीत; पण पृष्ठभागाखाली काहीतरी आहे आणि त्याला स्पर्श झाला की, माईंची उलघाल होते हे अनेकवेळा माझ्या ध्यानात आलं होतं. उदाहरणार्थ, मी एकदा त्यांना सहज विचारलं,

"माई, वरचा मजला मोकळा ठेवण्याऐवजी भाड्याने का नाही देत तुम्ही. एकट्या एकट्या असता सोबतही होईल तुम्हाला."

त्यांचा बदलता चेहरा लक्षात येण्याआधी माझ्या तोंडून शब्द गेलेले होते. माई एकदम गोऱ्यामोऱ्या झाल्या होत्या.

"भाडेकरी? वरच्या मजल्यावर? नाही गं बाई! " त्या जोराने म्हणाल्या.

हा विषय चुकला हे समजून मी काहीच बोललो नाही; पण त्यांनाच काहीतरी स्पष्टीकरण आवश्यक वाटलं असावं. "रामभाऊ, सगळीच माणसं तुमच्यासारखी सज्जन थोडीच असतात? मी घरात एकटी, कोणाचा भरवसा सांगता येतो?"

हे एक झालं; विजेचा विषय निघाला तेव्हाही असंच.

"माई, जग बदलत चाललंय - वाड्यात वीज का नाही घेत? " मी म्हणालो.
"प्रत्यक्ष वापरल्याशिवाय सोय किती होते ती कळायची नाही - "

"कशाला हवा तो झगमगाट? " त्या अर्धवट हसत म्हणाल्या.

"अहो माई, घराचा कानाकोपरा कसा उजळून निघेल पाहा! "

त्यांच्या मनातल्या कोणत्या विचाराला स्पर्श झाला कोणास ठाऊक; पण
त्यांचा चेहरा एकदम बावरल्यासारखा झाला, चेहऱ्यावरचं हास्य मावळलं.

पण हे सर्व माझ्याकडून अगदी अभावितपणे होत होते. एखादा प्रश्न जाणूनबुजून
विचारण्याचा फक्त एकदाच प्रयत्न केल्याचं मला आठवतं. त्यांच्या वडिलांची
आणि दोन्ही बहिणींची घरात एवढीशीसुद्धा आठवण नाही हे मला जरा खटकतच
होतं. गेलेल्या माणसाच्या आठवणी दुःखद असतात; पण त्या दुःखातही काहीतरी
गोडवा असतोच. आमची ओळख पक्की होईपर्यंत मी हा विषय काढला नाही;
पण विषय काढण्याची संधी मात्र मी शोधत होतो.

माईंनी एकदा माझ्या घरच्यांची बरीच चौकशी केल्यावर मी सहज आवाजात
त्यांना विचारलं, "माई, तुमच्या खासगी गोष्टींत मला लक्ष घालायचं नाही; पण
मला बाहेरून समजलं आहे की, तुमच्या दोघी बहिणी इथेच राहत होत्या. थोरल्या
तर अगदी नुकत्याच गेल्या. त्यांचे फोटो किंवा असंच काहीतरी घरात अजिबात
कसं दिसत नाही हो? "

"बहिणी" हा शब्द माझ्या तोंडून निघताच माई एकदम ताठ आणि निश्चल
झाल्या होत्या. या वेळी मात्र मी शब्द आवरते घेतले नाहीत. मलाही या लपवाछपवीचा
कंटाळाच आला होता. त्यांच्या प्रतिक्रियेकडे लक्ष न देता मी माझे वाक्य आणि
माझा प्रश्न पुरा केला. माईंवरचा परिणाम अनपेक्षित होता. जागच्या जागी बसून
त्या अक्षरशः थरथर कापत होत्या. काहीतरी बोलण्यासाठी त्यांनी दोन-तीनदा
ओठ हलवले; पण त्यांच्याकडून शब्दच निघत नव्हता. त्या कडक थंडीतही त्यांच्या
कपाळावर घामाचे थेंब चमकायला लागले होते. एक क्षणभर तर मला भीती
वाटली की, यांना आता फीटच येणार आहे आणि माझ्या अघोरी कुतूहलाची
मला शरम वाटली; पण सुदैवाने तसं काही झालं नाही. माई सावरल्या, त्यांनी
हातांनी चेहरा दोन-तीनदा पुसल्यासारखा केला आणि मग त्या अगदी खालच्या,
घोगऱ्या आवाजात म्हणाल्या, "रामभाऊ, तो विषय पुन्हा कधी म्हणून कधी काढू
नका! "

आमची ती बैठक गोंधळातच संपली. शिष्टाचाराचा भंग केल्याची एक भावना माझ्या मनात होती; पण ती फार वेळ टिकली नाही. तसं पाहिलं तर माझा खरोखरच काही दोष नव्हता. मी केलेली चौकशी अगदी नैसर्गिक होती. कुतूहल असलं तरी ते नैसर्गिक होतं. माईंच्या आयुष्यातल्या खासगी आणि गुप्त गोष्टींची मला काही माहिती असण्याची शक्यताच नव्हती; पण राहूनराहून मनात येत होतं की, त्या एका अवचित प्रश्नाने त्यांच्या मनातल्या खोलवरच्या कोणत्यातरी मर्मस्थानाला हिसका बसला होता आणि त्यांचा जीव कासावीस झाला होता. आजवरच्या इतरही लहानसहान प्रसंगांची आठवण आता झाली. एकमेकाशेजारी मांडली की, मग त्यांचे स्वरूप योगायोगाने राहत नव्हते. सर्वांमागे एक कारणपरंपरा आकार घेत होती. त्या बहिणीचं एकाकी राहणं, सुशीलाचा अपकाली, संशयास्पद (?) मृत्यू, लोकांशी वागण्यातल्या ताईमाईंच्यातला बदल, देशपांड्याच्या वाड्याबद्दल उठलेल्या अफवा, भुरट्या चोराची कासीमची चमत्कारिक हकिकत, माईंची चमत्कारिक वागणूक, भाडेकरी आणि वीज याबद्दलची त्यांची ती अस्वस्थता... हे सर्व योगायोग खासच नव्हते. तर्काच्या आधारावर मनात एक कल्पनांचा मनोरा उभा राहत होता आणि कालच्या त्या प्रसंगाने त्यावर कळस चढवला होता. माईंच्याकडे पाहण्याच्या माझ्या नजरेत बदल झाला होता... त्यांची प्रत्येक हालचाल मी आता जरा साक्षेपी नजरेने पाहत होतो आणि जी गोष्ट मला आधीच उमजायला हवी होती; पण जी माझ्या औपचारिकपणाने मला उमजली नव्हती, ती आता उघड झाली. माई सर्व वेळ आणि सर्वत्र एका दडपणाखाली वावरत होत्या आणि हे दडपण भीतीचे होते. त्यांच्या मनात ती भीती अनामिक होती का तिला स्पष्ट आकार होता हे मला माहीत नव्हतं; पण माईंना प्रकाश नको होता; वरच्या मजल्याशी संबंध नको होता; बहिणीचा तर उल्लेखही नको होता.

मन कधीच गप्प बसत नाही. माहीत असलेल्या गोष्टींची उलटसुलट मांडणी सदैव चालू असते. कासीमच्या घबराटीचा विचार सतत मनात येत होता. तेव्हा तर ताई हयात होत्या. सबइन्स्पेक्टरच्या सांगण्यावर विश्वास ठेवायचा म्हटला तर खरा प्रकार ताईंना माहीत होता. याचा अर्थ हे प्रकार ताईंच्या वेळेपासून चालू होते का? ताईंबरोबरच माईंनाही ते सर्व माहीत होते का? आणि ताईंच्या नंतर ते ओझं एकट्या माईंच्या शिरावर पडलं होतं का? त्याचा संबंध वरच्या मजल्याशी होता का? एक गोष्ट मला समजली तर... कासीम चोरून शिरला होता तो खालच्या की वरच्या मजल्यावर? आणि त्याला काय दिसलं होतं?

आता मी या प्रकरणात एवढा रस का घेतला याची कारणं मला देता यायची नाहीत. मी त्या वाड्यातच राहत होतो. सकाळ-संध्याकाळ माई माझ्यासमोर होत्या. त्यामुळे तो विषय सतत डोक्यात होता किंवा असंही असेल की, समोर बंद दरवाजा दिसला की, त्यात काय आहे हे जाणून घेण्याची माणसाची प्रवृत्तीच आहे. माणसाच्या मनाची घडणच तशी आहे, तेव्हा तो तसा वागणारच.

चार-पाच हजारांच्या गावात नुसत्या निरोपानेही कामे चटाचट होतात. पोलीस अधिकाऱ्यांच्या मनात तो प्रसंग बोचत असावा. ते काहीही असो, कासीमला भेटायची माझी इच्छा मी एकदोन 'योग्य' ठिकाणी बोलून दाखवली मात्र, दोन-तीन दिवसांतच साडेपाचच्या सुमाराला तो बँकेबाहेर हजर झाला.

बँकेची जागा ज्या इमारतीत होती त्याच इमारतीत तळमजल्यावर एक मोठे हॉटेल होते. हॉटेल मालकही अर्थात माझ्या चांगला परिचयाचा होता. मी शब्द टाकताच त्याने आतली एक खोली माझ्या स्वाधीन केली आणि बाहेरच्या दाराने कासीमला त्या खोलीत आणून हजर केले.

कासीमचे रूप काही मोठे आकर्षक नव्हते. काटकिळया शरीरावर अनेक दिवसांत पाणी न पाहिलेले मळकट कपडे चढवलेले होते. खूप तेल लावून केस चापून बसवलेले होते. व्यवस्थितपणाची खूण असली तर तेवढीच. डोळे लालसर होते आणि नजर अस्थिर होती. चेहऱ्यावरून स्वभावाचा अंदाज बांधायचा झाला तर हा माणूस लबाड, थापाड्या आणि चंचल वाटत होता. माझ्यापासून काही फायदा होण्यासारखा असला तर त्यासाठी वाटेल ते सांगायला तो तयार झाला असता. तेव्हा त्याचे सर्वच सांगणे खरे धरून उपयोग नव्हता.

"कासीम, तुला देशपांड्यांचा वाडा माहीतच आहे."

त्याने नुसती मान हलविली.

"मी हल्ली त्या वाड्यात भाड्याने जागा घेऊन राहतो आहे. तुझे काय उद्योग चालतात त्याची सगळ्या गावाला माहिती आहे आणि मला त्याच्याशी काही कर्तव्यच नाही. चारपाच वर्षांपूर्वी तू देशपांड्यांच्या वाड्यात रात्रीचा शिरला होतास आणि कशाला तरी घाबरून बाहेर पळत आलास. हे काही कोर्ट नाही आणि हा काही जबाब नाही. तेव्हा या गोष्टी नाकारत बसू नकोस. तू त्यांच्या घरात कशाकरता गेला होतास हेही मी तुला विचारत नाही. फक्त त्या घरात काय झालं तेवढं मला सांग."

"साहेब! माझ्यावर लोक नाही नाही ते आरोप करतात - "

मी टेबलापासून उठलेला पाहताच कासीम एकदम गप्प बसला.

"कासीम, मी तुला एकदाच सांगितलं आहे येथे काय झालं हे मला माहीत करून घ्यायचंय - फालतू बडबडीला मला वेळ नाही - खरं काय झालं ते सांगितलंस तर तुला दोन-पाच रुपयांची प्राप्ती होईल - नाहीतर आपला रस्ता धर कसा - "

ही मात्रा बरोबर लागू पडली. कासीम गयावया करीत म्हणाला,

"साहेब, बसा तर खरे सांगतो - पण खासगीत हं - "

कासीमची हकिकत त्याच्या शब्दात देण्यात अर्थ नाही. तो हजार वेळा पुनरावृत्ती करीत होता. एकदा हो, एकदा नाही म्हणत होता, गोंधळत होता; पण शेवटी माझी खात्री झाली की, त्याने सांगितलेले बहुतेक सत्य आहे; कारण त्या आठवणीनेसुद्धा त्याची भीतीने पाचावर धारण बसली होती. त्याच्या हातावर तीन रुपये टेकवून मी त्याला वाटेला लावला आणि मग जरा वेळ विचार करीत बसलो.

देशपांड्यांच्या वाड्यात कासीम विहिरीजवळच्या भिंतीवरून उतरला होता. (तिकडून पाहताना) उजव्या हाताच्या खोल्यांतून प्रकाश असायचा याचा अर्थ डावीकडच्या खोल्या मोकळ्या आणि बंद असणार असा होतो. अंधारात तो एखाद्या सावलीसारखा सरकत डाव्या पडवीत आला. डावीकडच्या सर्व खोल्या कुलूपबंद होत्या. तसाच पुढे पुढे सरकत तो जिन्यापाशी आला. जिन्याचं दार किलकिलं होतं; ते त्याने अलगद उघडलं आणि तो हलकेच वर गेला. घरात फक्त दोन बायका आहेत हे त्याला माहीत होते आणि त्याची चाहूल लागली तर आरड्याओरड्याशिवाय त्या जास्त काही करणार नाहीत अशी त्याची खात्री होती. तो अंधारातून पाहता पाहता पसार झाला.

जिना चढून तो वर आला आणि चौकटीत काही क्षण थांबला. आपल्या येण्याची कुणाला चाहूल लागली का हे पाहण्यासाठी तो चारी दिशांचा कानोसा घेत होता. त्याच वेळी त्याला तो आवाज ऐकू आला; पण आवाज खालून येत नव्हता. वरच्या मजल्यावरच्या खोल्यांतून येत होता. कोणीतरी आत वावरत होतं. आपला अंदाज चुकला आणि दोघा बहिणींपैकी एखादी वरच्या खोल्या वापरत असावी हा कासीमचा नैसर्गिक अंदाज. त्यावेळी तर परत फिरायचा विचार त्याच्या मनातही नव्हता. (एका खोलीत लोक वावरत असताना शेजारच्या खोलीतल्या वस्तू त्याने हातोहात लंपास केल्या होत्या - तो त्याचा अंदाज होता!)

दाराला कान लावून आतला आवाज थांबण्याची वाट पाहत तो उभा राहिला. (एवढे श्रम घेतल्यावर हाती काही ना काही लागल्याशिवाय तो परत जाणार नव्हता.) अपेक्षेप्रमाणे आवाज कमी झाला आणि पूर्ण थांबला. बाहेरच्या दाराची आतली कडी त्याने आवाज न करता उघडली (कशी ते मात्र त्याने सांगितले नाही.) दाराला बारीकसा धक्का देऊन आवाज होतो का ते पाहिले आणि मग दार हलकेच उघडून तो आत गेला.

खोलीत गेला खरा; पण त्याला नेहमीसारखं सुरक्षित वाटत नव्हतं. मी याला महत्त्व देतो; कारण माणसाची जवळीक जाणवण्याइतक्या त्याच्या संवेदना नक्कीच कुशाग्र होत्या. खोलीत माणूस आहे का, असला तर झोपला आहे का, झोप कशी आहे... हे सर्व त्याला वातावरणावरून समजत होते. हा अंदाज योग्य असण्यावरच त्याचे आयुष्य अवलंबून होते. तेव्हा याबाबतीतही त्याच्यावर विश्वास ठेवला. तर मग त्याला काहीतरी वेगवेगळे वाटत होते. वेळ गमवायला नको असे त्याने ठरवले आणि हातातल्या लहानग्या टॉर्चने खोली तपासली. खोली रिकामी होती - सामानही नव्हते आणि इतर कोणीही नव्हते. (त्याचे सांगणे झाल्यावर मी त्याला हीच गोष्ट पुन्हा पुन्हा विचारली. त्याने खात्रीने सांगितले की, या वेळी खोली रिकामी होती.) उरलेल्या तीन-चार खोल्यांतूनही तो जाऊन आला. भिंतीला जुने सामान रचून ठेवले होते. त्यावर जुन्या चादरी, सतरंज्या टाकल्या होत्या. जुजबी नजरेतही एक गोष्ट उघड होत होती - ही सर्व जागा वापरात नव्हती. मग मघाशी हालचालीचा आवाज आला तो कोणाचा? देशपांड्यांच्या वाड्यासंबंधी कासीमच्या कानावर अनेक गोष्टी आल्या होत्या - त्या आता एकदम डोळयांसमोर उभ्या राहिल्या. हातातल्या कामावरचं उरलंसुरलं लक्ष उडालं आणि तो बाहेर पडायला उत्सुक झाला. परत पहिल्या खोलीत आला. टॉर्चचा प्रकाश दाराकडे क्षणभर टाकला.

दारापाशीच ती बसली होती. काही क्षण कासीम तिच्याकडे वेड्यासारखा पाहतच राहिला. प्रत्येक क्षणाला ते चित्र मेंदूवर जळत्या रेषा कोरीत होते.

भिंतीला पाठ लावून ती बसली होती. गुडघे उभे आणि वर असे पोटाशी घेतले होते. गुडघ्यावर हनुवटी टेकवलेली होती. नजर समोर रोखलेली होती.

आश्चर्याचा बांध फुटला आणि वेड्याविद्र्या कुशंका मनात धडाधड आल्या. या ताई नाहीत नि माईही नाहीत; कारण त्यांना तो चांगला ओळखत होता. मग

ही कोण? मनातल्या मनात कोणत्या तरी अंधाऱ्या कपारीतून ते भयानक उत्तर आलं.

ही सुशीलाच असली पाहिजे!

आजवर ऐकलेल्या अफवा साकळत होत्या आणि त्यांना एक अभद्र आकार येत होता... त्याने ऐकलेलं सगळं खरं होतं! हा वाडा झपाटलेला होता आणि झपाटणारी आकृती समोर होती...

भूत!... सुशीलाचे भूत!...

कासीम भीतीने वेडापिसा झाला यात मला नवल वाटत नाही; कारण शेवटी त्याचं मन असंस्कृत, अनपढ, अंधश्रद्धांवर विश्वास ठेवणारंच होतं. समोरचं दृश्य त्याचा तोल घालवायला पुरेसं होतं. आपण कुठे आहोत, कशासाठी आलो आहोत हे सारं विसरून तो किंचाळला...

"भूत! या अल्ला भूत! "

सुटकेची वाट एकच होती; पण त्या दाराकडे त्याचं पाऊलही पडत नव्हतं. ती अजून हलली नव्हती, तशीच समोर पाहत होती... पण केव्हा हलेल याचा नेम नव्हता... कासीम जागच्या जागी थरथरत उभा होता...

"कोण आहे वर? " खालून ताईचा आवाज झाला. (मला सांगताना ही गोष्ट कासीमच्या लक्षात आली.) ताईच्या आवाजासरशी दाराजवळची ती आकृती हलली. मान किंचित एका दिशेला वळली... जणूकाही कान त्या आवाजाचा वेध घेत होते...

प्रकाशाचे वेडेवाकडे कोन खोलीत पडायला लागले. हातात कंदील घेऊन ताई जिना चढून वर येत होत्या. दाराजवळची ती आकृती आता सावकाश उभी राहिली होती आणि किंचित वळली होती. हात जरा पुढे आले होते. असं वाटत होतं की, दारातून आत येणाऱ्या व्यक्तीवर झेप घालण्यासाठी...

पुढे कासीमने विचारच केला नाही.

"भूत? " एक किंकाळी फोडून तो सपाट्याने दारातून बाहेर पडला. गांगरलेल्या ताई जिन्यातच उभ्या होत्या. त्यांना जोराने ढकलून बाजूला करीत कासीम धाडधाड खाली गेला. पडवीतून हॉलमध्ये... तिथून मग मोठ्या दारावाटे रस्त्यावर...

आणि सरळ कॉन्स्टेबलच्या मिठीत सापडला. तोंडून एकदोन शब्द निघताच त्याला आपण कोणाशी बोलत आहोत याचं भान आलं आणि त्याने तोंड घट्ट मिटून घेतले. ते पुन्हा उघडलं नाही.

म्हणजे मला ही सर्व हकिकत सांगण्याच्या वेळेपर्यंत.

सर्व हकिकतच विचार करायला लावणारी होती. कासीम अवाक्षरही खोटं बोलला नव्हता. जे त्याला दिसलं ते त्याने सांगितलं होतं. ताईंनीही पोलिसांशी बोलताना चोराची मिस्कीलपणे चौकशी केली होती. माझ्या अंगावर भयाचा एक सरसरता काटा आला. भीती वाटली ती त्या वरच्या खोलीत कासीमला दिसलेल्या आकृतीची नव्हती. अंगाचा थरकाप झाला तो ताईंच्या विचाराने. त्यांना सर्वकाही कल्पना होती आणि तरीही त्या बेदरकार वागत होत्या... हा प्रकार घरात चालला होता तरी किती दिवस? याचं मूळ भूतकाळातल्या कोणत्या भीषण घटनेला भिडलं होतं? आणि माई... या सर्व प्रसंगांची त्यांना कल्पना होती की? त्यांचा त्यात काही वाटा होता का त्या नुसत्याच निरीक्षक होत्या? मनात प्रश्नांनी काहूर माजवलं होतं आणि समाधानकारक उत्तर मिळाल्याखेरीज माझ्या मनाला शांतता मिळणार नव्हती. त्या संध्याकाळी मी जागेवर गेलो तेव्हा मन:स्थिती जरा अस्वस्थच होती. हिवाळी संध्याकाळ लवकर अंधारून आली होती. हवा धूसर झाली होती. वास्तू आपल्या शांततेच्या आवरणात गुरफटून बसली होती.

माईंच्या खोल्या बंद होत्या. त्या दारावरून फिरणारी माझी नजर तशीच पुढे सरकली; वरच्या मजल्याकडे जाणाऱ्या जिन्याच्या बंद दारावर पडताच अडखळली आणि घाईने माघारी फिरली. बुटांचा मोठा आवाज करीत मी माईंच्या दारापाशी पोहोचलो, दार ठोठावले आणि ढकलले.

"कोण रामभाऊ का? " माईंचा आवाज स्वयंपाकघरातून आला.

"हो. काय म्हणता? ठीक आहे ना? "

"ठीक. जरा शेगडीपाशी बसल्येय थंडीची-"

"बसा, बसा. मी जातो. सहज चौकशी केली."

त्यांचं दार ओढून घेऊन मी माझ्या खोलीत आलो.

देशपांड्यांच्या वाड्यात राहायला आल्यापासून प्रथमच त्या रात्री माझी झोप अस्वस्थ होती. खरं म्हणजे लवकर झोप येईनाच. वरच्या मजल्याची जाणीव क्षणभरही मनातून पुसली जात नव्हती. ते वजन छातीवर दबाव आणीत होतं. ती आता केवळ मोकळी जागा राहिली नव्हती. त्या दारापलीकडे अतर्क्य, अकल्पनीय; पण भयानक असं काहीतरी होईल आणि ते सदासर्वकाळ त्या दाराने अडवलं जाईलच अशी खात्री कशावरून द्यायची? माई एकट्या राहत होत्या; पण त्यांनाही वरच्या मजल्याचा उल्लेख नको होता; बहिणींचा उल्लेख नको होता. वर जे काय

असेल ते अजून तिथेच आहे याची माईंना कल्पना होती. या सर्व भयानकतेचं गुपित त्यांच्या थकलेल्या, वृद्ध मेंदूत साठवलेलं होतं आणि मला ते जाणून घ्यायला हवं होतं.

मिणमिणता प्रकाश काळ्या तख्तपोशीवर पडत होता. त्या सरळ काळ्या रेषांकडे पाहत मी पडून राहिलो होतो; पण नवलाची गोष्ट ही की, जागा सोडून जायचा विचारही मनात आला नाही. लहान मूल अग्नीला भीत असतं; पण त्याच्याजवळून हलत नाही - माझीही अवस्था तशीच होती. त्या भीषण रहस्याचं कुतूहल जबर होतं. त्याकडे पाठ वळवून तेथून निघून जाणं मला सर्वथा अशक्य झालं होतं.

॥ ४ ॥

जवळजवळ अर्धी रात्र जागूनही मला काही ऐकू आलं नाही किंवा काही जाणवलंही नाही; काही होत असलंच, तर ते माझ्यापर्यंत पोहोचत नव्हतं. मनाची अवस्था पाहा. शेवटी मीही कासीमइतकाच अंधश्रद्धाळू होतो! काहीतरी होत असणार अशी मनाने खूणगाठच बांधली होती!

सकाळी माईंची भेट झाली तेव्हा मी त्यांच्याकडे जरा वेगळ्या नजरेने पाहत होतो. त्या आता एक साध्या वृद्ध बाई राहिल्या नव्हत्या. बाह्यरूप फसवे होते. या साध्या निरुपद्रवी आवरणामागे दुसरेच काहीतरी दडलेले होते आणि आता मला या सर्व प्रकरणातून अंग काढून घ्यायची आणखी एक संधी आली होती. येथपर्यंत कल्पना आल्यावर त्या प्रकरणात आणखी लक्ष घालायचं मला काहीही प्रयोजन नव्हते. कोणत्याही सबबीबर मी ती जागा सोडू शकलो असतो आणि माईंना त्यांच्या त्या अनामिक सहकाऱ्यांच्या संगतीत सोडून देऊ शकलो असतो. हे तर मी केले नाहीच, उलट आणखी एक पुढचे पाऊल टाकले.

माईंशी त्या विषयावर एकदम प्रत्यक्ष चर्चा अशक्य होती. त्यांनी सर्व नाकारले असते तर मी त्यांच्यावर खोटेपणाचा आरोप थोडाच करू शकलो असतो? माझ्या मनात एक वेगळीच कल्पना आली होती. कासीमने सांगितलेली हकिकत खरी का खोटी हे स्वतःच पहायची ती कल्पना होती. जर मला वरचा मजला खऱ्या अर्थाने रिकामा आढळला तर सर्वच प्रश्न संपणार होता. मग त्या प्रकाराला एक वेळ ऐतिहासिक महत्त्व उरले असते. मी करीत होतो त्यात अडचण फारशी

नव्हती. मी व माई यांच्याखेरीज वाड्यात कोणाचाही वावर नव्हता; माई तर सात वाजल्यापासूनच घरात स्वतःला बंद करून घेत होत्या. मला स्वैर संचाराला सर्व वाडा मोकळा होता.

सर्व दिवसभर माझं रात्रीकडे उत्कंठेने लक्ष होतं. आता मला दिसतं की, त्या लहानशा गावातल्या एकसुरी आणि नीरस आयुष्याचा मला अतोनात कंटाळा आला होता. काहीतरी नवीन घडण्यासाठी मी विलक्षण उत्सुक झालो होतो. रिकाम्या मनाला नाही नाही ते उद्योग सुचतात हेच खरं. नाहीतर मनात कल्पना येताच ती कृतीत उतरवायला मी इतका तडकाफडकी तयार झालो नसतो.

रात्रीचे अकरा वाजेपर्यंत मी कसातरी दम धरला आणि खोलीतून हलकेच बाहेर पडलो. नाणावलेल्या बँकेतील एक उच्च अधिकारी रात्रीच्या वेळी एखाद्या थिल्लर पोरासारखा वागत आहे हे चित्रच इतकं विचित्र होतं की, माझं मलाच हसू आलं. पण मनावर एक विचित्र दडपण होतं. मीही नाकारू शकत नव्हतो. विशेषतः जेव्हा मी बाहेरच्या गारठलेल्या काळ्या रात्रीत पाय टाकला तेव्हा माझी छाती खरोखरच धडधडत होती. सुशिक्षित मन वरवर असल्या गोष्टींवर विश्वास ठेवत नसले तरी आत कोठेतरी शंका आणि भीती होती.

क्षणभर मी मधल्या चौकात थांबून वर पाहिले. आकाश निरभ्र होते. निळसर चौकोनात असंख्य तारे लुकलुक करीत होते. त्यांच्याविरुद्ध वाड्याच्या काळ्या कलत्या रेषा उभ्या होत्या. हालचाल नव्हती. आवाज नव्हता. जणू अवकाशातली काळोखाची ही सुरी पृथ्वीच्या काळजात खोलवर घुसली होती आणि पृथ्वी अचेतन झाली होती. मलाही क्षणभर या विलक्षण एकाकीपणाने भोवंड आल्यासारखी झाली; पण मग चक्राकार फिरणारे तारे स्थिरावले, काळाची आणि त्याबरोबर जीवनाची जाणीव परत झाली.

मी त्या जिन्याच्या दारापाशी उभा होतो. जिन्याला कुलूप नव्हते. एक साधी कडी लावलेली होती. पलीकडे खरोखरच काही अनैसर्गिक असेलच, तर ते या फळकुटांच्या दाराने आणि तारेच्या कडीने मागे राहिले का? पुन्हा एकदा मन भरकटत जाण्याआधीच मी दाराची कडी शक्य तो आवाज होऊ न देता काढली आणि दार अलगद माझ्याकडे ओढले. बिजागऱ्यांचा एक अगदी बारीक 'कर्र्र्र' आवाज आला. न झोपलेल्या, लक्ष देऊन ऐकणाऱ्याला तो ऐकू गेला असता; पण बंद खोलीतल्या माईंना ऐकू येण्याची शक्यता नव्हती.

काळोखाच्या भगदाडात जिना वर गेला होता. मनातल्या सर्व कुशंका या क्षणी एकत्रित झाल्या. मनाची चलबिचल झाली; पण क्षणभरच. एका हाताने भिंतीचा आधार घेऊन मी पायरीवर पाय ठेवला. पाच-सात मिनिटांत चक्कर होईल, वर तसं काय दिसणार आहे, मग डोक्यात पुन्हा म्हणून तो विचार येणार नाही; स्वतःशी विचार करीत मी वर चढत होतो. जिना पक्क्या बांधकामाचा होता, त्यावर पावलांचा आवाज होत नव्हता.

अंधूक प्रकाशात वरच्या खोलीचे दार दिसायला लागले, जवळ आले. मी दाराबाहेर उभा होतो. आतून काही आवाज येतो का याचा कानोसा घ्यायचा प्रयत्न करीत होतो; पण माझीच छाती एवढ्या जोरात धडधडत होती की, तोच आवाज एखाद्या पडघमसारखा कानात घुमत होता. मनातला निर्धार वेळेच्या व्यस्त प्रमाणात कमी होत होता. आणखी दोनपाच मिनिटं अशी गेली तर समोरचं दार उघडण्याचं धैर्य मला होणार नव्हतं. काय हातून होणार होतं ते या घटनेला झालं तरच!

मी समोरचं दार अलगद ढकलले. दार सहज आत गेले. खोलीत पाय टाकला आणि हातातला टॉर्च पेटविला. समोरच्या मळकट भिंतीवर प्रकाशाचे प्रखर वर्तुळ पडले आणि ते फारसे स्थिर नव्हते. मला वाटतं माझा श्वास आता धापा टाकल्यासारखा येत होता. टॉर्च गर्रकन् खोलीतून फिरविला - पण खोली रिकामी होती. दोन्हीकडे दोन दारं होती - उघडी होती. जणूकाही त्यांना काहीच लपवायचं नव्हतं. माझं लक्ष हातातल्या घड्याळाकडे गेलं. साडेअकरा वाजले होते. मनात कोठेतरी वेळेचा हिशेब चालला होता. कासीम इथे रात्री बाराच्या सुमारास आला होता. वेळेचाच संबंध असला तर आणखी काही वेळ थांबायला हवं आणि त्या वेळेपूर्वी काही होत नसेल तर आजूबाजूच्या खोल्यांतून एक झटपट चक्कर टाकून यायला हरकत नव्हती. मी मागे नजर टाकली. दार उघडं होतं, माझी बाहेर जायची वाट सुखरूप होती. एका मिनिटाचं काम!

माझ्या यापुढच्या सर्व क्रिया जरा अविचाराच्या, घाईगर्दीच्या होत्या. उजवीकडची खोली मी आधी घेतली. कासीमच्या वर्णनावरून जराशी कल्पना होतीच, तरीही कपड्यात गुंडाळलेले मोठे मोठे आकार पाहून मनाला एक हिसका बसलाच. ती खोली, पलीकडची खोली, शेवटची खोली... परत एकदा पूर्व ठिकाणावर. आता समोरच्या एकदोन पाहिल्या की झालं.

समोरची खोली. तोच प्रकार. भिंतींना ओळीनं मांडून ठेवलेले गूढ आकार- कपाट, पेट्या, ट्रंका, गाठोडी...

पण त्या कोपऱ्यात ते काय होतं? ती हालचाल कसली होती? प्रकाशात चमकत काय होतं? तो चेहरा होता का? ते डोळे होते का?

जागच्या जागी उभा राहून मी थरथर कापत होतो. आपण इथे कशाला आलो? आपला याच्यात काय संबंध होता?... विचार सरळ नव्हते; पण मी एक एक पाऊल मागे सरत होतो. नजर समोरच्या त्या हलत्या आकारावरून हलत नव्हती. अंदाजाने मागे सरकत मी डावा हात मागे करून दारासाठी चाचपडत होतो. माझी दहा पावलं झाली, पंधरा झाली... दार लागायला हवे होते.

एक घाईची नजर मागे टाकली. मी भलतीकडेच वळलो होतो. दार एका हातालाच राहिलं होतं आणि दारापाशी कोणीतरी होतं. गुडघ्याभोवती हातांचा विळखा घालून ती बसली होती. गुडघ्यावर टेकलेला एक चेहरा माझ्या दिशेनं वळला होता...

एक क्षणभर मी वेडेपणाच्या कडेवर लटपटत होतो.

मग सर्व धीर पणाला लावून त्या उघड्या दारातून बाहेर झेप घेतली आणि ती भयानक खोली मागे टाकली. जिना पायाखालचा नव्हता. आधाराला कठडा नव्हता. दोन्ही अंगाला गुळगुळीत भिंती होत्या. हात घसरला, पायरी चुकली, तोल गेला, पोटात गोळा उठला...

जिन्यावर वेडावाकडा कोसळलो आणि शुद्ध हरपली.

शुद्ध आली ती एकदम आली नाही. टप्प्याटप्प्याने आली. आसपासच्या परिस्थितीची जाणीव व्हायला आणखी काही वेळ जावा लागला. वेळ, स्थळ, कशाचाच पत्ता लागत नव्हता. एक परिचित आवाज आला.

“आलात का शुद्धीवर रामभाऊ? ”

माईंचा आवाज! माई! दोन आणि दोन यांचे मनात चार झाले. माझ्या धडपडण्याच्या आवाजाने त्यांना जाग आली असली पाहिजे. कडाक्याच्या थंडीतही त्या बाहेर आल्या होत्या. मला त्यांनी घरात आणलं होतं. कसं ते एक त्यांनाच माहीत! शरमेने माझा चेहरा काळाठिक्कर पडला असला पाहिजे.

मी उठून बसायची धडपड करू लागताच त्यांनी एक हात माझ्या खांद्यावर ठेवला.

"आता शांत पडा. रामभाऊ, व्हायचं ते होऊन गेलंच आहे."

उत्तराला माझ्यापाशी शब्दच नव्हते.

"माई, माझी चूक झाली. नको तिथं मी नाक खुपसलं - "

"पुरे पुरे; मला माहीत आहे काय झालं ते. मला आधी समजलं असतं तर मी तुम्हाला नको म्हणून सांगितलं असतं - "

"पण का असं विचारलं असतं तर? "

त्या काहीच बोलल्या नाहीत. मी एका अंगावर वळलो.

"माई, मी विचारलं असतं तर तुम्ही काही बोलला नसतात ना? "

"नाही, बोलले नसते. शेवटी कोळसाच तो. उगाळावा तितका काळा."

"हे किती दिवस चाललं आहे, माई? "

"दिवस? वर्षं म्हणा! " त्यांचा चेहरा उदास झाला होता. "तुम्हाला ते कळू नये अशी माझी फार इच्छा होती रामभाऊ; पण आता गुप्त ठेवण्यात काय अर्थ? उठून बसता आलं तर बघा. चहा बनवू का? "

"माई, आताच्या वेळी कशाला - "

"तुम्ही काय वेळ पाहून खोलीबाहेर पडलात का, रामभाऊ? "

कंदिलाच्या प्रकाशात आम्ही दोघे खालीच बसलो होतो. गरम चहा घशाखाली उतरताच शरीरात ऊब पसरत होती. किती वाजले होते याचा पत्ता नव्हता आणि वेळेकडे माझे लक्षही नव्हते.

"ताई फार निष्ठुर होती. (माई सांगायला लागल्या) मी जराशी भित्रीच आहे. ताईला विरोध करायचं धैर्य मला कधीच झालं नाही. सुशीला मात्र एकदम वेगळी होती. ताईच्यात नि तिच्यात सहज बारा वर्षांचं अंतर असेल. सुशीला जवळजवळ पुढच्या पिढीतली होती आणि मुलींना समज लवकर येते. सुशीलाला घरातलं वातावरण अनैसर्गिक वाटायचं. ताईचा चोवीस तास जाच व्हायचा. दोघींचं क्षणभर म्हणून जमायचं नाही. मला सुशीलाबद्दल सहानुभूती वाटायची; पण तिची बाजू घेऊन ताईशी भांडण्याची माझी हिंमत नव्हती. घरचा कारभार फार लहानपणापासून ताईच्या हाती आला होता. घरात ती म्हणेल ती पूर्वदिशा होती. बाबाही शेवटी शेवटी थकले होते; त्यांचंही ताईपुढे काही चालेनासं झालं होतं. खरं म्हणजे आमची तिघींची लग्नं थाटात करायची बाबांची इच्छा होती. ताई सतरा वर्षांची असतानाच बाबांनी गावात चार ठिकाणी शब्द टाकला होता; पण ताई दिसायला अगदी साधारण होती - खरं म्हणजे कुरूपच होती. सगळीकडे

नकार आला. लग्नाचा विचार ताईने एकदा मनातून काढून टाकला तो कायमचाच. बाबांनी तिच्याशी कितीदा वाद घातला असेल, पण व्यर्थ!

'केवळ चार ठिकाणचा नकार हे एकच कारण असावं असं मला वाटत नाही आणि तेव्हाही वाटत नव्हतं. पुढे पुढे तर माझी खात्रीच झाली. या घरातली अधिकाराची जागा सोडून इतरत्र कोठे जायची तिची इच्छाच नव्हती. ती आमच्याकडे कष्ट उपसायची; पण त्यात प्रेमापेक्षा एक मोठेपणाचा गर्वच होता. सासरी जाऊन सासऱ्यांकरता मेहनत करणं म्हणजे तिला मोलाने राबण्यासारखं वाटलं असतं. हातातला अधिकार सोडावा लागला असता. त्यापेक्षा तिने कुमारिकेचं जीवन पसंत केलं. तिचं आयुष्य तिच्या हातात होतं - पण तेच आयुष्य आमच्या दोघींवरही लादायची तिची इच्छा होती. आम्ही दोघी जर लग्न करून आपापल्या घरी गेलो असतो तर ताईच्या जगण्याला काही अर्थच उरला नसता. हा आरोप तुम्हाला कदाचित कठोर वाटेल; पण इतक्या वर्षांच्या विचारानंतर माझी खात्री झाली आहे की तो खरा आहे.

"माझ्या भिडस्त आणि संकोची स्वभावामुळेच ताई माझ्या आयुष्याला तिच्या मनासारखं वळण देऊ शकली. आपल्यावर अन्याय होतो आहे याची जाणीव मला नव्हती असं नाही - पण त्याला विरोध कोणत्या मार्गाने करायचा हेच मला सुचत नव्हतं. कदाचित हा पराभूतपणा असेल; पण ज्या अन्यायाविरुद्ध मी झगडलेच नाही त्याच्याबद्दल खेद करायचा मला तरी अधिकार काय आहे? असाही विचार मनात येतो. ताईचा स्वभाव स्वार्थी आणि मतलबी असेल - पण सारा दोष तिचा एकटीचा नाही, माझाही यात वाटा आहे, असा विचार मनात येतो.

"सुशीलाची गोष्ट वेगळी होती. तिला ही बंधनं मान्य नव्हती. नीरस आणि उदासवाणं, एकाकी आयुष्य जगायला ती तयार नव्हती. रूपाचाही यात भाग असेल. कारण ती सुंदर होती आणि आपण सुंदर आहोत याची तिला जाणीव होती. तिच्या आयुष्याकडून खूप मोठ्या अपेक्षा होत्या. तिला जसा व्यवहार कळायला लागला तसे तिचे आणि ताईचे वारंवार खटके उडायला लागले.

"माझा संसार मी थाटणार आहे. तुमच्या दोघींसारखी जन्मभर अशी अंधारात कुजणार नाही." ती संतापाने म्हणायची; पण पैशाचे सारे व्यवहार ताई पाहत होती. जोपर्यंत हातात पैसा नव्हता तोपर्यंत स्वतंत्रता नव्हती आणि सुशीला नुसती तडफड तडफड करण्यापलीकडे काहीच करू शकत नव्हती. ताई नुसती

आडमुठी नव्हती, हुशारही होती. ती सुशीलाला कधीही अधिकउणं बोलली नाही; पण तिने आपलं वागणंही सोडलं नाही.

"तुम्हाला नाव सांगते; पण त्याचा बाहेर उच्चार करू नका. घराणं अजून गावात प्रतिष्ठा बाळगून आहे. त्या परांजप्यांचा मुलगा शहराहून वकिलीची परीक्षा पास होऊन गावात परत आला. त्याचं आमचं पूर्वी चांगलं जाणंयेणं होतं - पण बाबांच्या मृत्यूनंतर सारं थंडावलं होतं. केशव आणि तो यायला लागला. ताईला आधी त्यातला धोका समजला नसावा - लक्षात येताच तिने केशवचं येणंजाणं बंद केलं - पण घडायचं ते आधीच घडूनही गेलं होतं.

"सुशीलानं स्वतः मला हे सांगितलं. केशवशी लग्न करायची तिची इच्छा होती. माझ्याकडे ती मदतीसाठी आली होती. कोर्ट-कज्जे होणार होते, साक्षी निघणार होत्या; तिला माझी मदत हवी होती. सहानुभूतीवर शेवटी भीतीची मात झाली आणि मी तिला नकार दिला. मी एक जखडलेलीच होते, तीही तशीच राहावी अशी माझीही मनोमन इच्छा होती की? आता त्याला कितीतरी वर्षं झाली आहेत - त्यावेळच्या हेव्यादाव्यांना आता काहीच अर्थ नाही; पण मला वाटत नाही की, माझा स्वभाव इतका नीच होता. मी भित्री असेन; पण दुष्ट खास नव्हते.

"पुढे त्या रात्री खरोखर काय झालं ते मला माहीत नाही. ताई आणि सुशीला यांच्यात जेवायच्या वेळी कडाक्याचं भांडण झालं. मला वाटलं तेव्हाच ताईच्या लक्षात आलं की, सुशीलाचा नूर काहीतरी वेगळा आहे. तिने मनाशी काय हिशेब मांडला मला माहीत नाही. ताईला इतकी संतापलेली मी आजवर पाहिली नव्हती. तिचा चेहराही इतका कठीण कधी झाला नव्हता. सुशीला पेटत्या ज्योतीसारखी धगधगत होती, तर ताई काळ्या फत्तरासारखी निर्विकार आणि कठीण झाली होती.

"ती काळरात्र होती. (जरा थांबून माई पुढे सांगायला लागल्या.) मला सकाळपर्यंत कशाचीच कल्पना नव्हती. पहाटेच्या सुमारास ताई खोलीत आली नि म्हणाली, 'सुशी का खाली आली नाही अजून बघ गं!' सुशीला वरच्या खोलीत झोपायची. मी वर गेले. तिच्या खोलीचं दार अर्धवट उघडं होतं. आत ती गादीवर वेडीवाकडी पडलेली होती. चेहरा काळानिळा पडला होता. हातापायांच्या आकड्या वळल्या होत्या. तोंडाला फेस आला होता. देवा! हे दृश्य मी आजवर कितीदा पाहिलं

असेल! पण त्यातली एक रेषाही अजून पुसट होत नाही - शेवटच्या क्षणापर्यंत ते असंच माझ्या नजरेसमोर राहणार आहे..

“मग आरडाओरडा, धावपळ, डॉक्टरांना बोलावणं... डॉक्टर आणि ताई सुशीलाच्या खोलीत बराच वेळ होते. ‘काहीतरी पोटात गेलंय; पण डॉक्टरांना आशा आहे - ’ ताई मला सांगत होती. मी दोनतीनदा खोलीत जायचा प्रयत्न केला; पण ताईने मला अडवलं. ‘माई, तू हळवी आहेस - तुला बघवायचं नाही - जरा थांब, ती शुद्धीवर आली की मग जा आत - ’ ती मला दरवेळी सांगत होती. संध्याकाळपर्यंत हा प्रकार चालला होता. रात्री आठला ताई स्वयंपाकघरात आली. मी सुन्न होऊन बसले होते. काही न बोलता ताई माझ्यासमोर उभी राहिली.

‘ताई! सुशीचं कसं आहे? बोलत का नाहीस? सांग ना? ’ मी तिला विचारत होते. शेवटी तिने एकदाच नकारार्थी मान हलवली.

‘आटोपला सगळा कारभार! ’ ती जवळजवळ पुटपुटलीच.

“क्षणभर मला काय करावं ते सुचेनाच आणि मग मी धावतपळत वरच्या खोलीत गेले; पण दाराशीच हबकून राहिले. डोळ्यासमोर हेही एक चित्र नाचत होतं. सुशीला गादीवर शांतपणे पडली होती. दिव्याचा मंद प्रकाश तिच्या चेहऱ्यावर पडला होता. दारापासूनच मी परत फिरले आणि खाली आले. मनात नाही नाही त्या भयंकर शंका येत होत्या. भीतीने जिवाचा थरकाप होत होता.

“ताई भिंतीला पाठ लावून बसली होती. डोळे मिटून घेतलेले होते. मी काही वेळ तिच्याकडे पाहतच राहिले. विचारांची इतकी उलघाल चालली होती की, डोकं फुटणारंसं वाटत होतं. तोंडून शब्द निघत नव्हता.

“ताईनेच डोळे उघडले. तिची नजर सावकाश माझ्याकडे वळली. तशीच थंड, पाषाणाची नजर, त्या नजरेत ना खेद ना दुःख. दगडच जणूकाही.

“पाहिलंस ना? गेली बिचारी! ’

“माझ्या कानांवर माझा विश्वास बसेना.’

“मला आधी का नाही बर बोलावलंस? हे केव्हा झालं?’

“तासाभरापूर्वी आम्ही खूप खटपट केली. शेवटपर्यंत ती बोलायच्या अवस्थेतच नव्हती.’ ताई पाठ केल्यासारखं बोलत होती. भावनांचा पुसटसा ओलावा शब्दात नव्हता आणि प्रथमच मला उमगलं की, ताई खोटं बोलते आहे. हे सगळे खोटं आहे, बनावट आहे.

“तू मला फसवते आहेस, ताई! सुशी सकाळीच गेलेली होती!

''ताईने प्रथमच खऱ्या अथनि असं माझ्याकडे पाहिलं. ती नजर भयंकर होती. विषारी होती. आत कोठेतरी वेडाची आच होती.

''माई! ' ती दात आवळून म्हणाली, 'पुन्हा असं काही बोलू नकोस. डॉक्टरांनी तिला तपासलं आहे. ते दुपारपर्यंत तिच्या शेजारी होते. आताही त्यांनी तपासली आहे. मृत्यूचे सर्टिफिकेट दिले आहे. ते पुढची व्यवस्था करायला गेले आहेत. पुन्हा असं वेडविद्रं बोलू नकोस.'

''गावातल्या जिभा खूप वळवळल्या; पण सारं काही होऊन गेलं होतं. केशव भेटायला आला. त्याला ताईनं घरात घेतलं नाही. त्यानेही तो नाद सोडला. बोलूनचालून तो तर परका. सुशीला हुरळली होती; पण त्याची तयारी किती होती? मी तर तिची रक्ताची नातेवाईक, मी जर गप्प बसले तर केशवला दोष कशासाठी द्यायचा? '

''पण आमच्या संबंधात त्या दिवसापासून बदल झाला. जो काही थोडासा मोकळेपणा होता तो आता पार नाहीसा झाला. कामाव्यतिरिक्त आमच्यात फारसे बोलणे होईनासे झाले. आधी सारं आयुष्य वाड्यात गेलेलं, त्यातही आणखी एक पिंजरा तयार झाल्यासारखा वाटला.

''सुशीला वारल्यावर मी कितीतरी महिने वरच्या मजल्यावर गेले नाही. मृत्यूचा स्पर्श झालेली ती जागा - मी जरासा धसकाच घेतला होता. ताईही अगदी निकडीच्या कामाखेरीज वर जात नाही हे बऱ्याच दिवसांनी माझ्या लक्षात आलं. अजून घटनांचा परस्परसंबंध मनात जुळला नव्हता. आठवणींच्या अडगळीत त्या नुसत्याच रचल्या गेल्या होत्या आणि मनासारखं विसरभोळं काहीही नाही. ज्या घटनांनी जीव अगदी कासावीस झालेला असतो त्याही काही दिवसांतच निष्प्रभ होतात. सुशीलाची आठवणही वर्षभराने अशीच पुसट झाली होती. जेव्हा आठवण यायची तेव्हा ती तीव्र असायची; पण चोवीस तास त्यावर विचार करण्याची सुरुवातीची सवय आता गेली होती.

''मी कशासाठी वर गेले होते ते आता मला आठवत नाही. अशीच दिवेलागणीची वेळ होती. खाली प्रकाश भरपूर होता. वर अंधार असेल ही कल्पनाही मनात आली नव्हती. वरच्या मजल्याचं दार उघडलं मात्र, आतला गुडुप अंधार पाहताच मी जराशी घुटमळले. पुन्हा खाली जाऊन कंदील लावून आणायचा कंटाळा आला होता. चट्‌दिशी काम करावं म्हणून मी आत गेले. पाचसात पावलं गेले असेन तोच ती हाक आली.

माई!

आवाज पुटपुटल्यासारखा होता. मोठ्या कष्टाने आल्यासारखा वाटत होता. पण जिवाला चटका बसला; कारण आवाज ओळखीचा होता - सुशीलाचा आवाज.

वेड्यासारखी होते तिथेच उभी राहिले. हाक पुन्हा एकदा आली.

माई!

खरं म्हणजे मागे वळून पहायचा धीरच होत नव्हता. तिथे क्षणभरसुद्धा जास्त थांबणं अशक्य होतं. मी काहीतरी ओरडले आणि एकदम वळून उघड्या दारातून धावत धावत खाली आले. एक अगदी ओझरती नजर दाराकडे गेली होती; पण तेवढ्यातही ती मला दिसली होती.

दाराच्या आत ती उभी होती. दोन्ही हात पुढे करून.

ताई जिन्याच्या तोंडाशी आली होती. तिच्या चेहऱ्यावरचे भाव मोठे चमत्कारिक होते. जो प्रश्न तिने आधी विचारायला हवा होता त्याला खूपच वेळ लागला. हाशहुश करीत मी स्वयंपाकघरात आल्यावर मग तिने विचारले,

'काय झालं गं एवढी धावपळ करायला?'

तिला सांगावं की नाही याचा क्षणभर प्रश्नच पडला; पण शेवटी हिय्या करून मी बोललेच : 'ताई! वरच्या मजल्यावर मला सुशीला दिसली!'

पुन्हा एकदा तो चमत्कारिक चेहरा. मग ती रागाने म्हणाली,

'छट्! असं भलतंच काय बोलतेस?'

'मग तू जा आणि पाहा की प्रत्यक्ष!'

'तुझ्या वेडपटाच्या नादी कोणाला लागायला वेळ आहे!' फणकाऱ्याने बोलत ती निघून गेली. मला भास झाला असेल किंवा नसेल; पण ताईचं वागणं मला समजत नव्हतं. कोणताही मुद्दा त्याची पुरती चिरफाड झाल्याखेरीज सोडायचा तिचा स्वभावच नव्हता. मग या विषयावर ती एक शब्दही कशी बोलत नव्हती? विशेषतः मला खोडून काढून खोटं ठरवायची संधी तर तिने कधीच सोडली नसती. बरेच दिवस मला याचा उलगडा होत नव्हता. शेवटी जेव्हा सत्य समजलं तेव्हा डोळे फाटल्यासारखे झाले.

काही दिवसांनी सुशीला खाली आली. अशीच संध्याकाळची वेळ. दिवे नुकतेच लागलेले. पडवीत कंदील टांगून मी नुकतीच स्वयंपाकघरात आले होते. डोळ्याच्या कडेतून पडवीतून कोणीतरी गेल्यासारखं पाहिलं. माणूस किती गोष्टी

गृहीत धरतो! ताईखेरीज कोण असणार हा पहिला विचार. मग ताई चुलीपाशी दिसली. आयुष्यात असे काही क्षण येतात की, त्या एका क्षणात सगळं जग स्वतःभोवती उलटं फिरल्यासारखं वाटतं. ती वेळ अशी होती.

मी होते तिथेच उभी राहून विचार केला आणि जो विचार मनात आला तो काळीज भीतीने गोठवणारा होता. शरीराचा थरकाप करणारा होता.

ती सुशीलाच असली पाहिजे!

पण विशेष म्हणजे मी या खेपेस ताईला एक अवाक्षरही सांगितलं नाही. तिने मला खोट्यात काढण्यापेक्षा तिचं तिलाच प्रत्यक्ष पाहू दे. कारण मला मनोमन वाटत होतं की, ती वेळ काही फार दूर नाही. या सर्व भयानक प्रसंगातला एक दुवा माझ्या ध्यानात अजून आला नव्हता. तोही काही दिवसांनी येणारच होता.

बाहेर बादली खणखणत पडल्याचा आवाज आला. ताईही काहीतरी अर्धवट ओरडली. मी घाईने बाहेर आले. विहिरीच्या कट्ट्यावर ताई उभी होती आणि पडवीकडे डोळे विस्फारून पाहत होती. प्रकाश अंधूक होता तरीही तिचा पांढराफटक पडलेला चेहरा मला स्वच्छ दिसत होता. जवळ पोहोचल्यावर घामाने डवरलेलं कपाळ दिसलं. अगदी सहज मी विचारलं.

'ताई! काय झालं ग?'

ती एकदम दचकली. पदराने घाम पुसत ती वाकली आणि खाली पडलेली बादली उचलत म्हणाली, 'काही नाही गं - काही नाही. -

आम्ही घरात आलो; पण तिची नजर वारंवार पडवीकडे वळत होती. तिला काय दिसलं असावं याची मला पुरेपूर कल्पना आली होती; म्हणून मी तिला पुन्हा विचारलं नाही.

अशी ही सुरुवात झाली. सुशीला वाड्यात वावरत होती. ती केव्हा आणि कोठे दिसेल याचा काहीच नेम नव्हता. अंगावर... अंगावर... शेवटच्या दिवशीचंच पातळ असायचं... तिच्या चेहऱ्याकडे पहायचं मला कधीच धैर्य झालं नाही; पण एखादे वेळी इतकी अवचितपणे दिसायची की, नजर नकळत वर जायची... लालभडक, विस्फारलेले डोळे, निळाकाळा चेहरा आणि अस्ताव्यस्त केस... मी कितीदा तरी किंचाळले असेन आणि धावत सुटले असेन... ताईने तेव्हापासूनच वाड्यात कोणालाही येऊ द्यायचं बंद केलं. गावात अफवा काय असतील त्या असोत - कोणाच्या प्रत्यक्ष नजरेला हे पडायला नको होतं.

यावर मनात विचार आल्याखेरीज कसे राहतील? सुशीला कशासाठी येत होती? आधी एकदोनदा 'माई!' अशी पुसटशी हाक मला ऐकू आली होती; पण मग ती माझ्याकडे संपूर्ण दुर्लक्ष करीत असावीशी दिसली. भुताखेताचा हा प्रकारच दातखिळी बसवणारा होता; पण त्या पलीकडे मला प्रत्यक्ष धोका नव्हता ही गोष्ट माझ्या लक्षात लवकरच आली.

ताईलाही ती दिसत असली पाहिजे... किंबहुना माझ्यापेक्षा जास्त वेळा तिलाच दिसत असावी - ताईत बदल झाला होता. चेहरा आणखीच उग्र झाला होता. केसांना पांढरी झाक आली होती. गालावर आणखी नव्या गोल रेषा उमटल्या होत्या... पण ताई या प्रकाराबद्दल माझ्याशी अवाक्षरानेही कधी बोलली नाही... एकदा केव्हातरी रात्रीतच मला ती कल्पना सुचली... आणि मी अक्षरशः घामाघूम होऊन उठून बसले...

सुशीला ताईकरता येत असली पाहिजे. मनात विचार आला मात्र आणि कोलाहल माजला. तिच्या येण्याला जर हा हेतू असेल तर त्यासाठी काहीतरी कारण हवं... मन एकदम मागे गेलं... सुशीलाचा मृत्यू आणि ताईची ती चमत्कारिक वागणूक.. क्षणभर मला विचारच सुचेना... नाही नाही त्या शंका थैमान घालीत होत्या... सुशीलाचा मृत्यू नाही! अशा गोष्टी सुसंस्कृत घराण्यात होत नाहीत! नाही!

पण मन कितीही बिथरलं तरी एकदा आत शिरलेला हा विचार काही केल्या दूर झाला नाही आणि मला लवकरच समजलं की, ताईलाही या अघोरी पाठलागाची कल्पना होती. तिचे ओठ आणखी दुमडले गेले. तिच्या नजरेत एक नवी अट्टाहासाची चमक आली. जणू जे काय होतं त्याला तोंड द्यायची ती मनोमन तयारी करीत होती.

एकदा आणि फक्त एकदाच मी हा विषय काढण्याचा प्रयत्न केला. आता ही गोष्ट नाकारण्याची ताईचीसुद्धा प्राज्ञा नव्हती; पण तिची प्रतिक्रिया मला अगदीच अनपेक्षित अशी झाली. आताशी ती बरीच अबोल झाली होती. आसपास तिचं लक्ष नसावंसं वाटत होतं; आता मला त्याचा थोडासा तरी उलगडा झाला. ताईचं सारं लक्ष सुशीलावर एकत्रित झालं होतं. असं वाटतं होतं की, या चमत्कारिक प्रसंगांचा तिच्या मनावर परिणाम होऊन त्याला एक विलक्षण कठीण ठिसूळपणा आला होता. मनातला सारा राग, सारं वैर आता त्या रेषेपलीकडच्या आकृतीवर

केंद्रित झालं होतं. पूर्वी ही भावना दबून राहिली असेल; आता ती उघड झाली होती.

'मला ती हजारदा दिसते!' ताई चमत्कारिक आवाजात म्हणाली. 'काय हवं आहे तिचं तिला माहीत! मी तिची फिकीर करणार नाही, तिची दखलही घेणार नाही! घालू दे तिला खुशाल पिंगा! अशाला बधणारापैकी मी नव्हेच! कंटाळली की जाईल जिथून आली तिथे!'

हा संताप मनाला अवाक् करणारा होता. सुशीला जिवंत असताना त्यांच्यात वैर होतं - आता सुशीला जगातून पलीकडे गेल्यावरही ते तितकं जालीम होतं आणि या विलक्षण संघर्षात पूर्वीसारखीच अजूनही मी केवळ निरीक्षकच होते.

पुढचं सगळं सांगत बसत नाही. त्यात अर्थही नाही. दोघींतला हा संघर्ष शेवटपर्यंत चाललाच होता. ताई त्याचं माप पुरेपूर मोजीत होती; पण तिचाही स्वभाव असुरीच म्हणायला हवा. या झगड्यातही तिला काहीतरी समाधान लाभत होतं. कासीमचा प्रकार तुम्हाला माहीत आहेच. त्याला काय दिसलं असेल याची मला काय कल्पना आहे; पण ताई त्या आठवणीने स्वतःशीच कितीतरी दिवस हसत होती.

ताईची शक्ती कमी होत चालली तशी सुशीला तिच्याभोवती जास्त जास्त फिरायला लागली. तुमचा विश्वास बसणार नाही; पण मी शेवटी शेवटी तिच्याकडे लक्ष द्यायचंच सोडून दिलं होतं. भीतीची धार आता बोथट झाली होती. या चमत्कारिक संघर्षाचं पर्यावसान कशात होणार आहे याचंच एक अनैसर्गिक कुतूहल मनात होतं.

ताई अंथरुणावर खिळली आणि सुशीला तिच्या उशापाशी येऊन बसली. सुशीला एक शब्दही बोललेली मला आठवत नाही. निदान मी खोलीत असताना तरी नाही. त्या दोघी खोलीत एकट्या असताना त्यांचं काही बोलणं होत असलं तर देवालाच माहीत! ताईचा आवाज अनेकवेळा चढलेला बाहेर कानावर येई; पण मी त्यातलं काही ऐकायचा प्रयत्नही केला नाही. दिसत होतं तेच पुरेसं भयानक होतं. त्यात आणखी ही भर नको होती.

ताईकडे टक लावून पाहत सुशीला बसलेली असायची. तिच्या निस्तेज डोळ्यांत आता एक लकाकी दिसायला लागली होती. कधीकधी तिचे तोंड एका भेसूर हास्यात उघडायचे - तिची मान स्वतःशीच हलायची. सावजासाठी टपलेल्या

एखाद्या हिंस्र पशूचीच मला आठवण यायची. हा निःशब्द द्वेष खोलीतलं वातावरण भारून टाकीत होता. मन तिथे गुदमरल्यासारखं व्हायचं. डॉक्टर एकदा सकाळी तेथून जायचे तेच काय ते परक्या माणसाचं येणं. त्यांच्याखेरीज इतर कोणीही त्या खोलीत कधी आलंच नाही.

शेवटी अपरिहार्यपणे ताईची जायची वेळ आली. डॉक्टरांनी आशा सोडलेलीच होती. माझंही मन आता त्याला तयार झालं होतं. मनावरचा ताणही आता असह्य व्हायला लागला होता. आता दृष्टीसमोर मला हे नकोसं झालं होतं. सुशीलाचे चारच शब्द ऐकू आले,

'आता वेळ आली ताई! चल!'

त्याच क्षणी सुशीला दिसेनाशी झाली.

ताई गेली. घर एकापेक्षा अनेक अर्थांनी रिकामं झाल्यासारखं वाटलं. ताई गेल्याचा मला फारसा खेद झाला नाही. तिच्या समजुतीप्रमाणे ती तिचं आयुष्य जगली होती. काही हिशेब पुढे व्हायचे असले तर त्यांना आता कल्पांतापर्यंत वेळ होता. निदान जे काय होईल ते माझ्या नजरेसमोर तरी होणार नव्हतं. मला खरोखरच हलकं वाटत होतं. एकटी राहायला मला भीती वाटत नव्हती. भीतीच्या मर्यादा मी केव्हाच ओलांडल्या होत्या.

पण माणसाची उत्सुकता कधी कमी होत नाही. पुढे काय झालं याचा विचार मनात राहून राहून यायचा. मनात अशी एक कल्पना होती की, या प्रकारची सुरुवात वरच्या मजल्यावर झाली आणि त्याला काही अंत असला तर तो तिथेच होणार आहे.

सुशीलाची ती जणू हक्काची जागा आहे. दारापाशी ताईसाठी ही कितीतरी वेळा दबा धरून बसलेली मी पाहिलेली आहे. मी जर वर गेले तर मला काही दिसेल का? मनात कुतूहल होतं; पण धास्तीही होती. दिवसाउजेडी मी एकदोनदा वर जाऊन आले; पण तिथे काही नव्हते.

मनाचा खूप हिय्या करून एका रात्री मी वर गेले.

रात्रीच त्या तिथे का येतात मला माहीत नाही; पण दोघीही होत्या. ताई आतल्या खोलीत अंग चोरून बसली होती आणि मला पाहताच 'माई! माई!' अशी विनवणीची हाक मारीत होती. सुशीला दारापाशी होती तिच्या नेहमीच्या जागी.

तिने ताईला कशा रीतीने अडकवलं आहे, मला माहीत नाही. तिच्या डोळ्यांत एक पाशवी समाधान आहे. रात्रीमागून रात्र, महिन्यामागून महिने, वर्षामागून वर्षं - त्या दोघी वर आहेत. झगडा चालला असता तर तो माझ्या जाणिवेपलीकडचा आहे. काही निकाल लागला असला तर तोही मला आकलन होणार नाही.

त्यांचे हेतू काय आहेत, साधनं काय आहेत, शेवट काय होणार आहे मला कशाचीच कल्पना नाही. त्यांच्या झगड्यात प्रथमपासूनच मी एक निरीक्षक होते आणि अजूनही तशीच आहे. शेवटपर्यंत तशीच राहणार आहे, का मीही त्यात ओढली जाणार आहे मला काहीच सांगता येत नाही.

ताई गेल्यापासून मला सुशीला दिसलेली नाही. मला अशी शंका येते की, सुशीलाचा मृत्यू नैसर्गिक नव्हता आणि त्यात ताईचा हात होता. सुशीला ते कधीच विसरली नाही आणि तिने आपला सूड घेतला आहे; पण आता त्यात मला स्वारस्य नाही. तो मजला आणि त्याबरोबर माझ्या आयुष्यातला एक कटू भाग मी कायमचा बंद करून टाकला आहे. त्यासाठीच मला आता वर भाडेकरी नको. त्यासाठीच वाड्यात वीज नको. या डोळ्यांनी आजवर खूप पाहिलं आहे, त्यातलं काही काही तुम्हाला अविश्वसनीयही वाटेल. आता कशाला विजेचा लखलखाट हवा?

मीही आता या जगात फार दिवस नाही. मी गेल्यावर काय होतं, कोण सांगू शकणार? कदाचित वाडा पाडून टाकतील आणि त्यातल्या सर्व सामानाची माती होईल. मगच त्यात गुंतलेले हे दोन अभागी जीव मुक्त होतील. कदाचित मीही तिथे साक्षीदार असेन! पण आता मला शांतता हवी आहे. आयुष्याची उरलेली वर्षं स्वस्थ मनाने घालवायची आहेत. जे व्हायचं ते होऊन गेलं आहे. "

माईंची ही दीर्घ आणि अकल्पनीय हकिकत सकाळपर्यंत चालली होती. मला वाटतं त्यांनी माझ्याशीच आपलं मन प्रथम मोकळं केलं होतं. त्यामुळे त्यांना काही दिलासा मिळाला की नाही मला माहीत नाही.

माझा त्यांच्या सांगण्यावर विश्वास बसला; कारण मी स्वतःच त्यातला काही भाग पाहिला होता. इतरांचं काय सांगू शकणार?

निवाठीतला माझा मुक्काम काही महिन्यांतच संपेल. मग माझी जायची वेळ येईल. मग हा बंद वाडा, त्याची ती वृद्ध मालकीण आणि तिच्या त्या दोन महाविलक्षण बहिणी यांना मी विसरून जाईन.

अंधारलेल्या वाड्यात माई आपल्या आयुष्याचे शेवटचे दिवस घालवीत आहेत. त्यांना आयुष्यात तसं फारसं यश किंवा सुख किंवा समाधान मिळालेलं नाही. त्यांच्या उरलेल्या घटिका सुखात किंवा निदान शांततेत जावोत एवढीच माझी मनोमन इच्छा आहे.

३ : सुवर्णा

॥१॥

ती माझ्याकडे जेव्हा प्रथम आली तेव्हा तिचे नाव 'सुवर्णा' नव्हते व ती प्रसिद्धही नव्हती. तिचे वयही त्यावेळी फार नसेल - जेमतेम अठरा वर्षे. शरीराने यौवनात पदार्पण केले होते पण मन अजून मागेच, बाल्यावस्थेत रेंगाळत असावे असे वाटत होते. त्या निरागस, साध्याभोळया आयुष्याच्या अस्पष्ट खुणा तिच्या चेहऱ्यावर अजूनही दिसत होत्या - तारुण्याची भरती येत जाईल तशा किनाऱ्याच्या वाळूवरच्या या रेषा पुसल्या जातील, त्यांची आठवणसुद्धा मागे राहणार नाही.

माझे काही मित्र मला 'पोएटिकल नेचर'चा म्हणतात. ते तसे असेलही; पण बाह्यरूपात दिसणाऱ्या सृष्टीमागे लपलेले सूक्ष्म जीवन थोड्या प्रमाणात तरी जाणवल्याशिवाय माणसाला आयुष्यात यशस्वी किंवा निदान समाधानी होता येणार नाही.

पत्राने तिने भेटीची वेळ ठरवली होती व ती त्यावेळी आली होती; पण माझ्या तिच्याबद्दलच्या अपेक्षा पार चुकल्या. तिच्या पत्रावरून माझी तिच्यासंबंधी फार वेगळी कल्पना झाली होती - तिला पाहून मला एक लहानसा धक्काच बसला.

जरासा गडबडून मी म्हणालो,

"या ना, या! या - खुर्ची घ्या- "

मी दाखवलेल्या खुर्चीवर ती बसली. अगदी साधेपणाने बसली. त्यानंतर लक्षावधी लोकांनी तिची हालचाल पाहिली. तिने टाकलेले एकेक पाऊल लोकांच्या कायम स्मरणात राहिलेले आहे. तिचे खोलीतले प्रवेश, ओठ किंचित अलग ठेवून

भरल्या डोळयांनी पाहण्याची ती लकब, बसताना किंवा उठताना होणारी हंसासारखी डौलदार चाल यांनी कितिकांच्या काळजाचा ठाव घेतलेला आहे-

छे! हे उपयोगी नाही! त्या दोघींची परत गल्लत झाली आहे -

त्या दिवशी, त्या पहिल्या भेटीत, ती सरळ खुर्चीकडे गेली व खुर्चीत बसली. बस!

"माझे पत्र तुम्हाला मिळालेच असेल, नाही का? " मी.

"हो, मिळाले ना! " ती म्हणाली – साध्या, सरळ आवाजात. ज्यांनी तिचा रुपेरी पडद्यावरचा आवाज प्रत्यक्ष ऐकलेला आहे त्यांनाच त्या आवाजातल्या जादूची, मोहिनीची, विलक्षण शक्तीची कल्पना आहे. लोकांच्या आठवणीतला तिचा आवाज काळजाचा ठाव घेण्याची शक्ती आहे, चढउताराने मन हेलावून टाकण्याचे सामर्थ्य आहे- पण ही लोकांची नंतरची आठवण आहे. त्या पहिल्या भेटीत तिचा आवाज साधा होता, त्यात काहीशीही कृत्रिमता नव्हती-

"हो, मिळाले ना! " ती म्हणाली. सहजपणाने हसली. "तरीही मी तुमची भेट घ्यायचे ठरवले – तुमच्याशी प्रत्यक्षच चर्चा केली तर कदाचित तुम्ही होकार द्याल अशी मला आशा वाटली. माझे वागणे तुम्हाला शिष्टपणाचे नाही ना वाटत? "

किती सौजन्य! किती विनयशीलपणा! हा जर टिकला असता तर!

"नो नो! इट्स ऑल राइट! आता प्रत्यक्षच आला आहात तर मग मलाही माझे म्हणणे तुम्हाला पटवून देण्याची आशा वाटू लागली आहे!"

एक क्षणभर तिच्या टपोऱ्या डोळयांत-तिचे डोळे मात्र प्रथमपासूनच टपोरे, काळेभोर, पाणीदार होते-निराशा डोकावून गेली. ती बोलली तेव्हा तिच्या आवाजात थोडासा राग होता-

"पण – पण – काकासाहेब, तुमचा त्याला एवढा विरोध का आहे?"

"लीलाबाई, त्याचे असे आहे-" मी समजावणीच्या सुरात बोलू लागलो; पण तिने मला मधेच अडवले-

"मला अहो - जाहो म्हणू नका! अशा लीला अशी हाक मारा! "

"ठीक आहे; लीला तर! तर मग लीला, तुझ्या मनाने हा सिनेमासृष्टीत जायचा जो काही छंद घेतला आहे–"

मला येथे थांबायला पाहिजे. ती कोण होती, माझ्याकडे कशासाठी आली होती, माझ्याकडेच का, याबद्दल मी वर काहीएक लिहिलेले नाही. गोष्ट उत्तम प्रकारे सांगण्याची कला मजजवळ नाही हेच सिद्ध झाले आहे आणि मला आलेला

अनुभव जर इतका - इतका अकल्पित नसता, विलक्षण नसता - तर मग मी ही गोष्ट सांगत बसण्याची यातायात केलीच नसती-

माझी ओळख करून देण्याची आवश्यकताच नाही. काकासाहेब राणे हे नाव सिनेसृष्टीत तर सर्वश्रुत आहेच- पण मला वाटते बहुतांशी सर्वांच्याच परिचयाचे आहे. काही ठरावीक ध्येय पुढे ठेवून, सचोटीने आपला व्यवसाय करणारा निर्माता-दिग्दर्शक म्हणून मी ओळखला जातो. माझा द्वेष करणारेही कितीतरी आहेत. त्यांच्या मते मीच हे "काकासाहेब मिथू" माझ्याभोवती समाधान मिळत असेल तर ते समाधान मिळवोत बापडे! सरतेशेवटी न्यायाधीशाचे काम जनता करीत असते व या क्षणापर्यंत जनतेने मला अंतर दिलेले नाही-

पण तरीही मघाशी सांगितले तसा हा महत्त्वाचा मुद्दा नाही. रुपेरी पडद्याच्या आकर्षणात सापडलेल्या अनेक होतकरू लोकांची मला सदासर्वदा पत्रे येत असतात; प्रत्येकाच्या मगदुराप्रमाणे माझी त्यांना उत्तरेही जात असतात; हीही नित्य व्यवहारातलीच एक गोष्ट आहे-

या पत्रांबरोबरच 'लीला पाटणकर' या नावाचे एक पत्र होते. नेहमीपेक्षा त्या सकाळी पत्रे जास्त असतील किंवा काही क्षुल्लक कारणावरून कोणाशी तरी खटका उडून एकंदर सिनेसृष्टीबद्दल मला उबग आला असेल— ते काहीही असो— या पत्रांच्या लेखकांबद्दल त्या सकाळी माझ्या मनात अजिबात सहानुभूती नव्हती—

ते पांढरेशुभ्र लिफाफे पाहून मला क्षणभर वाटले की, या कोवळ्या, पोरसवदा अननुभवी पोरापोरींनी आपले शुद्ध, निर्मळ आत्मेच माझ्याकडे पाठविले आहेत— आणि कशासाठी?

होळी करायला! पैसा, प्रसिद्धी, चैन यांच्या नादी लागून हे पतंग एका जीवघेण्या ज्योतीकडे भिरभिरत आले होते - आता त्यांना लांबवरून फक्त आकर्षक, सोनेरी प्रकाश दिसत होता; पण त्या ज्योतीच्या गर्भातला दाह त्यांना माहीत नव्हता- जेव्हा त्यांना प्रत्यक्ष चटके बसायला लागतील तेव्हा त्यांचे महत्त्वाकांक्षांचे पंख होरपळून गेलेले असतील, त्यांच्यातल्या मानवी मूल्यांची राख झालेली असेल.

फसलेले, भोळे जीव! स्वतःशी जरा उदास, खिन्न सुस्कारा सोडून मी विचार केला व पत्रांची चवड पुढे ओढली. त्या बिचाऱ्या सर्वांना आज निराशाजनक उत्तरे जाणार होती - पण माझा नाइलाज होता. माझ्या मूड्सवर माझे स्वतःचेही नियंत्रण नव्हते-

आणि योगायोगाने लीला पाटणकरचेच पत्र मी प्रथम फोडले. पत्राबरोबर तिने आपला एक फोटोही पाठवला होता. तो एकदम बाहेर पडला व टेबलाच्या काळया काचेवरून तिची नजर माझ्यावर खिळली. एक भाबडी, निरागस, विश्वासाची नजर....

ओ! धिस इज टू मच! स्वतःशी म्हणालो व तिचे पत्र वाचू लागलो. ती या नादाने अक्षरशः वेडी झाली होती. कोणताही आडपडदा न ठेवता तिने मनातल्या सर्व आशा-आकांक्षा पत्रात उघड केल्या होत्या- तिने काहीही मागे ठेवले नव्हते-

..."मी वाटेल ती मेहनत, वाटेल ते कष्ट करायला तयार आहे. अगदी लहानात लहान, क्षुल्लक कामापासून सुरुवात करायला मी तयार आहे. मी यशस्वी झाल्याशिवाय राहणार नाही. मला आपण मदत करा-"

तिची नजर अजून माझ्यावर खिळली होती. माझे मन एकदम कितीतरी वर्षे मागे गेले. अवंतिका आणि बेबी जर आज असत्या तर - माझी मुलगी जवळजवळ या लीलाएवढीच वयाने असती-

मी त्या आठवणी दडपण्याचा प्रयत्न केला, ती वाट वेडेपणाची होती; पण नाही- एखाद्या अजस्र पाणलोटासारख्या त्या सर्व आठवणी आल्या - चारी बाजूंनी आल्या - मी त्याखाली पुरता सापडलो.

मन जेव्हा विकल अवस्थेत असते, संरक्षक तट जेव्हा खाली असतात तेव्हाच अचानकपणे हा हल्ला होतो.

असे असते तर! असे असते तर!! केवळ! निर्घृण काळ!!

मी लीलाला पत्र लिहिले. नाव तिचे होते; पण डोळ्यासमोर चित्र मात्र बेबीचे होते. जणूकाही मी तिलाच उद्देशून लिहीत होतो-

...."लीलाताई, मनाला लागलेला हा छंद सोडून द्या. या धंद्यात नाव, पैसा कमावलेल्या माझ्यासारख्याने हे लिहावे याचे तुम्हाला आश्चर्य वाटेल; पण मी लिहीत आहे हे खरे आहे, पूर्ण सत्य आहे; तुम्ही माझ्यावर विश्वास ठेवा व हा नाद सोडून द्या."

"दुरून डोंगर साजरे ही म्हण या केसइतकी इतरत्र कोठेही खरी नाही. यशाचा, पैशाचा, कीर्तीचा तुम्हाला मोह होतो; पण त्यासाठी काय मोबदला द्यावा लागतो याची कल्पना आहे? लीलाबाई, या व्यवहारात चलनी नाणे म्हणून काय वापरतात कल्पना आहे? माणुसकी! अब्रू! लाज! अभिमान! यांचे मोल द्यावे लागते - उसाच्या चिपाडासारखे तुम्ही पिळले जाल - शेवटचा कण निघेपर्यंत! आणि मग शरीरात रक्ताऐवजी हा खोट्या इभ्रतीचा काळा रस धावू लागेल- "

मी तिला हे लिहिले व आणखीही खूप लिहिले. जणूकाही आजपर्यंत मनात खोलवर दडलेला माझा राग, तिटकारा, तुच्छता, सारे काही या क्षणी उफाळून वर आले होते - इतके कठोर पत्र मी यापूर्वी कधीही लिहिले नव्हते आणि पत्राबरोबर तिचा फोटोही पाठवून दिला-

विशेषतः तो फोटो तर मला मुळीच डोळ्यासमोरही नको होता. त्या फोटोकडे नजर गेली की, स्मृतीला हिसका बसे. या हेलकाव्यांनी मन मागे मागे जाई - मला नको होत्या त्या आठवणींकडे...

पत्र टाकल्यावर हा प्रकार मिटेल असे मला वाटले होते.

पण नाही! तिचे समाधान झाले नव्हते किंवा तिचे मन अजून त्याच मार्गाने धाव घेत होते. "मी तुम्हाला प्रत्यक्षच भेटणार आहे."

तिने लिहिले होते व दिवस आणि वेळ दिली होती.

अशी ही लीला आता माझ्यासमोर बसली होती.

|| २ ||

"ठीक आहे, लीला तर!" मी म्हणालो, "तर मग लीला, तुझ्या मनाने सिनेसृष्टीत जायचा हा जो छंद घेतला आहे, तुला हा जो ध्यास लागला आहे, त्याच्या मागे काय कारण आहे? आयुष्याच्या दुसऱ्या, इतर अंगात तुला अपयश आले आहे का?"

नाही; तिच्या उत्तरावरून असे दिसले की, तिच्या वयानुरूप तिचे शिक्षण झालेले आहे. तिची इच्छा असली तर तिला पुढे शिकायची संधीही आहे; घरची परिस्थिती चांगली आहे, घरची माणसे प्रेमळ आहेत.

'तुझी ही आवड त्यांना माहीत आहे का?" मी एकदम विचारले.

"होय - आणि मी तुमच्याकडे येणार असले तर त्यांचा त्याला काही विरोध नाही- " ती मिस्कीलपणे हसत म्हणाली.

माझ्याकडे? मी क्षणभर आश्चर्यानं विचार केला व मग मला तिच्या हुशारीचे कौतुक वाटले. आई-वडिलांच्या मनात तिने माझ्याविषयी विश्वास उत्पन्न केला होता आणि सर्व जबाबदारी सोईस्करपणे माझ्या शिरावर सरकवली होती. मलाही हसू आल्यावाचून राहिले नाही.

'ठीक आहे - हा प्रश्न आपण जरा वेळ बाजूला ठेवू - तुला या रुपेरी पडद्याचे एवढे जबरदस्त आकर्षण का वाटत आहे? "

"काकासाहेब, माझ्या अंगी काही गुण आहेत, काही उपजत कला आहेत. त्याचा उत्कर्ष करायचा मी का प्रयत्न करू नये? आणि समजा मी प्रसिद्धीमागे लागले, त्यात एवढी चूक अशी ती काय आहे? आजकाल सगळा प्रसिद्धीचाच जमाना नाही का?"

हे शूर शब्द बोलायला सोपे होते; अनुभवाचा चटका बसला की, हे अवसान पार विरघळणार होते - पण त्यावेळी उशीर झालेला असेल! फार फार उशीर झालेला असेल! पश्चात्ताप होईल; पण त्याचा उपयोग होणार नाही! कडेलोट झालेला पाषाण पश्चात्तापाने कितीही दग्ध झाला तरी तो परत वर जाईल का? खाली तो खालीच राहणार.

अनेक प्रकारांनी मी तिला समजावून सांगण्याचा प्रयत्न केला; पण मला अपयश आले. मी तिचे मन वळवू शकलो नाही. तिला स्वतःचा खोटा गर्व होता, वाजवीपेक्षा जास्त - फाजील आत्मविश्वास होता. हे सर्व जरी खरे मानले तरी तिला परावृत्त करणे हे माझे कर्तव्य होते - विशेषतः तिच्या घरच्या मंडळींनी माझ्यावर टाकलेला विश्वास ध्यानात घेऊन तरी तिला या मार्गावरून वळविणे माझे कर्तव्य ठरत होते.

आणि मी त्यात अपयशी ठरलो. लोक मला दोष देणार नाहीत; पण तिची कृती व त्या कृतीचे अपरिहार्य परिणाम हे सर्वकाही जाणणारा मी - मी स्वतःला निर्दोषी कसा समजू? आता आत्मपरीक्षणाच्या वेळी मी स्वतःची गय करू शकत नाही; माझ्या कृत्याचे किंवा निष्क्रियतेचे समर्थन मी करू शकत नाही-

कारण मी शेवटी निष्क्रिय राहिलो, उदासीन राहिलो आणि मी खरोखर काय करू शकलो असतो? माझे मन मला पुनःपुन्हा विचारते- कारण माझा प्रत्येक मुद्दा, तिने हा विचार सोडावा म्हणून मी पुढे मांडलेले प्रत्येक कारण तिच्या आडमुठेपणाच्या दगडी भिंतीवर आपटून परत येत होते-

माझे नकारावर नकार ऐकून शेवटी लीला रागाने म्हणाली,

"पण काकासाहेब! तुम्ही केवळ माझ्या गुणाकडे पाहा की! मला एक संधी तर द्या! मला जर यश आले नाही तर मी त्या क्षणी या सर्वांतून बाहेर पडीन! मला वाव द्या!"

आणि तरीही मी नकारच दिला, तिची जिद्द तिला यशाकडे घेऊन जाईल अशी मला भीती वाटली म्हणून? एकदा या रुपेरी जगाची चटक लागली की, लीला अयशस्वी झाली तरीही, दिलेल्या वचनांची तमा न बाळगता, त्यातच रमून

जाईल या भीतीने? मला काहीच कळत नाही. मी प्रथम आडवळणाने व शेवटी अगदी हातघाईवरच प्रसंग आला तेव्हा स्पष्ट नकार दिला.

मला वाटते इतका वेळ तिने आपल्या मनातला संताप कसातरी आवरून धरला होता. तो आता उफाळून बाहेर आला. तिच्या गालांवर अस्पष्ट असे लालसर ठिपके आले. तिच्या आवाजात थोडासा कंप आला; पण तिचे डोळे! आधीच पाणीदार, टपोरे, काळेभोर! आता तर त्यांच्यात संतापाची बिजली लखलखत होती! तिच्या पवित्र्यात, नजरेत, आवाजात, हालचालीत, कशातही कणाचीसुद्धा कृत्रिमता नव्हती - किती नैसर्गिक, सहजसाध्य आणि आकर्षक! माझे कान एकीकडे तिचे रागाचे आणि निर्भर्त्सनेचे शब्द ऐकत होते आणि दुसरीकडे माझा दिग्दर्शकाचा मेंदू तिच्या बारीक-सारीक हालचालींचे पृथक्करण करीत होता - आणि जे काही दिसत होते त्याच्या प्रभावाखाली विलक्षण एक्साइट झाला होता-

तिचे शब्द आता माझ्या मेंदूपर्यंत पोहोचले-

"काकासाहेब! तुमच्या नकाराचे कारण मला आता समजले! तुम्ही ढोंगी आहात! खरे कलावंत तुम्हाला नकोच आहेत! तुम्हाला बाहुली हवी आहे! निर्जीव, भुश्शाची, चिंध्याची बाहुली! तुमच्या दोरीच्या तालावर नाचणारी, तुमचा उदो उदो करणारी, तुम्हाला देव मानणारी बाहुली हवी आहेत! त्यांना स्वतःचा विचार नको, स्वतःची बुद्धी नको, स्वतःचा आवाज नको! तुम्हाला पपेट हवे आहेत, पपेट! खरे आहे ना?"

मेंदू एकावेळी किती दिशांना लक्ष देऊ शकतो? मी तिचा प्रत्येक शब्द ऐकत होतो व मनातल्या मनात म्हणत होतो, लीला, तसे नाही गं! तुला खरंच काही कळत नाही म्हणून तू अशी बोलतेस!

आणि दुसरीकडे माझा व्यवसायात मुरलेला मेंदू तिच्या एकूण एक हालचालींचे निरीक्षण करीत होता व थक्क होत होता. काय स्टॅन्स! काय पॉइज! काय छान डिलिव्हरी! काय पॅशन! वास्तविक ती प्रकाशाकडे पाठ करून बसली होती, तिला पार्श्वभूमी नव्हती, तिच्यावर स्पॉटलाइट्स टाकले नव्हते - पण केवळ प्रभावी व्यक्तिमत्त्वाने तिने माझ्या काळजाच्या तारा पिळून धरल्या होत्या, ताणल्या होत्या - होल्ड! मी मनातल्या मनात म्हणालो आणि वरमलो—

ओ लीला! ओ बेबी! मनात एक अनाहूत विचार आला - यू आर टू गुड टू बी ट्रू! यू आर टू गुड टू बी स्पॉइल्ट! आय वोंट डू इट!

तिला माझ्या चेहऱ्यावर कोणते भाव दिसले तिचे तिलाच माहीत. मी तर या दुहेरी विचारात पुरता गुरफटलो होतो — तिच्या अंगात टॅलंट आहे. खूप मोठे पोटेंशियल आहे आणि म्हणूनच तिला एका बाजूस ओढली पाहिजे असे काहीतरी माझ्या मनात चालले होते.

तिने पुढे केलेला हात सावकाश मागे घेतला. तिचा आवाज खाली आला; पण संताप ओसरला नव्हता - त्यात भरच पडली होती.

"काकासाहेब, तुम्ही आता निरुत्तर झाला आहात; कारण मी म्हणते हे सर्व खरे आहे! तुमच्याजवळ त्याला उत्तरच नाही - हो ना?"

आणि मी शेवटचा प्रयत्न केला. शेवटचे हत्यार वापरले. उपहास कदाचित त्याचा अतिरेक झाला असेल — मला माहीत नाही - जे काही केले ते मी प्रामाणिकपणाने केले एवढे खरे—

नजरेत व चेहऱ्यावर एक प्रकारची तुच्छता आणून मी माझी नजर तिच्या डोक्यापासून पायापर्यंत सर्व शरीरावरून फिरवली - अगदी सावकाश, मुद्दाम सावकाश फिरवली व शेवटी एक तिरस्काराचा हुंकार दिला—

"हं! लीला, हातपाय आपटून व डोळे मोठे करून ओरडण्याने का कोणी अभिनेत्री बनत असतं? तुझी कधीकाळी जर कोणी स्तुती केली असेल तर तो एक तर लुच्चा असला पाहिजे किंवा महामूर्ख तरी! आता हे सारे पोरखेळ विसर आणि सरळ आईवडिलांकडे जा पाहू!"

माझे शब्द तिला एखाद्या चाबकाच्या फटकाऱ्यासारखे झोंबले. तिच्या चेहऱ्याकडे मी एकच नजर टाकली व मला कळले की, आपली चूक झाली. फार मोठी चूक झाली; पण एकदा बोलले गेलेले शब्द - ते परत थोडेच बोलावता येतात?

तिच्या चेहऱ्यावरचा रंग एकदम उतरला. ती गोरीमोरी झाली — एक क्षणभर मला वाटले ती आता रडणार आहे — पण नाही! पाहता पाहता तिच्यात बदल झाला. तापून लाल झालेल्या लोखंडावर पाणी पडले की, ते जसे कठीण होते तसा तिच्यात एक कठीणपणा आला. हा कायापालट एका सेकंदात झाला. अठरा-एकोणीस वर्षांची बालिका माझ्या डोळ्यांदेखत नाहीशी झाली व तिच्या जागी एक स्त्री आली.

धिक्कारित झालेली. अवमानित झालेली स्त्री! वापरून वापरून गुळगुळीत झालेले भाषेतले नाणे - ए वूमन डिस्पाइज्ड! पण खरे!

मला तिच्यातला हा बदल आवडला नाही. आता ती बोलली तेव्हा तिचा आवाज आणखी कमी आवडला - आणि तिचे शब्द! ते तर सर्वांत कमी आवडले-

"काकासाहेब, तुम्हाला खरोखरीच असं वाटतं का?" एक-एक शब्द आवळलेल्या दातातून माझ्या अंगावर फेकीत ती म्हणाली आणि मग तिचा आवाज आणखी खाली गेला - शब्दांना आणखी धार आली. "तुम्हाला खरंच असं वाटतं? ठीक आहे! मी तुमच्याकडे आले हीच चूक केली! पण काकासाहेब, तुमच्याशिवाय या क्षेत्रात दुसरे कोणी नाही असं नका समजू बरं! तुमच्या सल्ल्याबद्दल आभार!"

मी काहीच बोलू शकत नव्हतो. तिच्या मनाला झालेली जखम फार खोल होती - आणि शब्दांनी वेदना मात्र वाढल्या असत्या - मी केवळ मान हलवीत स्वस्थ बसलो - तिला जास्त दुखवण्याची माझी तयारी नव्हती-

एक-दोन सेकंद थांबून ती जरा आश्चर्याने म्हणाली -

"ठीक आहे - मी आता तुमची मदत मागत नाही - पण मला यश चिंतण्याइतका मोठेपणाही तुमच्याजवळ नाही का?"

आणि ते तर मी मुळीच करू शकत नव्हतो! तिचा राग परत उफाळून आला. ती ताडदिशी उभी राहिली व जवळजवळ ओरडलीच-

"तुमच्यासारखा ढोंगी व नीच माणूस मी आजवर पाहिला नाही!"

ताडताड पावले टाकीत ती खोलीबाहेर पडली - बंगल्याचा मुख्य दरवाजा तिने स्वतःमागे दणदिशी लावून घेतला-

आणि तोच आवाज कितीतरी वेळ माझ्या कानांत घुमत होता-

॥ ३ ॥

अशी ही आमची पहिली भेट झाली. सुवर्णाने तिच्या एका मुलाखतीत वर्णन केलेला प्रसंग अर्थात धादांत खोटा आहे. ती म्हणाली होती-

......."श्री. काकासाहेब राणे यांनी माझ्या अंगी असलेले गुण पार सुरुवातीसच ओळखले होते. त्यांची मला सुरुवातीपासून मदत झाली असती तर माझा उत्कर्ष झपाट्याने झाला असता; पण त्यांनी करारात अगदी अशक्य अटी घातल्या... ही पैशाची व भावी आयुष्याची बांधीलकी मला नको होती व अर्थात मी त्यांना नकार दिला. पुढे त्यांनी आपल्याला या गोष्टींचा पश्चात्ताप झाला असे एकदा बोलूनही दाखविले..."

हुशार सुवर्णा! सत्य, अर्धसत्य आणि असत्य यांचा बेमालूम मिलाफ करण्यात, शब्दांना वेडीवाकडी वळणे देऊन नाही नाही ते अर्थ सूचित करण्यात ती फार तरबेज होती! एकदा तर-

पण मी परत गोंधळ केला आहे. अजून लीलाची सुवर्णा झाली नव्हती. मुलाखती तर दूरच राहोत. एजंटला भेटायलासुद्धा तिला तासन्तास थांबावे लागत असले पाहिजे - कारण मला या गोष्टी पुरेपूर माहीत आहेत. आताच्या वेळी ती एक खूप रागावलेली; पण साधीसुधी, पार अप्रसिद्ध; पण महत्त्वाकांक्षी, निग्रही मुलगी होती.

ती माझ्याकडे येऊन गेल्याच्या दुसऱ्याच दिवशी मी तिच्या घरी पत्र टाकले. आमच्या भेटीचा त्रोटक वृत्तांत दिला व तिचे मन वळविण्यात मला यश आले नाही याबद्दल खेद व्यक्त केला; एवढेच नाही तर त्यांना असाही आग्रहाचा सल्ला दिला की, त्यांनी तिला घरीच रमवायचा प्रयत्न करावा व काही करून तिच्या मनावरची ही भुरळ नाहीशी करावी—

पत्र टाकल्यावर काही दिवस हा विषय माझ्या मनात सारखा होता; पण इतर कामाच्या व्यापात मी हे सारे पार विसरून गेलो. मनावरचा परिणाम तर नाहीसा होणे शक्यच नव्हते; पण आठवण आत खोल कोठेतरी दडली होती. पाटणकरांचे, लीलाच्या वडिलांचे पत्र येताच ती आठवण उसळून वर आली.

"आपल्या स्पष्ट पत्राबद्दल व आपुलकीच्या सल्ल्याबद्दल मी आपला फार आभारी आहे; पण मला अशी भीती वाटते की, गोष्टी आता माझ्या हातच्या राहिलेल्या नाहीत. लीलाचे मन वळविण्यात आम्हालाही अपयश आले आहे. तिच्या मनाने या गोष्टींचा भलताच ध्यास घेतलेला दिसतो. जास्त कठोरपणाने वागली तर प्रकरण विकोपास जाईल, त्याचा एखादेवेळी विपरीत परिणाम होईल व मग सर्वांनाच पश्चात्ताप करीत बसायची पाळी येईल अशी धास्ती वाटते. त्यापेक्षा तिच्याच कलाने घेणे बरे, असा मी निर्णय घेतला आहे व तिचे नाव फिल्म ॲकॅडमीत नोंदवले आहे. कदाचित प्रत्यक्ष व निकटच्या सहवासाने तिला खरा प्रकार कळेल व ती आपला नाद सोडून देईल अशी मला आशा आहे..."

सर्व दृष्टींनीच खिन्न करणारे ते एक पत्र होते. तिच्या मनावर या कल्पनेचा किती जबर पगडा बसला होता याचा त्यांना अंदाज आला नव्हता आणि भावी परिणामांचीही त्यांना कल्पना नव्हती. केवळ तिला दुखवायला नको या सबबीखाली त्यांनी संघर्ष टाळला होता; पण ते आपल्या कर्तव्याला चुकत होते - आणि मग

मी स्वतःशीच म्हणालो, जाऊ द्या ना! असे प्रकार सर्वत्र प्रत्यही घडत आहेत! मला कशाला त्याची काळजी?

काळ आपल्या स्वतःच्या गतीने जात होता - काहीजणांना वेळ अगदी शत्रूसारखा वाटत होता - कीर्तीच्या शिखरावरून एकाएकी खाली कोसळलेले हे लोक! आणि काहींना दिवस अगदी वाऱ्यासारखे जात आहेत असे वाटत होते - बिनभरवशाची कीर्ती व संपत्ती लाभलेले हे दुसरे लोक!...

ते वर्ष माझ्या विशेष ध्यानात राहिले आहे. त्या वर्षी माझ्या एका पिक्चरला सुवर्णपदक मिळाले आणि लीलाची पुन्हा एकदा भेट झाली - हे दोन प्रसंग मी शेजारी शेजारी मांडतो व मला असे वाटते की, त्यातले दुसरे कारण जास्त महत्त्वाचे आहे; कारण सुवर्णपदके त्यानंतरही मिळाली, यापुढेही मिळतील — पण लीला परत मला दिसली नाही, कोणालाच दिसली नाही.

कारण लवकरच तिची सुवर्णा होणार होती. सर्वांचे डोळे दिपवणारी, सर्वांचा श्वास रुकवणारी हृदये काबीज करणारी सुवर्णा- अमर सुवर्णा—

पण मी तिची गाठ घेतली, तेव्हा ती पूर्वीचीच लीला होती.

जी गोष्ट झाली त्यात दोष कोणाचाच नव्हता, माझ्या असिस्टंटचा नव्हता आणि लीलाचा तर नव्हताच. माझ्याकडे जर काही चूक असती तर ती मी निदान यावेळी तरी खासच लपवली नसती; पण काही काही वेळा घटनांना आपल्या ताब्यापलीकडचा, एक स्वतंत्रच असा अपरिहार्यपणा असतो असे वाटते.

माझ्या एका पिक्चरमधील एक मायनर पार्ट करणारी नटी काहीतरी कारणाने करार मोडून निघून गेली होती. काहीतरी लग्न किंवा असेच काहीतरी असेल - लहानमोठ्या सर्वच नटींना हा अटॅक अधूनमधून येत असतो आणि अशा वेळी असिस्टंट एजंटला कळवतो. त्याच्याकडून जे कोणी पाठवले जातील त्यांचा इंटरव्ह्यू घेतो किंवा इतर रेप्युटेशन पाहतो आणि योग्य वाटेल त्याप्रमाणे निवड करून टाकतो.

प्रत्यक्ष बिले पहायची वेळ येते तेव्हा ही सर्व कागदपत्रे माझ्या ओझरत्या नजरेखालून जातात. माझ्या स्वतःवर जरुरीपेक्षा जास्त किंवा अनावश्यक काम घेण्याची मला सवय नाही.

आणि ही कागदपत्रे मी चाळत असताना एक नाव एकाएकी माझ्या नजरेसमोर विजेसारखी लखलखून उठले—

लीला पाटणकर!

ती माझ्या स्टुडिओच्या दाराशी येऊन गेली होती आणि मला त्याचा पत्ताही नव्हता! मला वाटते, त्याक्षणी माझी खात्री झाली की, ही चुकामूक चांगल्या गोष्टीची निदर्शक नाही. तिची प्रत्यक्ष भेट झाली असती तर मी काय केले असते सांगता येत नाही. तिची निवड केली असती? तिला प्रोत्साहन दिले असते? तिचे मन आणखी एकदा वळवण्याचा प्रयत्न केला असता? मला माहीत नाही - पण काहीतरी वेगळे झाले असते; पण मला ती संधी मिळालीच नाही. आणखी एक वाट बंद झाली होती. प्रयोगाशिवायच. हाच तो मघाशी सांगितलेला अपरिहार्यपणा!

मी असिस्टंटला बोलावून घेतले. त्या इंटरव्ह्यूबद्दल चौकशी केली; पण मी त्यात विशेष उत्सुकता दाखवली असती तर त्याला खात्रीने आश्चर्य वाटले असते - कारण ते माझ्या स्वभावाला सोडून झाले असते. त्याने आपले काम प्रामाणिकपणे केले होते — लीलाची व माझी अगोदर भेट झाली आहे याची त्याला कशी कल्पना असणार? प्रत्यक्ष तिचे नाव न घेता बाजूबाजूने मला जेवढी चौकशी करता आली तेवढी केली.

"साहेब, आपले काम अगदी नडलेच होते म्हणून मी या लॉटमधील एक तरी पसंत केली — नाहीतर सर्वांनाच नाही म्हणून सांगितले असते. सर्वच्या सर्व एकजात रद्दी होत्या. थर्डक्लास!"

"सर्वच्या सर्व? "

"होय - एकूण एक!" तो अगदी ठामपणे म्हणाला. मी त्याला जायला सांगितले. मला एकदम खिन्न वाटायला लागले होते. माझ्या इच्छेविरुद्ध का होईना; पण तिने काही जरी साध्य करून दाखवले असते तर मला तिचा अभिमान वाटला असता; पण नाही! या थर्डरेट पोरींतही ती उठून दिसली नव्हती - म्हणजे ती अगदीच सामान्य असली पाहिजे! इतका आटापिटा करूनही तिच्या हाती काहीच लागले नव्हते!

पण ती धडपड करीत होती हे तर उघडच होते.

केवढी जिद्द! मी मनाशी कौतुकाने म्हणालो; पण या पोरीचा माझ्या मनावर एवढा का पगडा बसावा, तिच्या भविष्याबद्दल मला एवढी का उत्सुकता असावी आणि तिच्या अपयशाबद्दल मला हे असे दु:खमिश्रित समाधान का व्हावे याचे उत्तर काही मजजवळ नव्हते.

एक गोष्ट उघड होती. ती आपणहून माझ्याकडे आली होती. आता मलाही तिची गाठ घेणे आवश्यक झाले होते. मला अशी थोडीशी आशाही वाटत होती की, आताच्या पराभूत अवस्थेत ती एखादेवेळी माझा सल्ला ऐकेल व हे सर्व काही सोडून देऊन आपल्या घरी जाईल. अर्थात खात्री नव्हती; कारण संतापाने खवळून उठलेली लीला माझ्या आठवणीतून जाणे शक्य नव्हते - तरीही मी आशा करीत होतो - कदाचित आता - कोणी सांगावे?

तिचा पत्ता फाइलमध्ये सहज सापडला.

|| ४ ||

पत्ता काढीत काढीत मी निघालो. मोठे रस्ते, चांगल्या वस्त्या सर्वकाही मागे राहिले, खराब वस्ती लागली. आसपासच्या दुर्गंधीने माझे डोके गरगरायला लागले. गाडी पुढे न्यावी का नाही याचा मी विचार करू लागलो.

मजजवळ पैसे आहेत म्हणून मी स्वतःला इतरांपेक्षा श्रेष्ठ समजत नाही. या गलिच्छ वस्तीत राहणाऱ्या लोकांबद्दल माझ्या मनात तिरस्कार नाही. अशा ठिकाणी कोणी स्वखुशीने का राहते? त्यांनाही प्रशस्त बंगल्यात, आरामात राहायची इच्छा नसेल का? ते येथे राहतात ते नाइलाजाने परिस्थितीने त्यांना तेथे डांबलेले असते म्हणून.

पण लीला? तिनं अशा जागी का राहावे? याचाच मला विषाद वाटत होता. तिच्यावर इतकी हलाखीची वेळ आली होती की काय? मग ती माझ्याकडे का नाही आली? (आली होती! मनाचा एक कोपरा म्हणाला, आली होती!) तिने मला काही लिहिले का नाही? (ती मानी पोरगी लिहिणार? तोच हटवादी कोपरा म्हणाला - मागे एकदा इतकी शोभा झाल्यावर?) मला काहीच सुचेना - मनाचा गोंधळ झाला होता एवढे मात्र खरे.

तिने दिलेला पत्ता शेवटी सापडला. ती एक चार मजली पिवळट काळपट - हिरवट रंगाची चाळ होती. माणसे अक्षरशः कोंबली होती, रस्त्यावर पाच पन्नास पोरे खेळत होती. गॅलऱ्यांतून माणसे होती. जिन्यावर माणसे होती.

खेळणाऱ्या पोरांचा जो म्होरक्या दिसत होता त्याला मी जवळ बोलावले व हातात एक अधेली ठेवली. "गाडीकडे लक्ष द्यायचं बरं का! जाताना आणखी एक अधेली!" एवढेच मी म्हणालो. त्याने केसाला हात लावला, अधेली कानात

अडकवली व गाडीभोवती जमलेल्या पोरांवर तो खेकसला – "ए. पाहा रे x x x! साहेबांच्या गाडीला हात लावला तर पाहा!"

निर्धास्त मनाने मी बिल्डिंगमध्ये शिरलो.

शेवटी मी तिच्या खोलीपाशी पोहोचलो. माझ्याकडे फेकल्या गेलेल्या अर्थपूर्ण कटाक्षांचे, माझ्या पाठीमागे; पण ऐकू जाईल एवढ्या मोठ्याने काढल्या गेलेल्या उद्‌गारांचे किंवा त्या चमत्कारिक हास्यांचे मी वर्णन करीत बसत नाही; पण तिच्या खोलीपर्यंत पोहोचेपर्यंत माझा चेहरा शरमेने व तिच्यावरच्या रागाने लाल झाला असला पाहिजे – तिचा हा आडमुठेपणा, हट्टीपणा, मानीपणा–

दार बंद होते. मी आधी टक्‌टक्‌ केले व मग कडी वाजवली - आत पावलांचा आवाज झाला व दार उघडले गेले-

आत अंधार इतका होता की, मला आतले काहीही दिसत नव्हते; पण तिने एकदम आत ओढलेला श्वास व त्यामागोमागचे शब्द ऐकू आले-

"कोण? काकासाहेब? "

"हो, लीला, मी आलो आहे." आत पाय टाकीत मी म्हणालो.

तिचे पहिले आश्चर्य ओसरताच त्याची जागा रागाने घेतली.

"तुम्ही कशासाठी आलात?" तिचा आवाज कठीण झाला होता.

"मला बसू देशील तर खरी!" मी किंचित रागाने म्हणालो व मग माझ्या या सलगीच्या वागण्याचे मला स्वतःलाच आश्चर्य वाटले.

मी आत पाय टाकला; सगळी खोली बारकाईने पाहिली व मग खोलीतल्या एकाच एका खुर्चीवर बसलो. लीला मागेमागे सरकत गेली होती व आता एका अंधाऱ्या कोपऱ्यात उभी होती. मधूनमधूनच एखादी प्रकाशाची तिरीप तिच्यापर्यंत पोहोचत होती -पण तिच्या अस्पष्ट बाह्य आकृतीशिवाय मला काही दिसत नव्हते. फक्त तिचे ते तेजस्वी, पाणीदार डोळे मात्र या प्रकाशशलाकेत एकदम चमकून उठत होते.

मला एकदम वाटले गुहेत, कोपऱ्यात सापडलेला, जायबंदी झालेला; पण तरीही प्राणपणाने झुंज देण्यास तयार असलेला एखादा हिंस्र प्राणी असाच दिसत असेल! या विचाराने मी अस्वस्थ झालो. मला जराशी भीतीही वाटली.

आमच्या दोघांत शत्रुत्व असण्याचे काय कारण? मला वाटले तिच्या मनातला हा राग आधी दूर केला पाहिजे.

"लीला, तू स्टुडिओत आली होतीस असं मला समजलं."

"आणि तुम्ही बरोबर संधी साधलीत!" तिचा आवाज थरथरत होता. मला वाटते रागामागेच अश्रूही असावेत.

"लीला, माझं ऐकून तरी घेतेस का? "

"काही सांगू नका! काकासाहेब, मी परिस्थितीने अगतिक झाले नसते तर तुमच्या दारी कदापि उभी राहिले नसते! तुम्ही स्वतः मला मदत करीत नाही ते नाहीच - मला माझ्या पायावरही उभी राहू देत नाही! मी आधीच ओळखायला हवं होतं - तुमचा स्वभाव पुरेपूर माहीत असूनही मी लाचारासारखी तेथे आले तीच चूक केली! मीच मूर्ख! "

तिचा हा तर्कटपणा, अविचारीपणा पाहून माझे माथे भडकले. मी एकदम ओरडलो. खूप मोठ्या आवाजात—

"लीला! चूप! एकदम चूप!"

तीसुद्धा दचकली. आवाज खोलीत घुमला व शांतता झाली.

"लीला," मी हलकेच म्हणालो, "तुझ्यासारखी मूर्ख व आततायी मुलगी मी आजवर पाहिली नाही! गैरसमज करून घेऊन विनाकारण डोक्यात राख घालून घेतेस! मला बोलायची संधीसुद्धा देत नाहीस! आता गप्प बस आणि ऐक."

"तू भेटीसाठी आली होतीस हे मला आजपर्यंत माहीत नव्हते - तुला जर यायचेच होते तर आधी पत्राने का कळवले नाहीस? समजा पत्र नाही, मग प्रत्यक्ष त्या दिवशी का भेटली नाहीस? चिठ्ठी का पाठवली नाहीस? फोन का केला नाहीस? मला कळायला काही मार्ग तरी होता का?"

माझ्या शब्दांचा तिच्यावर खासच परिणाम होत होता. ती काही बोलली नाही - मात्र तिचा जोराचा श्वासोच्छ्वास मला ऐकू येत होता.

'आता मूर्ख मुली, मला हे सांग - मला जर तुझ्या मार्गात अडचणी घालायच्या होत्या तर मग मी येथे धडपडत कशाला आलो असतो? आज सकाळी तुझे नाव दिसताच पत्ता शोधून काढून या गल्लीबोळातून येथपर्यंत कशासाठी आलो असतो? सांग ना!"

लीला हुंदके द्यायला लागली होती. मला वाटले हीच संधी आता चांगली आहे. तिला विचाराला वेळ देता उपयोगी नाही.

"लीला" मी आवाज खाली आणून म्हणालो, "तुला एक गोष्ट सांगायची होती. माझ्या असिस्टंटने तुमची सर्वांची चाचणी घेतली. त्याचे मत ऐक. त्याच्या

मते तुमच्या सर्व लॉटमध्ये एकही 'पोटेंशियल टॅलंट' नव्हता! एकही नाही! मी त्याला खोदून खोदून विचारले आहे व हे त्याचे ठाम मत आहे. तो तर पक्षपात करणार नाही ना? त्याचा तर तुझ्याबद्दल काही प्रेज्यूडिस नाही ना? त्याच्या मताला तरी काही किंमत देशील? तो आज कितीतरी वर्षे या लाइनमध्ये आहे. त्याच्या मताला काही मान देशील?"

लीला ओक्साबोक्शी रडत होती. मला तिची फार कीव आली; पण कीव करून गप्प बसण्याची ही वेळ नव्हती. आधीच निराशेच्या आघाताखाली विकल झालेल्या तिच्या मनावर आणखी प्रहार करायला माझे मन धजेना; पण तिच्याच हितासाठी मला हा निष्ठुरपणा करावा लागला.

"लीला, मी मागे सांगितलेले आता पटते का तुला? त्यावेळी तुला वाटले मी उपहासाने बोलत आहे - पण तेच खरे ठरले ना? आता एका त्रयस्थाकडून तुला तुझी खरी किंमत कळली ना? या बिझिनेसमध्ये तुला काही फ्यूचर नाही हे पटले ना? अजून वेळ गेलेली नाही -लीला, अजून वेळ आहे. माझे ऐक! हा नाद सोड! घरी जा! का या दगडाच्या भिंतीवर डोके आपटून घेतेस? हा नाद सोड, लीला, माझे ऐक!"

मनाची किमया कोणाला कळली आहे? संकटांचा, अपमानाचा, निराशेचा, अपयशाचा कशावर कसा परिणाम होईल हे कोण सांगू शकेल? या दाबाखाली, या असह्य ताणाखाली काही मने ठिसूळ होऊन जातात, काही वितळून जातात, काही पार मोडून जातात -निकामी होऊन जातात; पण काही टणक होतात - हिऱ्यासारखे कठीण होतात!

मला कसे माहीत असणार? मला शंका तरी कशी येणार?

माझा आवाज थांबला व मी तिच्याकडून काहीतरी उत्तरांची वाट पाहत राहिलो. तिचाही हुंदक्यांचा आवाज थांबला होता.

खोलीत विलक्षण शांतता होती; पण मला एक अशी अत्यंत चमत्कारिक जाणीव झाली, की प्रत्यक्ष हालचाल होत नसूनसुद्धा खोलीत काहीतरी होत आहे, काहीतरी जडणघडण होत आहे, काहीतरी चालले आहे.

इतका वेळ लक्षात न आलेला कोणत्यातरी टिनपाट घड्याळाचा टक्-टक्, टक्-टक् आवाज एकदम मोठ्याने यायला लागला; पण हा तो मला जाणवलेला बदल नव्हता - ते काहीतरी वेगळेच होते -

एक क्षणभर मला अगदी विलक्षण भास झाला, की ते घड्याळ आपल्या तालात अडखळले - अडखळले आणि परत टक्-टक् करू लागले.

पण त्या निमिषार्धात ते झाले. मी त्याला नाव देऊ शकत नाही. इतका वेळचा तिचा राग हा एखाद्या भट्टीसारखा होता. त्याच्या गरम लहरी माझ्या मनापर्यंत पोहोचत होत्या. तर मग एकाएकी भट्टीऐवजी तेथे थंडगार बर्फ आल्यासारखे मला वाटले. जिवाला शहारा देणारी ही थंड लाट माझ्यावरून गेली आणि माझ्या सर्व अंगावर काटा आला, मानेवरचे केस थरारून ताठ उभे राहिले.

काहीतरी झाले होते आणि ते भयंकर होते, वाईट होते, धोक्याचे होते!

दुसऱ्याच क्षणी लीलाचा आवाज आला आणि माझ्या मनातली उरलीसुरली शंका नाहीशी झाली. तिचा आवाज थंड होता - बर्फासारखा थंड! त्यात राग, खेद, निराशा, दुःख, अशी कोणतीही भावना नव्हती - अगदी लवलेशही नव्हता! असा तो निर्विकार आवाज तिच्या अंधाऱ्या कोपऱ्यातून आला.

"काकासाहेब, शेवटी तुमचे ढोंग उघडे पडले! हा सगळा बनाव एवढ्यासाठीच होता! आणि तुम्ही मला जवळजवळ फसवले होते! ठीक आहे. मला सर्वकाही समजले. कृपा करून आता येथून जा."

मी खरोखर मूर्ख! कोणती गोष्ट केव्हा खपवावी हेच मला कळत नाही. मी पुन्हा तिला सांगण्याचा प्रयत्न केला.

"लीला प्लीज! माझे ऐक! हे ढोंग नाही, बतावणी नाही."

अंधाऱ्या कोपऱ्यातून एखाद्या वाघिणीसारखी झेप घेऊन लीला माझ्यासमोर उभी राहिली. मी तिचा चेहरा आजतागायत विसरलेलो नाही. तिचे डोळे आग ओकत होते. दातावरून ओठ मागे गेले होते. तिचा चेहरा पांढराफटक पडला होता. फक्त गालावर दोन लाल ठिपके होते-

"काकासाहेब, मी शेवटचं सांगते - येथून बाहेर जा. निघून जा. विनाकारण अपमान करून घेऊ नका. मी यापुढे आपण होऊन तुम्हाला जन्मात तोंड दाखवायला येणार नाही. जा."

"पण लीला—" मी अजून मूर्खासारखा बोलत होतो-

आणि मग ती किंचाळली. एखाद्या रानटी श्वापदासारखी किंचाळली.

"बाहेर! बाहेर! चालते व्हा! या क्षणी चालते व्हा! "

मला वाटले ती आता खरोखरच माझ्या अंगावर धावून येणार आहे.

एक क्षणच मी तिच्या विस्फारलेल्या डोळयांत पाहिले.

माझ्या ओळखीची लीला पार गडप झाली होती-

त्या जागी हे दुसरेच कोणीतरी होते-

माझ्या मनाला एक विलक्षण धक्का बसला. मी घाईघाईने त्या कोंदट, अंधाऱ्या, गुदमरविणाऱ्या, भयानक खोलीतून बाहेर पडले - खाली येताना पाय लटपटत होते.

स्टिअरिंगवरचे हात कापत होते. डोळ्यांसमोर मधूनमधून लाल-काळी वर्तुळे सरकत होती.

केवळ नशिबानेच त्या दिवशी मी बंगल्यावर सुखरूप येऊन पोहोचलो.

मी तेथे नक्की काय पाहिले होते? मला समजले नाही.

पण त्यानंतर मी लीलाला भेटण्याचा किंवा तिला पत्र वगैरे लिहिण्याचा अजिबात प्रयत्नही केला नाही.

|| ५ ||

ते पिक्चर पुरे करायचेच अशा जिद्दीने मी काम करीत होतो. वेळोवेळी शरीराकडून धोक्याच्या सूचना येत होत्या - मी तिकडे पार दुर्लक्ष केले. काम चालू ठेवले आणि ठरलेल्या वेळात पूर्ण केले. थाटाचा ऑल इंडिया प्रीमियर झाला आणि त्याच पहाटे माझा ब्रेकडाउन झाला.

समोरचे सर्व जग गरगरत दूर कोणत्यातरी पोकळीत गडप झाले व मनावर एक दाट विषण्ण छाया आली. माझी कंडिशन अतिशय सीरिअस असली पाहिजे. मिनिटे, तास, दिवस यांची मला शुद्धही नव्हती.

पाचसहा दिवसांनी मी या धुक्याच्या बाहेर आलो.

मी दमलो होतो! किती दमलो होतो!

ओव्हर वर्क! टेरिबल स्ट्रेन! डॉक्टर म्हणाले,

त्यांनी पूर्ण विश्रांती सुचवली नाही, जवळजवळ हुकूमच दिला.

"धडपणे जगायचे असेल तर आता मी सांगतो ते ऐका आणि पूर्ण विश्रांती घ्या!" अगदी त्यांच्या तोंडचे शब्द! माझा निरुपाय झाला. विश्रांती तर विश्रांती!

दोन महिन्यांनी शरीर परत ठिकाणावर आले; पण मनाला आलेली शिथिलता काही दूर होईना! कामाचा पूर्वीचा उत्साह पार मावळला होता. समोर कागद आला की, माझे डोके ठणकायला लागले.

वर्षानुवर्षे शरीराला एका चाकोरीतून दामटले होते. आता ते आपला सूड अशा रीतीने घेत होते. कंटाळून मी सर्व कामच बंद केले आणि काही दिवसांसाठी तरी परदेशी जायचे ठरविले.

रोम, मिलान, बर्न, पॅरिस, लंडन, हॉलिवुड- कितीतरी ठिकाणी माझे स्नेही होते आणि त्यांची अगत्याची निमंत्रणे धूळ खात पडली होती.

मी किती कंटाळलो आहे, किती स्टेल झालो आहे, हे मला आता कळले.

हे माझ्या प्रवासाचे वर्णन नाही. तेव्हा मी भारताबाहेर जवळजवळ एक वर्षभर होतो. या पलीकडे काही लिहिण्याची आवश्यकता नाही. कालांतराने मनातली गुंतागुंत जरा जरा सुटत गेली. ज्या गोष्टीचे मला नावही नको होते त्यांच्यात हळूहळू गोडी वाटायला लागली.

जुने बंध परत मला इकडे इकडे खेचू लागले व मी ओळखले की, आता परत जायची वेळ आली आहे. सुमारे सव्वा वर्षाच्या दीर्घ पर्यटनानंतर एका पावसाळी सकाळी मी मुंबईत येऊन दाखल झालो.

घरी आलो, स्नान झाले, कपडे वगैरे केले, चहा घेतला आणि आमची व्यावसायिक साप्ताहिके, नियतकालिके चाळायला घेतली. नुसत्या हेडलाइन्स मी डोळ्याखाली घालत होतो; कारण गेल्या सव्वा-दीड वर्षातल्या घटनांचा संदर्भ मला अजिबात माहीत नव्हता. मला केवळ कुतूहल होते.

अशा बेसावध अवस्थेत असताना तिचे पानभराचे चित्र एकाएकी माझ्यासमोर आले. ओळख क्षणात पटली; पण विश्वास बसायला वेळ लागला आणि - मी नावासाठी खाली पाहिले. खाली नाव लीला नव्हते-

सुवर्णा! त्यांनी तिला सुवर्णा नाव दिले होते.

पण हा प्रकार होता तरी काय? वर्षा-सव्वा वर्षापूर्वी एखाद्या लहानशा पार्टसाठी दारोदार हिंडणारी, अनामिकपणे एका काळोख्या कोपऱ्यात राहणारी लीला! तिच्यात हा एवढा आमूलाग्र बदल कसा झाला? केव्हा झाला? ती इतकी प्रसिद्ध केव्हा झाली? तिच्या फोटोसाठी पाच-पाच हजारांची जाहिरात देण्याइतकी प्रसिद्धीस केव्हा आली? कशी आली?

भारतात पाय ठेवल्याठेवल्या बसलेला हा धक्का चांगला नव्हता. मोठ्या प्रयासाने आलेला मनाचा तोल परत बिघडू लागला. मी पुनःपुन्हा तिच्या त्या पानभर पसरलेल्या चित्राकडे पाहत होतो.

तिचे ते रूपांतर अगम्य होते. ती लीलाच होती; पण नवी लीला! कुरूप सुरवंट कोशात गेला होता आणि हे सोनेरी फुलपाखरू बाहेर आले होते! सुवर्णा! किती सार्थ नाव!

चित्रातल्या लीलाची नजर माझ्यावर खिळली होती. डोळे आधीचेच काळेभोर, टप्पोरे होते; पण आता त्यांच्यात खोल कोठेतरी अस्पष्टसे सोनेरी कण तरंगताना दिसत होते. तिच्या त्वचेला उजळलेल्या सोन्यासारखी झळाळी होती. सुवर्णा! किती सार्थ नाव!

पण हे कोडे मला स्वस्थ बसू देईना. सिने साप्ताहिकांचे व मासिकांचे मागचे अंक मी काढले व ते सर्वच्या सर्व चाळून पाहिले. मग इकडचा एक, तिकडचा एक असे तुकडे जुळवून मी लीलाच्या या भव्य भरारीचे पूर्ण चित्र उभे केले.

सुमारे नऊ महिन्यांपूर्वी तिला मद्रासकडच्या एका पिक्चरमध्ये सपोर्टिंग ॲक्ट्रेसचा रोल मिळाला होता. हेही एक आश्चर्यच होते; पण अशा गोष्टीही नेहमी घडत असतात. खरे नवल त्यापुढेच होते. तिच्या कामाची विलक्षण स्तुती झाली होती. एक-दोन परीक्षकांनी तर तिचे नाव स्टेट अवॉर्डसाठीही घेतले होते आणि त्या परीक्षकांपैकी काहींना मी चांगला ओळखत होतो; तेव्हा प्रशस्ती केवळ भाडोत्री नाही, तर अगदी मनापासून केलेली आहे यात शंका नव्हती.

एवढी सुरुवात पुरेशी होती. त्यानंतर तिला मुंबईच्या एका प्रसिद्ध स्टुडिओने एक-दोन चित्रांत कामे दिली होती व त्यावेळीही तिने सर्वांचे लक्ष वेधून घेतले होते.

पण माझ्या लक्षात एक गोष्ट ताबडतोब आली. अगदी प्रथमपासूनच तिचे बिलिंग 'सुवर्णा' याच नावाखाली झाले होते. लीलाची सुवर्णा सर्वप्रथम झाली होती व मग तिला संधी मिळाली होती. या सर्व प्रकारात मी जी विसंगती शोधत होतो, ती येथे होती.

तिच्यात हा बदल कसा झाला? ही किमया कोणी केली?

मला तिच्या खोलीतली शेवटची भेट आठवली. शेवटच्या क्षणी झालेला किंवा भासलेला तो बदल आठवला आणि आताही अगदी त्याच वेळेसारखी एक शहार आपल्या बर्फाच्या पावलांनी माझ्या सर्व अंगावरून गेली. मला मनोमन खात्री पटली की, येथे जे काही झाले आहे ते नैसर्गिक नाही आणि चांगले नाही.

माझ्या गैरहजेरीत माझ्याकडे अनेक पत्रे आली होती. मागच्या व्यवहारातील काही देणी-घेणी शिल्लक होती. त्याचे अकाउंट्स होते. संध्याकाळपर्यंत वेळ त्यातच गेला. कामाने शीण येत नाही, परत एकदा उत्साह आला आहे. पूर्वीसारखा कंटाळा येत नाही, हे पाहून मला फार बरे वाटले होते. सगळे काम निदान जेवढं एका बैठकीत, कोणाच्या सल्लामसलतीशिवाय संपवता येण्यासारखे होते तेवढे तरी संपवायला संध्याकाळ झाली.

संध्याकाळच्या शोसाठी मी बॉक्स रिझर्व्ह केली होती. सर्वसाधारणपणे हे काम ऑफिस क्लार्क करतो; पण आज मीच स्वतः फोन केला होता. नाव ऐकताच बुकिंग क्लार्क म्हणाला होता,

"काकासाहेब, तसेच या की! साहेबही भेटतील."

"नो नो! मला बॉक्स हवी आणि त्यांना सांगितलं नाहीस तरी चालेल. एखादेवेळी माझ्याबरोबर गेस्ट असतील."

"ठीक आहे काकासाहेब "

मी मुद्दामच जरा उशिरा गेलो. आज मला कोणी ओळखायला नको होते. मला कोणाचीही कंपनी नको होती. सुवर्णाचे पिक्चर होते व मला एकट्याला, एकांतात ते पाहावयाचे होते. एकाग्रतेने, डिस्टर्ब न होता लक्ष देऊन पाह्यचे होते.

माझ्या उत्कंठेचे मलाच एक विलक्षण नवल वाटले. माझे स्वतःचे पिक्चर असले तर इतक्या वर्षांच्या अनुभवानंतरही थोडीशी एक्सायटी असतेच; पण हे वेगळेच होते. ही उत्कंठा नेहमीची नव्हती. एखाद्या शाळकरी पोरासारखी मी वाट पाहत होतो. मला असे वाटले की, माझ्या मनात उत्कंठेबरोबरच किंचितशी अस्वस्थताही होती.

सुवर्णा पडद्यावर आली आणि माझा श्वास छातीत अडकून राहिला.

'खोज' चित्र गेल्या दोन-तीन वर्षांत लाखो लोकांनी पाहिले आहे. कथा सामान्य आहे, दिग्दर्शनही बेताचेच आहे. सेट्स, फोटोग्राफी, साउंडिंग, प्लेबॅक या सर्व तांत्रिक गोष्टी परफेक्ट आहेत. कामेही बेताचीच आहेत.

फक्त सुवर्णा सोडून!

गोष्ट थोडक्यात अशी आहे. चार बहिणी असतात. थोरलीचे लग्न एका खूप श्रीमंत माणसाशी झालेले असते. तिच्या खालच्या नंबरचे लग्न एका सुविद्य प्राध्यापकाशी झालेले असते व अगदी धाकटी एका प्रसिद्ध; पण कंगाल देशभक्ताच्या प्रेमात सापडलेली असते. या श्रीमंत; पण व्यसनी, एक बुद्धिमान; पण दरिद्री

आणि एक देशभक्त; पण भूमिगत असे तीन तरुण तिच्यावर प्रेम करीत असतात. देशभक्त गोळीबारात मरण पावतो आणि श्रीमंत शेवटी सुधारतो व त्याचे सुवर्णाशी लग्न होते.

सगळेच क्रूड होते, ओढून ताणून आणल्यासारखे वाटत होते. योगायोगांच्या भाराखाली मूळ कल्पनेचा चेंदामेंदा झाला होता.

पण सुवर्णा! तिला कोण विसरू शकेल?

तारेच्या कंपाउंडच्या आत मृत देशभक्ताच्या पार्थिव देहास अग्नी दिला जात असतो (अशक्य कोटीतला प्रसंग) आणि बाहेर, हातात गज आवळून, भरलेल्या नेत्रांनी आत पाहणारी सुवर्णा.

शी वॉज मॅग्निफिसंट! सुपर्ब! टेरिफिक!

मेकअप आर्टिस्ट, कॅमेरामन यांच्या ट्रिक्स, लाइटिंग, बॅकग्राऊंड संगीत या सर्वांनी तिच्याभोवती आकर्षक असे एक वलय निर्माण केले होते; पण या साऱ्यातूनही तिच्या व्यक्तिमत्त्वाची ज्योत धगधगत होती. ती एक अत्यंत श्रेष्ठ दर्जाची अभिनेत्री झाली होती यात शंका नव्हती.

मला खरोखर आनंद व्हायला हवा होता आणि तसा आनंद झालाही; पण तो निर्भेळ नव्हता. कारण मला सारखे वाटत होते, की सुवर्णाची ही धगधगती ज्योत शुद्ध नाही. ती धुराने थोडीशी काळवंडलेली आहे. एका क्षणात मनात उमटून गेलेली ही कल्पनाचित्रे आहेत. त्यांचा उगम, त्यांचा अर्थ मला विचारू नका.

पिक्चर संपले ते अँटिक्लायमॅक्सच्या नोटवरच! पण प्रेक्षकांना त्याच्याशी कर्तव्य नव्हते. या सुवर्णाने त्यांची हृदये जिंकली होती; आपल्या प्रत्येक भावनावेगाबरोबर त्यांना वाहवत नेले होते. तिच्यासाठी त्यांनी श्वास रोखले होते, तिच्यासाठी त्यांची अंतःकरणे पिळवटून निघाली होती, त्यांच्या मनासमोर ती आणि फक्त तीच होती!

तिला भेटणे आता आवश्यकच झाले होते आणि शक्य तितक्या लवकर! तिच्यात आणि माझ्यात कोणते पाश निर्माण झाले होते ते मला समजत नव्हते; पण तिची मला काळजी वाटू लागली होती हे निश्चित!

तिच्या नावावर फोन होता; पण मी स्वतः फोन करायचे टाळले. मी प्रत्यक्ष बोलू लागलो तर ती मला भेटायला नकारसुद्धा देईल अशी मला भीती वाटत होती. तिला फोन करून संध्याकाळी सातची अपॉइन्टमेंट घ्यायला मी क्लार्कला सांगितले.

"सुवर्णाबाईंना सांग." मी त्याला बजावले- "की मला दुसरा वेळ नाही. त्यांना सांग की, मी आता ऑफिसमध्ये नाही व तुला भेटणार नाही. सातला एकदम तिकडेच येणार आहे असे त्यांना सांग."

माझी भेट टाळायला तिला पळवाट राहू द्यायची नव्हती आणि माझी खात्री होती की, असा निश्चित निरोप मिळाल्यावर त्यावेळी बाहेर जायचा उद्दामपणा ती माझ्याशी करणार नाही. निदान या पहिल्या भेटीच्या वेळी तरी नाही.

पुढे काय होईल ते या भेटीवर अवलंबून होते.

"काय म्हणाल्या? " क्लार्क आत येताच मी त्याला विचारले.

"आधी म्हणत होत्या की, आज वेळ नाही. पुन्हा केव्हातरी मी स्वतःच फोन करून कळवीन. दोनतीनदा असं म्हणाल्या व मग शेवटी मी जेव्हा तुमचा निरोप सांगितला तेव्हा म्हणाल्या, ठीक आहे. मी घरी आहे."

तिच्याबद्दलचा माझा अंदाज चुकला नव्हता!

॥ ६ ॥

सकाळीच पावसाची एक तुफानी सर येऊन गेली होती. त्यानंतर ढग जरासे निवळले होते. मधे तर जरासे मळकट पिवळे ऊनही पडले होते. दुपारभर पावसाची अधूनमधून रिपरिप चाललीच होती; पण मी संध्याकाळी लीलाकडे निघालो तेव्हा मात्र आकाश पोलादी करड्या ढगांनी काठोकाठ भरले होते. पाऊस वेळेच्या वळणापलीकडे होता; पण इतका जवळ, की तो जवळजवळ प्रत्यक्षच जाणवत होता. एखादे जनावर साखळीने खेचून मागे धरावे तसे ढग खेचले गेल्यासारखे वाटत होते; पण कोणत्याही क्षणी पाऊस धूमधडाक्याने कोसळायला लागेल...

आठ-नऊ खोल्यांच्या आलिशान फ्लॅट्सच्या इमारतीत लीला राहत होती. पैशाच्या बळावर येथे माणसे एकमेकांपासून शक्य तितकी दूर, शक्य तितकी अलिप्त राहत होती. पैशांच्या सोनेरी कवचात.

सोनेरी - सुवर्णा! ती आता माझे स्वागत कसे काय करणार आहे याचा मला काही अंदाज बांधता येत नव्हता - आणि मग मला या विचाराचे जरासे हसूही आले. पूर्वी ती हवालदिल झाली होती. एखाद्या जखमी जनावरासारखी लपूनछपून अंधाराच्या आडोशाला बसली होती, तेव्हाही मला हीच शंका आली होती- आणि आता ती वैभवाच्या शिखरावर होती. तिला कशाचीही वाण नव्हती, तरीही मला तीच शंका येत होती?

आमच्या दोघांच्या स्वभावाची घडणच अशी विचित्र होती की केव्हाही, कोणत्याही परिस्थितीत आम्ही मित्रत्वाने, सहभावनेने एकत्र येऊच शकत नव्हतो! दोघांना एकमेकांच्या गुणाबद्दल आदर असूनही!

मी घंटा वाजवली आणि पाच सेकंदांतच दार उघडले गेले.

लीलाच दाराच्या आत उभी होती.

लीला नव्हेच ती सुवर्णा!

एखाद्या मासिकातल्या फॅशन प्लेटसारखी ती सजली होती. तिने वापरलेला उंची सुगंध माझ्यापर्यंत तरंगत येत होता. तिचे सारे रूपच मनाला मुग्ध करून टाकणारे होते. डोळे दिपवून टाकणारे होते.

माझी भेट तिला टाळता आली नव्हती. तिचा अल्पमती मेंदू कसा काम करीत होता ते माझ्या ध्यानात आले. माझी भेट घ्यावी लागणारच होती आणि मग त्यासाठीच ती सजली होती! बचावाचा सर्वोत्तम मार्ग म्हणजे हल्ला! तिने सर्व काही वापरले होते. उंची, तंग, झिरझिरीत वस्त्रे मेकअप, केशभूषा, सेंट - आणि हे पाहूनच मला धीर आला. माझ्यासाठी ती जर इतकी हिशेबाने व विचाराने वागत असली तर - तर - तर मग त्यांचा अर्थ हा की, ती मला भीत होती!

दार उघडून ती माझ्याकडे एकदोन सेकंद पाहत राहिली व मग हसली.

"काकासाहेब! या ना आत — " ती गोड आवाजात म्हणाली व मी तिच्यामागोमाग हॉलमध्ये गेलो. डेकोरेशन, फर्निचर, शोभेच्या वस्तू सर्वकाही तिच्या रुबाबाला साजेसेच होते; पण पहिल्या एका नजरेनंतर मी खोलीकडे पाहिलेही नाही. माझी नजर सुवर्णावरच होती. माझ्यासमोर तीनचार फुटांवर ती बसली होती. प्रथम काही वेळ तिने माझ्या नजरेला नजर दिली व मग ती खिडकीबाहेर पाहू लागली.

"लीला- " मी बोलायला सुरुवात केली आणि थांबलो. ते नाव ऐकताच तिच्या चेहऱ्यावर तिरस्कार उमटला होता. तिने डोळे मिटून घेतले होते.

"काकासाहेब, ते नाव वापरू नका." ती भरभर बोलत म्हणाली.

"ओ के! ॲज यू वुइश्! सुवर्णा तर! सुवर्णा, मी काल तुझ्या पिक्चरला गेलो होतो." तो काही न बोलता होती तशीच बसून राहिली; पण तिच्या गळयाजवळची एक निळी शीर थड्थड् उडायला लागली होती.

"सुवर्णा, इट्स वॉज वंडरफुल! मी पिक्चरसंबंधी बोलत नाही, तुझ्याबद्दल बोलतोय - यू वेअर सुपर्ब! मॅग्नीफिसंट! आणखी काय सांगू?"

तिची मान सावकाश वळली. तिचे डोळे उघडले व माझ्यावर खिळले, मी स्क्रीनवर तिचा क्लोजअप पाहिला होता; छापलेला तिचा मोठा फोटोही पाहिला होता- पण आता इतक्या जवळून माझ्यावर खिळलेली ही तिची नजर...

तिचा लोकांवर इतका प्रभाव कसा पडत होता ते मला समजले. मी या धंद्यात पूर्ण मुरलेला- पण माझ्यावरही त्या विलक्षण नजरेचा परिणाम झाल्याखेरीज राहिला नाही आणि डोळ्यावरून ओळख पटते असे म्हणाल तर या डोळ्यांत मला लीला दिसत नव्हती - हे एका अपरिचित व्यक्तीचे डोळे होते आणि माझ्या मनात एक लहानसा धक्का देणारा विचार आला. अशी नजर असलेली व्यक्ती मी मित्र म्हणून जवळ केली नसती! ओ नो!

"काकासाहेब," सुवर्णा आपल्या गोड आवाजात म्हणाली, "ज्याने तुमचे वर्षा दीड वर्षापूर्वीचे शब्द ऐकले आहेत त्याचा आता आपल्या कानांवर विश्वास बसणार नाही, नाही का? त्यावेळी मी तुम्हाला रद्दी, टाकाऊ थर्डरेट वाटत होते! आमचे ख्यातनाम दिग्दर्शक काकासाहेब राणे!"

तिचा काय प्रयत्न चालला होता? मला भडकविण्याचा? माझी समजूत होती त्यापेक्षाही तिला कमी अक्कल होती? मी शांतपणे म्हणालो,

"खरं सांगू का सुवर्णा, माझा स्वतःचाही माझ्या डोळयांवर विश्वास बसेना! तुला माहीत आहे ना गेले दीड वर्ष मी हिंदुस्थानात नव्हतो ते? परत आल्याला अजून दोन दिवससुद्धा झालेले नाहीत. मी काल पिक्चर पाहिले आणि मला शॉक बसला. खोटं नाही सांगत तुला सुवर्णा -"

अजून ती तशीच माझ्याकडे पाहत बसली होती. मी हलकेच म्हणालो,

"सुवर्णा, गेल्या दीड वर्षात काय झाले? वरवर दिसते तितकी ही गोष्ट साधी नाही. तू मला फसवू शकत नाहीस. मी तुला सुरुवातीस पाहिले आहे अन् आता पाहत आहे. मला स्पष्ट दिसत आहे की, काहीतरी घडले आहे, काहीतरी विलक्षण घडले आहे - सुवर्णा, मला सांग. काय झाले आहे?"

एक क्षणभर तिच्या डोळयांत मार्दव आले. मला माहीत असलेली लीला एक क्षणभरच त्या विशाल नेत्रांत मला दिसली. मला वाटले की, सुवर्णा आता काहीतरी सांगणार आहे - महत्त्वाचं सांगणार आहे.

पण तो क्षण गेला. डोळयांतली लीलाची आठवण मावळली. तिचे डोळे कठीण झाले. तिला आतूनच कशाची तरी उभारी होती आणि ते आताइतके कधीही मला स्पष्ट दिसले नव्हते. ती एक दाहक ज्वाला होती, एक सोनेरी ज्योती होती - पण धुरकटलेली! काळवंडलेली!

"माझे गुपित केव्हा कळेल असं झालं असेल तुम्हाला, नाही का काकासाहेब? तुमचे प्रेस्टिज पणाला लागले आहे, नाही का? तुम्ही ज्याला हात लावता त्याचे सोने होते म्हणतात. मग हे तुम्ही खाली टाकून दिलेले मातीचे ढेकूळ, हा दगड - याचे सोने कसे झाले? ही गावठी, अननुभवी, मूर्ख मुलगी - हिची सुवर्णा कशी झाली? समजून घ्यायला तुम्ही अगदी उतावळे झाला असाल, नाही का काकासाहेब?"

शब्दाशब्दागणिक ती मला डिवचण्याचा प्रयत्न करीत होती. प्रत्येक शब्द जहरी रागाने भरलेला होता, विषारी बाणासारखा होता; पण मला राग आला नाही. तिने असे वागण्याचे कारण काय, हे शोधण्यातच मी गर्क झालो होतो. तिच्या शब्दांना मी फारशी किंमत दिलीच नाही...

"सुवर्णा, मी तुला माझे मत सांगितले होते. कदाचित त्यावेळी मी वाजवीपेक्षा जास्त टीका केली असेल -पण ते माझे खरे मत होते, माझ्या हाताखालून शेकडो नट-नटी गेल्या आहेत आणि मला अनुभव आहे. माझे मत झाले होते ते योग्य होते — माझी चूक होण्याची शक्यता नव्हती. अगदी उच्च दर्जाचा दिग्दर्शकसुद्धा तुला केवळ वर्षा-सवा वर्षात इतकी उत्तम अभिनेत्री बनवू शकला नसता आणि म्हणून मी विचारतो — तू काय केलेस, सुवर्णा?"

पुन्हा एकदा तिला हा प्रश्न बोचला. रागाने तिच्या नाकपुड्या परत थरथरू लागल्या. किंचित कापणाऱ्या आवाजात ती म्हणाली,

"काकासाहेब, मी यश मिळविले की नाही?"

"होय, तू निर्विवाद यशस्वी झाली आहेस, सुवर्णा."

"मग झालं तर! माझे ध्येय मी गाठले!"

"पण कसं? तेच तर मी तुला विचारतो आहे, सुवर्णा! तू काय केलंस?"

"त्याच्याशी काय कर्तव्य आहे? माझं काम झालं ना? द एंड मॅटर्स, काकासाहेब बॉट द मीन्स!"

"ओ बट दे डू, सुवर्णा, दे इन्डीड् डू!" मी हलकेच म्हणालो- आणि एका क्षणात मला साऱ्याचा उलगडा झाला. तिला माझा इतका राग का आला होता हेही स्पष्ट झाले - मी या नव्या ज्ञानाच्या दृष्टीने तिच्याकडे पाहिले आणि माझी खात्री पटली की, तिने या यशासाठी काहीतरी केले आहे - काहीतरी भयंकर केले आहे - ती जाणीव तिला आता टोचत आहे व त्याचा राग ती आता माझ्यावर काढीत आहे. स्पष्ट विचाराच्या या लखलखणाऱ्या; पण निःशब्द विजेखाली,

जणूकाही एक अनोळखी, अकल्पित आणि भयानक देखावा माझ्यासमोर क्षणभर उभा राहिला होता. सर्व प्रसंगाचे एकमेकांशी बरोबर संबंध जुळत होते- जर माझा हा तर्क खरा असेल तर!

"सुवर्णा, तू काहीतरी भयंकर केले आहेस आणि आता तुला त्याचा पश्चात्ताप होत आहे. मला सांगतेस का सुवर्णा? माझ्यावरचा राग विसर आणि मला विश्वासात घे - मी मदत करायला तयार आहे - खरंच सांग सुवर्णा - माझ्यावर विश्वास नाही का तुझा?"

मला वाटते की, एक पळभर खरोखरच ती बोलायला तयार झाली होती - पण पुन्हा एकदा ती संतापाची, रागाची धुमसणारी काळी लाट आली आणि तिचे मन बदलले. तिचे डोळे परत कठीण झाले.

"काकासाहेब," ती फसव्या गोड आवाजात म्हणाली, "तुमचा काहीतरी गैरसमज झाला आहे. डोळ्यांसमोर दिसणारी गोष्ट तुम्ही मान्य करीत नाही; कारण त्यात तुमची नामुश्की आहे. त्यासाठी तुम्हाला असले काहीतरी गूढ, रहस्यमय कारण लागत आहे; पण मला या गूढ गोष्टी कळत नाहीत!"

पण ती मला फसवू शकली नाही. तिचे क्षणभर द्विधा झालेले मन, चाळवले गेलेले चित्त, मला आता प्रत्यक्ष दिसले होते.

"सुवर्णा, आता ही बतावणी पुरे! मला दिसत आहे की, तुला मदतीची जरुरी आहे. फार फार जरुरी आहे. माझ्याजवळ मन मोकळे कर, सुवर्णा. मला सांग, काय झालं आहे?"

आणि तिचा राग उफाळून वर आला.

"मला ढोंगी म्हणता!" ती कडाडली, "तुम्हीच ढोंगी आहात काकासाहेब! यू आर ए हंबग, काकासाहेब! जा! माझा वेळ घेऊ नका!"

मला निघावेच लागले. मी शिष्टसंमत मर्यादा उल्लंघू शकत नव्हतो. तरी मी दारापासून तिला शेवटचे एकदा सांगितले-

"सुवर्णा, तू आता मला काहीही बोललीस तरी मी ते मनावर घेणार नाही. जेव्हा मदत लागेल त्याक्षणी माझ्याकडे ये - अगदी मध्यान्ह रात्रीसुद्धा -! मी तयार आहे."

"गेट आउट काकासाहेब! " ती किंचाळली, "यू ओल्ड चीट!"

पुढचे शब्द मला ऐकू आले नाहीत. मी खाली आलो. गाडी सुरू केली व घराकडे निघालो. मी निराश झालो होतो हे तर खरेच आहे; पण त्यातल्या त्यात

एका गोष्टीचे मला समाधान होत होते - ती शेवटपर्यंत मला 'अहो काकासाहेब' असेच म्हणत होती!

सुवर्णाची लोकप्रियता दिवसेंदिवस वाढतच होती. मी तिचे प्रत्येक पिक्चर पाहिलेले आहे. सुवर्णा सर्वांच्या स्मृतीत अमर झालेली आहे. तिने काम केलेल्या चित्रपटांची संख्या खूप होईल आणि प्रत्येक वेळी तिचे काम अविस्मरणीय झालेले आहे. अशी अखंड यशस्विता फारच थोड्यांच्या नशिबात असते. कितीही चांगला कलावंत असला तरी काही काही वेळा त्यालाही अपयश येते.

पण सुवर्णाचे तसे नव्हते. ती एकदा जी अजोड ठरली ती पार शेवटपर्यंत अजोडच राहिली. नवल नाही तिच्या व्यक्तिगत आयुष्याबद्दल. तिच्या आवडीनिवडीबद्दल, तिला मिळत असलेल्या पैशांबद्दल लोकांनी वाटेल तसल्या अफवांवर विश्वास ठेवला होता; पण या सर्व प्रसिद्धीच्या मागची खरी सुवर्णा कोण ओळखत होते?

मी वर 'शेवटपर्यंत' असे म्हटले आहे - कारण तिचाही शेवट झाला. आकाशात लखलखणारी उल्का एकदम अदृश्य व्हावी तशी सुवर्णा गेली. प्रसिद्धीच्या, वैभवाच्या, लोकप्रियतेच्या अत्युच्च शिखरावर असताना गेली. कोणाच्या ध्यानीमनी, स्वप्नीही ही शंका आली नसेल -

झोपेच्या गोळ्या खाऊन सुवर्णाने आत्महत्या केली.

कॉटशेजारच्या टेबलावर एक दोन ओळींचीच चिठ्ठी होती-

यापुढे काहीही सहन करणे मला शक्य नाही.
माझा निरुपाय झाला आहे.

- सुवर्णा

बस! एवढेच!

लोकांना बसलेल्या धक्क्याचे वर्णन अशक्य आहे.

पण मी? मी काय विचार करावा? माझा यात काही दोष होता का? केले यापेक्षा मी आणखी काही जास्त करू शकलो असतो का? शेवटपर्यंत तिने माझ्याविरुद्ध एक शब्दही काढला नव्हता; पण मी जर तिच्या पर्सनल गोष्टीत जास्त ढवळाढवळ केली असती तर तिने हा संयम पाळलाच असता असे कोण सांगू शकेल? आणि तिने एक शब्द बोलायचा अवकाश - आमच्या दोघांच्या

मस्तकाभोवती अफवांचे आग्यामोहोळ उठले असते - नो! नो! मला माझ्या मर्यादा बरोबर माहीत होत्या-

तरीही मला विलक्षण उदासीनता आली. सुवर्णा ज्या रीतीने वर आली ते मला पसंत नव्हते आणि तरीही मला खेद होत होता-

जाऊ द्या! मन फार गुंतागुंतीचे आहे आणि फसवेही आहे-

तिच्या मृत्यूनंतर तिसऱ्या सकाळी मला तिचे पत्र मिळाले. अर्थात आधी मलाही कळले नव्हते की, ते तिचे पत्र आहे; कारण वर फक्त माझे नाव होते. आतली हस्तलिखिताची दोन पाने उलटली व मग पत्राच्या शेवटी मला तिची सही दिसली - आधी 'सुवर्णा' असे लिहिले होते व मग ती अक्षरे खोडून 'लीला' असे लिहिले होते

''प्रिय काकासाहेब,

तुमच्याशी बोलण्याची ही शेवटचीच संधी आहे. हे पत्र वाचत असाल तेव्हा मी हे जग सोडून गेलेली असेन. मला ही एकच आणि शेवटची संधी मिळणार आहे - काकासाहेब, हजारो लोकांशी माझा संबंध आला; पण तुम्ही एकच काय ते शेवटपर्यंत प्रामाणिक राहिलात, तुम्हीच काय ती मदतीची कदर केली नाही आणि तरीही तुम्ही जाताना म्हणाला होता- सुवर्णा, मदत लागली तर माझ्याकडे ये! केव्हाही ये! काकासाहेब, मी तुमच्याकडे आले आहे. शेवटच्या क्षणी आले आहे. माझी चारी बाजूंनी कोंडी झाली आहे. मी कोणाच्याही मदतीपलीकडे गेले आहे. आता मला मदत नको आहे- मनातल्या वादळाला वाट करून द्यायची आहे - आणि त्यासाठीच तुमच्याकडे आले आहे. काकासाहेब, तुमची मुलगी अशी वागली असती व शेवटी तुमच्या पायाशी आली असती तर तुम्ही तिचे अपराध पोटात घातलेच असते ना? काकासाहेब, मलाही तुमची मुलगीच समजा- काकासाहेब, माझे आजवर फार चुकले आहे. मी आता तुमची क्षमा मागत आहे. आणखी काय लिहू?''

''घटना जशा घडत गेल्या निदान जशा मला आठवतात- तशाच लिहीत आहे. काकासाहेब, सगळा मान गिळून मी तुमच्या स्टुडिओत आले होते. मला नकार आला त्यावेळी मला माहीत नव्हते की, ही गोष्ट तुमच्यापर्यंत आलीच नव्हती. सगळा दोष मी तुमच्या माथी मारला. तुम्ही मला भेटून गेलात - वास्तविक त्यानंतर माझे मन तुमच्याबद्दल साफ

व्हायला हवे होते - पण नाही! माझा राग आणखीच वाढला. त्यावेळी मी एखाद्या पिसाट जनावरासारखी झाले होते. काम नव्हते - काही दिवस तर खायलाही मिळत नव्हते - खरे-खोटे, सत्यसृष्टी-भास यातला भेदच मला समजत नव्हता- आणि अशा एका काळ्या रात्री ते घडले - खरोखरच ते झाले की, माझ्याच कांचलेल्या मेंदूचा तो एक भास होता - मला सांगता येत नाही."

"मला त्या खोलीत कोणी नेले ते आठवत नाही. खोली कोठे होती तेही आठवत नाही. मला एकदम दिसले, की मी एका सजवलेल्या खोलीत आहे व माझ्यासमोर कोणीतरी अनोळखी पुरुष बसलेला आहे. त्याच्यावर माझी नजर आश्चर्याने, भयाने खिळून राहिली होती. तो काळाकुट्ट होता, अगडबंब होता. त्या प्रशस्त खुर्चीतही त्याचे थुलथुलीत शरीर कसेबसे मावले होते. त्याच्या प्रत्येक हालचालीबरोबर त्याच्या सर्व शरीरावरच्या मासाच्या वळकट्या हलत होत्या. तो सारखा चेहऱ्यावरचा घाम पुसत होता. चरबीत रोवलेले लहान बटनासारखे काळे कुळकुळीत डोळे माझ्यावर खिळले होते. मधूनमधून एखाद्या नागिणीसारखी त्याची जीभ बाहेर येत होती, ओठावर फिरत होती. हे जर स्वप्न असेल तर ते विलक्षण खरे वाटत होते."

"तो अगदी अनपेक्षित अशा चिरक्या आवाजात बोलू लागला. त्याचे शब्दही स्पष्ट येत नव्हते, बोबडा बोबडा उच्चार येत होता—तो म्हणाला—

"पोली, तू घाबलली आहेस. मला भ्यायचे काहीच कारण नाही. मी तल सगळ्यांची कामे कलती. सगळ्यांना मदत करतो. माझे नाव कनवल आहे. मी कमिशन एजंट आहे. दलाल आहे. आडत्या आहे आणि माझी दलाली मला मिळाली तल मी वाटेल ते काम कलतो! वाटेल ते! घाबलू नकोस पोली!"

कोळ्याच्या धाग्यासारखे नाजूक; पण असंख्य पाश माझ्याभोवती पडत आहेत असे मला वाटले. बोलणे तर दूरच राहिले, विचार करणेसुद्धा मला जड जायला लागले. माझ्याबरोबर जे कोणी आले होते ती व्यक्ती म्हणाली,

"हिची खूप मोठी नटी व्हायची इच्छा आहे."

"नटी? मोठी नटी?" तो आपल्या बोबड्या आवाजात म्हणाला.

"गाल्बोपेक्षा मोठी? जगप्लसिद्ध नटी व्हायचंच?"

ते पाश असंख्य संख्येने पडत होते. कान, नाक, डोळे, तोंड सारेकाही त्यात गुरफटल्यासारखे झाले होते; पण मला त्यापासून त्रास अजिबात होत नव्हता. असे वाटत होते की, हे थरावर पडणारे थर, हा खच, सारेकाही आपल्या शरीरात शोषले जात आहे. माझ्यातच ही काहीतरी भर पडत आहे.

"होय, बोलले मीच; पण माझा आवाज मलाच ओळखू आला नाही. मला आत कोठेतरी सारखे वाटत होते की, हा प्रकार चांगला नाही. यात आपण भाग घेता कामा नये; पण हे विचार मनाच्या ज्या एका भागात येत होते ते भाग, ती पूर्वीची लीला, हेच सारे या आवरणाखाली निष्क्रिय होत चालले होते आणि इतके दिवस मनात सुप्त रूपाने राहिलेल्या गर्वाच्या, अहंकाराच्या, लालसेच्या भावना, मनाचा सर्व असंस्कृत भाग- हा मोकळा होत होता, वर येत होता.

"पण मग त्याला फाल फाल मोठी किंमत पडेल. आहे कबूल?"

"होय." परत माझ्या तोंडून त्या नव्या, विचित्र आवाजात शब्द आला.

"वा वा! छान! तल मग आपण आता एक लहानसा कलाल कलून टाकू या, अं? नाव कोणतं घालायचं? लीला नको! नवीन हवं. अगदी नवीन आणि अनुलूप आठवलं! सुवलणा! सुवलणा! पोली, मी तुझं नाव सुवलणा ठेवतो! आणि सोन्यासालखी तुला घडवतो! कबूल? कल तल मग येथे सही."

मला कशाचाच अर्थ कळत नव्हता. कसला करार? कसली सही?

माझ्या हाताला टाचणीसारखे काहीतरी बोचले. एव्हाना आसपास काय चालले आहे याचीही मला शुद्ध नव्हती. ही हातातली बोच गेली. कोणीतरी माझा हात धरून मला त्या विलक्षण आणि भयानक खोलीतून बाहेर आणले आणि मी माझ्या खोलीत जागी झाले.

माझे डोके विलक्षण ठणकत होते. हातालाही रग लागली होती. जेव्हा मी हात पाहिला तेव्हा डाव्या हातावर एक चांगला दीड इंच लांबीचा ओरखडा दिसला. रात्री कुठेतरी खरचटले असले पाहिजे व मनाच्या त्या विलक्षण अवस्थेत एखाद्या स्वप्नाच्या रूपाने ते मला दिसले असले पाहिजे, अशी मी माझ्या मनाची समजूत काढली. तीन-चार दिवस ते स्वप्न

सारखे डोळ्यांसमोर येत होते व मला भयंकर धास्ती बसली होती; पण काही झाले नाही व मी सारे पार विसरून गेले. सर्वकाही विसरून गेले!

मद्रास स्टुडिओचे नाव मला कोणी सुचवले आठवत नाही- पण मी तिकडे जायचे धाडस केले. सारख्या मिळत गेलेल्या नकारांनी माझ्यात एक प्रकारची बेपर्वाईही आली होती - जास्त काय करतील? 'नको' म्हणून सांगतील ना! मला तो पार्ट मिळाला - आणि मी आजवर घेतले नव्हते इतके कष्ट घेतले आणि मला कल्पनेबाहेर यश आले!

त्यानंतर मला काहीही कठीण गेले नाही. यश, कीर्ती आणि पैसा पायाशी लोळण घेऊ लागला. माझ्या मनाची खात्री झाली की, माझ्या अंगी प्रथमपासूनच हे गुण होते, फक्त त्यांना वाव मिळायला हवा होता, तो आता मिळाला!

आणि काकासाहेब! तुम्ही मला भेटायला आलात. ती भेट मला आठवते आणि शरमेने माझे मन करपून जाते. तुमच्यासारख्याशी मी अशी वागले! पण आता ते सर्व होऊन गेले आहे, नुसता पश्चात्ताप मात्र हाती आहे!

काहीतरी बदल झाला होता ही गोष्ट तुमच्या तीक्ष्ण नजरेतून सुटली नाही. काकासाहेब, आता वाटतं त्याच वेळी तुमच्याजवळ सर्वकाही सांगितलं असतं तर-? पण तुम्ही तरी काय करू शकला असता? आणि सांगण्याइतकी माझी तरी खात्री कोठे होती? तो प्रसंग म्हणजे मी एक विकृत स्वप्नच समजत होते-अगदी परवापरवापर्यंत-

आणि एका रात्री मला कळले, की ते स्वप्न नव्हते. ते सत्य होते! कितीही भयानक, अविश्वसनीय वाटले तरी ते सत्य होते!

मी त्या रात्री आठ-साडेआठला अगदी थकून घरी आले. नव्या पिक्चरची महुरात झाली होती. माझ्या आयुष्यातला हा सर्वांत मोठा चान्स होता. पिक्चर इंटरनॅशनलला जाण्याची शक्यता होती. इतर वेळी दगडासारखी थंड असणारी मी- मीही यावेळी उत्कंठित झाले होते.

तर मग मी रात्री घरी आले आणि माझ्या हॉलमध्ये तो बसला होता.

एक क्षणभर माझा माझ्या डोळ्यांवर विश्वासच बसेना- कनवल!

ही स्वप्नातली आकृती, हा रात्रीच्या अंधाराचा तुकडा, हा भास, हा भ्रम हा येऊच कसा शकला? मी वेड्यासारखी त्याच्याकडे पाहतच राहिले.

"वा! वा! किती छान दिसतेस तू सुवलणा!" पुन्हा त्याचा तो बोबडा आवाज, ते बटणासारखे डोळे आणि ती ओठावरून फिरणारी जीभ-

मी एखाद्या खुर्चीत अंग झोकून दिले असले पाहिजे.

"मला विसरलेली दिसतेस तू सुवर्णा!" चेहऱ्यावरचा घाम पुशीत तो म्हणाला, "विसलून कसं चालेल? आपला कलाल झाला नाही का? सौद्याची माझी बाजू मी पुली केली आहे आणि आता आमची दलाली वसूल कलायला आलो आहे!"

"कसला करार? कसली दलाली?" मी अस्पष्ट आवाजात म्हणाले.

"खलच विसललीस की काय? मग मी सांगतो -" तो हलक्या, घाणेरड्या आवाजात म्हणाला. "तुला खूप मोठी नटी व्हायचं होतं आणि त्याच्यासाठी तू पडेल ती किंमत द्यायला तयार झाली होतीस, आठवतं? माझा भाग मी पुला केला आहे आणि आता माझी किंमत वसूल कलायला आलो आहे."

त्या रात्रीचा तो भयंकर प्रकार आठवून मनाला चटका बसला. सगळं काही खरं होतं - मी कसं नाकारू? कोणत्या तोंडानं नाकारू?

"ठीक आहे. काय तुमची किंमत असेल ती सांगा", मी शेवटी म्हणाले.

त्या त्या नीचाने आपले दोन्ही लठ्ठ हात पसरले.

"ये! सुवलणा, ये!" तो म्हणाला. एक-एक शब्द सावकाश म्हणत.

"काय?" मी चवताळून उभी राहिले व ओरडले.

"ये! कनवलला सुखी कलायला ये! इतके दिवस जिवाभावाने जोपासलेलं हे फळ - त्याचा मला आस्वाद घेऊ दे! ये, प्रिय सुवलणा, सुंदल सुवलणा, माझ्या बाहुपाशात ये!"

मी रागाने बेभान झाले होते. माझ्याजवळ जर पिस्तूल असते तर त्याला तेथल्या तेथेच गोळी घालून ठार केला असता!

"बदमाश माणसा, तू जर एका मिनिटाच्या आत येथून चालता झाला नाहीस तर गड्याला बोलवीन आणि धक्के मारून बाहेर काढीन! यू ब्रूट! यू फिल्थी ब्रूट! गेट आउट!"

"आलडा ओलडा कलायचं काही कालण नाही सुवलणा! मी जातो; पण मी पलत येणाल आहे बलं! माझा सौदा मी पुला कलतो! नेहमी!"

थबथबल्या चरबीचा तो ढीग डुलतडुलत खोलीबाहेर गेला आणि मी डोके गच्च आवळून ओक्साबोक्शी रडत बसले.

सारी रात्र अशी घालमेलीची गेली.

काळ कोणासाठी थांबतो? पृथ्वी आपल्या आसावर कलंडली - सकाळ झाली - दिवस सुरू झाला-

रात्रीचा भयानक प्रकार मी मनाच्या कोपऱ्यात कसातरी कोंडून ठेवला होता. शूटिंग सुरू होणार होते. मी वेळेवर सेटवर हजर झाले.

आणि एक भयंकर गोष्ट झाली.

काकासाहेब, मला कामच करता येईना! पोज घेता येईना, चेहरा कंट्रोलखाली आणता येईना, एक शब्द धड उच्चारता येईना- मला सुवर्णाला!

डायरेक्टर, कॅमेरामन, नट, इतर लोक माझ्याकडे डोळे विस्फारून पाहत होते.

आणि मी एखाद्या अमॅच्युअरसारखी बडबडत होते-

मी गप्प बसले व एकदम सगळीकडे शांतता झाली.

"सुवर्णाबाई, आज तुम्ही ऑफ आहात - आजचा प्रोग्रॅम कॅन्सल करू-" डायरेक्टर म्हणाले, "उद्या तुमचे सीन्स घेऊ -"

मला सेटवर राहणेही अशक्य झाले. मी तडक घरी आले.

पंधरा-वीस मिनिटांतच फोण खणखणला. मी रीसिव्हर उचलला-

"हॅलो! सुवलणा का?" फोनवर बोबडा कनवल होता.

"मला एक शब्दही बोलायचा नाही."

"थांब!" तो ओरडून म्हणाला, "सुवलणा, आज सेटवल काय झाले ते मला माहीत आहे आणि माझी मागणी मान्य होईपल्यंत लोज असे होणाल! सुवलणा विचाल कल!"

मी रागाने टेलिफोन खाली आपटला; पण त्याची शेवटची वाक्ये सारखी कानात घुमत होती. माझा त्यावर विश्वास बसणे शक्यच नव्हते. काल रात्रीच्या भयंकर प्रसंगानेच मी अपसेट झाले होते व म्हणूनच मला आज काही काम जमले नाही असे मला खात्रीने वाटत होते. या खात्रीच्या आधारावर मी तो दिवस काढला.

दुसरी सकाळ उजाडली, सेटवर जायची वेळ झाली. खाली गाडी तयार होती, मी दारापर्यंत आले आणि एकदम माझा आत्मविश्वास

ढासळला. परत जर कालच्याप्रमाणे झाले तर? ही शंका मनात थैमान घालू लागली आणि काकासाहेब, त्यावेळी मला तुमची फार फार आठवण झाली! माझी खात्री आहे की, तुम्ही मला धीर दिला असतात, माझी समजूत काढली असती-

पण आता मला कोणाचाच आधार नव्हता. मी स्वतःला रेटत खाली नेले, गाडीत बसले व सेटवर आले.

इतरांच्या डोळ्यांतही कालच्या आठवणीची अस्वस्थता दिसत होती.

एका बाजूस मी स्क्रिप्टवरून एक नजर फिरविली - या सर्व गोंधळात मी या पिक्चरबद्दल सारेकाही विसरून गेले होते-

आम्ही कॅमेऱ्यासमोर उभे राहिलो. माझी बोलायची वेळ आली आणि त्याचवेळी माझ्या डाव्या हातावर एक चांगला दीड इंच लांबीचा लालभडक वळ होता - तो आता टरारून फुगला होता व सारखा ठणकत होता-

कालच्या ट्रॅजिडीची आजही पुनरावृत्ती झाली! मी काहीही करू शकत नव्हते, बोलू शकत नव्हते - सुवर्णा जणूकाही माझ्यातून पार नाहीशी झाली होती - फळ्यावरची रेघ बोळ्याने पुसावी तशी आणि माझ्यात फक्त अननुभवी, गोंधळलेली लीलाच तेवढी बाकी राहिली होती.

आणि हातावरच्या वळातून एकामागून एक निघणाऱ्या कळा-

मला वाटते मी बेशुद्ध पडले असले पाहिजे-

तासाभराने त्यांनी मला गाडीतून घरी आणून पोहोचते केले.

दुपारी तो आला.

काळा, कुरूप, लठ्ठ, बोबडा कनवल. त्याने गडीमाणसांना काय सांगितले कोणास ठाऊक- तो पार माझ्या बेडरूममध्ये आला आणि मी काही न सांगताही एका खुर्चीवर बसला. त्याचे ते काळे कुळकुळीत डोळे पाशवी लालसेने माझ्या सर्व अंगावरून फिरत होते आणि तो सारखा सारखा घाम पुसत होता-

"सुवलणा," तो खालच्या आवाजात म्हणाला, "विनाकालण का त्लास कलून घेतेस? माझी मागणी मान्य कल- सगळं पूल्वीसालखं होईल."

त्याने आपल्या एका हातावरची बाही मागे सरकवली - आणि त्याच्या त्या ओबडधोबड, लठ्ठ हातावरही माझ्या हातावरच्यासारखाच एक मोठा व्रण होता.

"सुवलणा, तुझा अजून विश्वास बसलेला दिसत नाही! हा बघ आपला कलाल! तू तुझ्या लक्ताने सही केलीस तो कलाल!"

मला काहीच कळेना - हे करार प्रकरण होते तरी काय? आणि मी त्याला विचारायच्या आधीच त्याने मला तो भयंकर प्रकार सांगितला.

"सुवलणा, तू त्या लात्ली माझ्याकडे आलीस - तुझ्या महत्त्वाकांक्षेसाठी काहीही किंमत द्यायची तयाली दाखवलीस - तेव्हा हे झाले आहे -"

"पण काय? काय?" मी जवळजवळ ओरडलेच.

'ही लक्ताची सही! आपल्या दोघांच्या हातावर मी बालीक पात्याने जखमा केल्या आणि दोघांचे हात एकमेकावल टेकवले - आपल्या दोघांच्या लक्ताची अदलाबदल झाली आहे सुवलणा! थोडीशीच - पण तेवढी मला पुलेशी आहे! त्या वेळेपासून तुझ्या शलीलाच्या काही भागावल माझी हुकूमत आहे सुवलणा! तू माझ्या हातची बाहुली झाली आहेस सुवलणा! माझी किंमत पुली झाल्याशिवाय तुझे ॲक्टिंग सुलू होणाल नाही सुवलणा!"

मी यावर कसा विश्वास ठेवू? आणि नाही ठेवायचा म्हटले तर गेल्या दोन दिवसांतील प्रसंगाचे स्पष्टीकरण कसे करू? सेटवर एकाएकी आलेली विस्मृती, एकाएकी हरवलेले सुवर्णाचे सर्व कसब, हातावरच्या जखमेचा ठणका - तो खरे सांगत नसला तरीही केवळ दोन दिवसांत त्याने माझ्या आयुष्याची धूळधाण उडविली होती. एकदा माझा आत्मविश्वास गेला की संपले!

त्याने आपली बाही आणखी वर सरकवली. त्याच्या हातावर असे कितीतरी व्रण होते! कितीतरी! ओ गॉड! ओ माय गॉड!

"पाहिलंस ना सुवलणा. कोणाला मूल हवे असते, कोणाला प्रसिद्धी हवी असते- ज्याला जे पाहिजे ते मी देतो - फक्त माझ्या किमतीला! माझ्या किमतीला!"

तो हसला. घशातल्या घशात, गुदमरल्यासारखा हसला.

"मी - मी तुला पैसे देते - लाख रुपये -" पुटपुटले; पण तो मान हलवीत होता. काळे डोळे माझ्या शरीरावर खिळवून.

"दोन लाख - पाच लाख-"

"मला पैशाची गलज नाही सुवलणा! ते मला कोठेही मिळतात! माझी गलज वेगळीच आहे - मला तू हवी आहेस सुवलणा!"

हातात तोंड लपवून मी रडत बसले.

"मी जातो सुवलणा!" तो उठत म्हणाला. "आज लात्ली येणाल आहे. त्यावेळी मात्ल जल नकाल दिलास तल मी स्वतः पलत येणाल नाही. माझ्यासाठी, मला शोधण्यासाठी, माझे पाय धलून माझी विनवणी कलण्यासाठी तुला लानोमाळ भटकावे लागेल, सुवलणा!"

दारापाशी तो पुन्हा थांबला व वळून म्हणाला,

"मी लात्ली येतो सुवलणा! नीट विचाल कल!"

आणि तो गेला.

काकासाहेब, मी अशी कोंडीत सापडले आहे. मला यातून सुटायची वाट दिसत नाही. माझे यशस्वी जीवन पुढे चालू ठेवायचे असेल तर - तर मला या कनवलची बटीक म्हणून राहावे लागेल. त्याच्या हातावरच्या व्रणांची हकिकत जर खरी असेल तर अनेकांनी त्याची मागणी मान्य केली होती. अनेकजण त्याचे जन्माचे गुलाम बनले होते. मी ते करू शकत नाही. इतके मोल द्यायची माझी तयारी नाही. अनेक चित्रपटांत हे वाक्य माझ्या तोंडून निघाले आहे- "यापेक्षा मी मरण पत्करीन-" आणि काकासाहेब, खरोखरच तसं वागण्याची वेळ आता माझ्यावर आली आहे-

काकासाहेब, खरोखर तुम्ही कुणाचे कोण! पण शेवटपर्यंत तुम्ही माझ्याशी प्रेमाने, आपुलकीने, मायेने वागत आलात आणि चुकलेलं लेकरू जसं आपल्या मातापित्याकडेच शेवटी वळतं, तशी मी या अखेरच्या क्षणी तुमच्याकडे वळले आहे. काकासाहेब, अहंकाराच्या आणि श्रीमंतीच्या तोऱ्यात मी तुम्हाला नाही नाही ते बोलले, तुमचा अपमान केला; ते सारं विसरा. याक्षणी माझ्यातली सुवर्णा पार नष्ट झाली आहे, राहिली आहे ती तुम्हाला प्रथम भेटलेली साधी, भोळी लीला. तिचीच आठवण मनात ठेवा. जास्त काय लिहू ...?

मी आज रात्री जाणार आहे. हा शेवटचाच निरोप घेते.

एकदा चुकलेली; पण वेळीच मार्गावर आलेली,

लीला.

असे हे लीलाचे पत्र होते. पत्र वाचून संपले आणि माझ्या हातातून गळून खाली पडले. तिने प्रांजलपणे लिहिलं होतं; पण त्यापैकी खरं किती मानायचं?

थकलेल्या मेंदूचे ते भास नसतील कशावरून? कारण तिने पत्रात लिहिलेल्या 'कनवल'च्या खरेपणापेक्षा इतर काहीही मला पसंत पडले असते तर मी तपास केला असता! पण कनवल किंवा कनवर किंवा कुंवर - पार जमिनीत गडप झाल्यासारखा दिसला. त्याचा काहीही थांगपत्ता लागला नाही. मनात एक कडवट विचार आला. ज्यांना त्याची खरोखर माहिती आहे, असे लोक तर एक शब्दही बोलणार नाहीत! मानसशास्त्राची मला काही माहिती नाही. माणसाचं मन माणसाला अनेक तऱ्हांनी फसवतं, कळतनकळत झालेल्या चुकांचा भरपूर मोबदला पदरात घालतं - असं ऐकलं आहे -

पण जाऊ द्या! लीला कायमची गेली आहे. आता हे मंथन करीत बसण्यात तरी काय अर्थ आहे?

४ ः वासना

|| १ ||

थोरल्या दोन्ही बहिणींसारखंच उषाचं लग्नही तिचं सतरावं वर्ष सरतासरताच झालं. उषाच्या वडिलांना गावात लोक "व्यवहारी" म्हणत असत; "मागे पोरींची रांग लागलेली; पण बाप कसा व्यवहारी निघाला! मुलगी वयात आली की, उजवून मोकळा! आणि त्याला तरी कसा दोष द्यायचा! आजकालचे दिवस हे असे..."

जगाच्या दृष्टीने ते व्यवहारी ठरले व जगाने तसं बोलूनही दाखवलं. त्यांच्या मुलीचं मत काय होतं ते त्यांना कोणी विचारलं नाही. तेव्हा तो भाग कायम अज्ञातच राहिला. वडिलांनी आणलेल्या स्थळाने 'पसंती' केली की, त्या बोहल्यावर उभ्या राहत होत्या; मान वरही न करता समोरच्या पुरुषाच्या गळ्यात माळ घालीत होत्या आणि मग भरल्या डोळ्यांनी घराचा, आईवडिलांचा, भावाबहिणींचा, गावाचा निरोप घेत होत्या.

आपापला संसार सजवायला जात होत्या.

उषा नाकी-डोळी नीटस होती, वर्णाने उजळ होती, तरतरीत होती. आता तिचा बांधा किरकोळ होता. तिचा जन्म यापेक्षा संपन्न कुटुंबात झाला असता तर ती अंगाने चांगली भरली असती आणि लोकांच्या डोळ्यांत भरण्याइतकी देखणी दिसायला लगली असती.

तरीही शेवटी निसर्गाचा प्रभाव पडत होताच. तिच्या कृश, सडपातळ चेहऱ्यावर तारुण्याचा बहर येत होताच. छातीला आणखी उभारी आली, डोळ्यांचा रंग

जरासा गहिरा झाला, आवाजात घनता आणि मार्दव आले. कदाचित याचमुळे तिच्या वडिलांनी तिचेही लग्न उरकून घेण्याचा विचार पक्का केला असेल.

आईकरवी तिला कळलं की, यंदाच्या वैशाखात तिचे वडील तिच्यासाठी स्थळ पहायला लागणार आहेत. तिच्या वडिलांची उडी फार नव्हती. मुली काही अप्रतिम सुंदर नव्हत्या, शिक्षणही बेताचेच होते. पैशांचीही ओढ होती. पदवीधर, डिप्लोमावाले इत्यादी मंडळी तर त्यांच्या आवाक्याबाहेरचीच होती. त्यांची अपेक्षा एवढीच होती - मुलगा सुदृढ असावा, काही व्यंग नसावं, चारचौघांचं घर असावं - मुलाला काहीतरी कामधंदा असावा, निदान दोघांचं पोट भरण्याएवढी कमाई असावी.

अपेक्षा काही फार नव्हत्या, नाही का? पण 'होकार' यायला किती कष्ट करावे लागतात याचा त्यांना पुरा अनुभव होता. त्यांना मिळालेले पत्ते गल्लीबोळातल्या जुन्या चाळींचे, त्याहून जुन्या वाड्यांचे होते. त्यांना हवी होती ती माणसं एक किंवा दोन खोल्यांतून दाटीवाटीने राहणारी होती. शब्द कितीही औपचारिक असले तरी प्रश्नाचा आशय एकच होता. "माझी मुलगी वयात आली आहे. तिला या घरात घ्याल काय?"

त्या 'व्यवहारी' माणसाच्या हृदयावर किती आघात होत असतील, आपल्या पोटच्या पोरीची ही भावी सासरं पाहताना त्याला काय वाटत असेल. 'अशाही' ठिकाणांहून नकार ऐकताना त्यांची मनःस्थिती काय होत असेल या गोष्टी कधी उघड झाल्या नाहीत. तोंड घट्ट मिटून, योग्य वेळी चेहऱ्यावर उसने हास्य आणीत, ते पत्ते शोधत राहिले, तो प्रश्न विचारत राहिले...

कितीही खटपट केली तरी ज्येष्ठाचा मोसम हातचा गेला आणि मग दिवाळीनंतर पुन्हा पायपिटीला सुरुवात. पत्ते शोधता शोधता ते नदीकाठच्या आचलेकरांच्या घरी दाखल झाले. आचलेकरांचा धाकटा भाऊ भालचंद्र लग्नाचा होता. वय सव्वीसच्या आसपास. शिक्षण इंग्रजी चार इयत्ता. घरचा भिक्षुकीचा धंदा परंपरागत चालत आला होता. भालचंद्रही आता थोरल्या भावाबरोबर तोच धंदा करायला लागला होता.

उषाच्या वडिलांची पहिल्या फेरीत भालचंद्रशी गाठ पडली नाही. थोरले बंधू नाना व मधले तात्या हे दोघं भेटले. बोलणी निघता निघता गावाकडची कोणती तरी जुनी ओळख निघाली. त्यांचं लक्ष घरावरून फिरत होतं. जागा तळमजल्याची

होती. वापरातल्या तीन-चार खोल्या दिसत होत्या. पाच-सहा मुलं वावरत होती. एक म्हातारीशी बाई (आई) दारात डोकावून गेली. एक मध्यमवयीन स्त्री (नानांची पत्नी?) घरात अधिकारानं वावरत होती. घर जुन्या वळणाचं वाटत होतं; पण एकंदर परिस्थिती बरी दिसत होती. ते पत्रिका मागे ठेवून गेले.

दोन दिवसांनी ते परत आले तेव्हा त्यांची भालचंद्रशी गाठ पडली. भालचंद्र गोरापान, उण्यापुऱ्या उंचीचा, मजबूत शरीराचा होता. चेहरा रेखीव नसला तरी करारी होता. विशेषतः डोळे घारे; पण पाणीदार होते. क्षणभर त्यांच्या मनात असाही विचार येऊन गेला - आपली उषा लहान तर आहे, तिच्या मानाने हा भालचंद्र जरा थोराडच नाही का वाटत? पण अशा शंका मनातल्या मनातच ठेवायच्या असतात.

पत्रिका जुळत होती. मुलीला पाहण्याचा कार्यक्रम झाला. आचलेकर मंडळी गेल्यावर उषाला कोणी भालचंद्राचे वर्णन करायला सांगितलं असतं तर तिने काय सांगितलं असतं हा प्रश्नच आहे. सर्व वीस-पंचवीस मिनिटांच्या प्रश्नोत्तरात व उलटतपासणीत तिने मान वर करून एकदा तरी समोर डोळसपणे पाहिलं होतं की नाही - तिचं तिलाच ठाऊक!

प्रत्यक्ष बोलणी करायची वेळ आली. आचलेकरांकडचे लोक तीन हजार हुंडा आणि दोन्हीकडचा खर्च अशी मागणी करीत होते. उषाच्या वडिलांना चेहऱ्यावर अगतिकतेचे भाव वठवावे लागले नाहीत. खरोखरच ते अगतिक झाले होते. "दोघींची कार्य केली; हिच्या पाठीवर आणखी एक आहे; संसाराचा व्याप वाढता आहे, खर्चाची तोंडमिळवणी होत नाही; केवळ पैशांकडे बघू नका; पैशांकरता ताणून धरू नका; पुढचे वर्षातले सणही आम्हाला करायचे आहेत; तेव्हा थोडीबहुत कसर काढून टाकू..."

तात्यांनी शेवटी मध्यस्थी केली आणि पाचशे रुपये आणि कार्याचा पाऊण खर्च यावर प्रकरण तुटले.

॥ २ ॥

नाव बदलून उषा आचलेकरांच्या घरी आली. माणसं वेगळी होती, परकी होती; घरातल्या चालीरीती वेगळ्या होत्या, क्रमही वेगळा होता. सुरुवातीस ती अगदी बुजून गेली असली तर नवल नव्हते. नव्या घरच्या माणसांची संख्या आणि नाती तेवढी तिला लग्नाआधी समजली होती. भालचंद्राची म्हातारी आई होती;

थोरले भाऊ नाना, त्यांची पत्नी आणि चार मुलं - तीन मुली आणि एक मुलगा. मधले भाऊ तात्या विधुर होते, त्यांची दोन मुलं होती - एक मुलगा आणि एक मुलगी. दोन वर्षांपूर्वीच त्यांची पत्नी तिसऱ्या बाळंतपणात वारली होती. स्वतः भालचंद्र त्याच्यापेक्षा लहान बहीण होती; पण ती लग्न होऊन आपल्या घरी गेली होती; पण प्रत्यक्ष माणसं कशी आहेत. कोणाची नावं काय आहेत, कोण कोणाचा मुलगा हे सारं तिला अज्ञातच होतं.

तशी नवी माणसं वाईट नव्हती; पण एवढ्या मोठ्या रगाड्यात तिचं 'नवी सूनबाई' म्हणून पहिले एकदोन दिवस काय कौतुक झालं तेवढंच; मग तीही कामाला जुंपली गेलीच. पुरुषमंडळी स्नानसंध्या वगैरे आटोपून सकाळी सातलाच घराबाहेर पडत आणि दुपारचं जेवायला त्यांच्यापैकी क्वचितच कोणी घरी असे. अडीच-तीनला ते परत येत; पण बायकांचं डोकं काही स्वयंपाकघरातून वर म्हणून व्हायचं नाही; कोणाची सकाळची शाळा तर कोणाची दुपारची; एक हात धुऊन उठला की दुसरा हजर; दुपारी दोनला त्या तिघींची जेवणं व्हायची. पंधरावीस मिनिटं उलटली नाहीत तर मधल्या सुटीत आलेला कोणीतरी आहेच. दुपारी जरा पडावे म्हटलं तर तीनला मंडळी घरी यायची वेळ; की झाली चहाची वेळ...

पहिले पाचसात दिवस उषाला फार जड गेले; पण मग या नव्या आयुष्याचीही सवय झाली. सासर म्हणून जे काही संकेत तिच्या मनावर ठसले होते ते इतके प्रभावी होते, ते आयुष्यापासून आहे त्यापेक्षा आणखी कशाची अपेक्षा करावी हा विचारसुद्धा तिच्या मनाला स्पर्शला नाही.

आजकालच्या सोळासतरा वर्षांवरच्या कोणत्याही मुलीला लग्नाचा खरा अर्थ पुरेपूर माहीत असतो. प्रत्येकीला लग्न झाल्यावर त्यातून जावंच लागतं. फक्त अनुभव येतो तो वेगवेगळया रूपात येतो. तेव्हा उषालाही या सर्व भावी प्रसंगांची कल्पना होतीच. फक्त तो अनुभव अजून आला नव्हता.

आचलेकर मंडळी जुन्या वळणाची होती. उषाची सासू उषाच्या पहिल्या पाळीची वाट पाहत होती. त्या मोठ्या घरात अनेक चोरवाटांनी बातम्या झिरपत उषापर्यंत पोहोचत होत्या. अशाच एका मार्गाने तिला समजलं की, आता एवढ्यातच आपला गर्भधानविधी होणार आहे...

रूढीचे आणि शास्त्राचे सर्व विधी उरकले होते. दिवस गेला होता आणि आता रात्रीच्या वेळी उषा खोलीत एकटी होती. बाहेरच्या अंगणात भालचंद्र

आणि त्याचे दोघं भाऊ यांच्यात कसलीतरी चर्चा चालली होती. आता तिला भालचंद्राच्या आवाजाशिवाय इतर काहीही ऐकू येत नव्हते. ते आता खोलीत येतील आणि... आणि...

त्या क्षणापाशी तिचे विचार अडत होते. ऐकीव ज्ञान कोठच्या कोठे गडप झाले होते. तिच्यासाठी हा अनुभव स्वतःच्या खास रूपात येणार होता. नुसत्या विचारानेही काळजाची धडधड होत होती. नजर खोलीभर भिरभिरत होती. एक क्षणाची चैन नव्हती. त्याच्या मनात काय विचार चालले असतील, तिला वाटलं. त्यांनाही असंच अस्वस्थ, धडधडल्यासारखं वाटत असेल का? का पुरुषाची जातच वेगळी असते?

किती वेगळी, ते तिला लवकरच कळणार होतं. बाहेरची बोलणी संपली, घराचं बाहेरचं दार लावल्याचा आवाज आला आणि मग तिच्या खोलीच्या रोखाने ती दणादण पडणारी पावलं आली... भालचंद्र.

दार उघडून तो आत आला, मागच्यामागे त्याने दाराला कडी घातली. आतापर्यंत त्याचा चेहरा तिच्या मनावर पुरेपूर ठसला होता; पण आता तिला त्याच्याकडे फार वेळ पाहवेनाच...

"उषा..." तो हलक्या आवाजात म्हणाला आणि तिने एकदाच वर पाहिले. त्याचे घारे डोळे विस्फारलेले होते, कपाळपट्टीवर बारीकसा घाम आला होता, पातळसर नाकपुड्या थरथरत होत्या. तिला बघवेनाच. तिची मान आपोआप खाली गेली.

"उषा..." तो पुन्हा हलक्या आवाजात म्हणाला.

खोलीतला दिवा मालवला.

उषासाठी तो अनुभव एखाद्या काळ्या, निःशब्द वावटळीच्या रूपाने आला. तिची काया तिची स्वतःची राहिली नाही. अंधकारालाच एक घन व कठोर आकार आला. त्यात ती आवळली गेली. इतकी गच्च, की तिचा श्वासही छातीत अडकला. याच अंधकारात एका वेदनेचाही जन्म झाला. वेदनेची वर्तुळे लाटालाटांनी शरीरभर पसरत गेली... अंधकाराला आवाजही होता - भालचंद्रचा आवाज-

"उषा... " भालचंद्र घोगऱ्या आवाजात म्हणत होता.

मधेच केव्हातरी अतीव सुखाचा क्षण आला आणि गेला-

अंधकाराला पुन्हा पुन्हा भरती येत होती. उषा पुन्हा पुन्हा त्या गुदमरवणाऱ्या कोशात ओढली गेली. पुन्हा पुन्हा ती वेदना आली.

"उषा..." अंधकाराला घोगरा आवाज होता.

सर्व रात्रभर तिच्या डोळ्याला डोळा लागला नाही. झालेला प्रकार तिला जरा अनपेक्षित वाटला एवढंच; सर्वांनाच हा अनुभव येत असेल, तिला वाटलं, यासंबंधी कोण कुणापाशी बोलणार?

विशेष गोष्ट ही होती की अनिच्छेचा किंवा रागाचा स्पर्शही तिच्या मनाला झाला नाही. तिच्या कल्पनेत स्त्रीचं हेच आयुष्य होतं आणि त्यासाठी स्त्रीने तयार व्हायला हवं होतं.

एक रात्र तिने सर्व निमूटपणे सहन केलं होतं. तिला कल्पना होती की, ही नुसती सुरुवात आहे. अशा रात्रीमागून रात्री येणार आहेत; पण तिची तक्रार नव्हती. पत्नीत्वाच्या नात्याबरोबर आलेलं सर्वकाही तिला बिनतक्रार मान्य होतं.

।। ३ ।।

पहाटेच्या अंधारातच उषा खोलीबाहेर पडली. भालचंद्र गाढ झोपी गेला होता; पण त्याच्या दणकट हातांची पकड तिच्याभोवती होती आणि झोपेतही ती अगदी घट्ट होती. तिने कशीतरी आपली सुटका करून घेतली.

तो सर्व दिवस उषाला कोणाच्या नजरेला नजर भिडवेनाच. सर्व शरीर आतल्या आत शरमेने लालीलाल, गरम होत आहेसे वाटत होते. आपल्यावरच सर्वांचे लक्ष आहे असा तिला भास होत होता. बावचळलेल्या मनाला सावरीत, हुळहुळ्या ओठांची आणि अवघडलेल्या शरीराची वेदना आतल्याआत सहन करीत तिने दिवसाची कामे कशी तरी रेटली.

प्रत्येकीलाच... प्रत्येकीलाच... ती मनाशी म्हणत होती.

आणि पुन्हा रात्र आली

रात्र काळी होती, विकारी होती. आसक्तीचा अडलेला ओघ धडाड वाहत होता. "उषा..." रात्र कुजबुजत होती. पुरात सापडलेल्या लव्हाळ्यासारखे तिचे शरीर या लोटाखाली दबले, गुदमरले. क्षणभर तिला वाटले आता मला हे सारे असह्य होणार आहे.

"देवा! हे सहन करायची मला शक्ती दे -" रात्रीच्या काळ्या, कोंडणाऱ्या अंधारात ती मनोमन प्रार्थना करीत होती.

"उषा... " "उषा... " रात्र कुजबुजत होती.

रात्रीचा काळा गोफ विणला जात होता. तिचे शरीर पिंजून त्यातून या गोफाचा एकेक धागा निघाला होता. वेदना कमी झाली यातच उषाला सुख होते; पण भालचंद्रच्या आसक्तीला पारावारच नव्हता. तिला वाटे, माझं हे लहानसं शरीर - सहन तरी किती करणार?

उषाच्या वडिलांकडून नानांना पत्र आलं होतं की, उषाला काही दिवसांसाठी माहेरी पाठवावं. भालचंद्रने जेव्हा तिला विचारलं, तेव्हाच तिला या पत्राची कल्पना आली. तोपर्यंत ती अंधारातच होती.

"तुझ्या वडिलांचं पत्र आलंय उषा", तो म्हणाला.

ती काहीच बोलली नाही. खालीच पाहत राहिली.

"तुला काही दिवस तिकडे बोलावलंय-" तो पुढे म्हणाला.

तरीही ती खालच्या मानेने तशीच उभी राहिली.

"मग? काय लिहायचं त्यांना? बोल ना! अशी गप्प का बसतेस?"

"मी काय सांगू? " ती हलकेच म्हणाली. "जसं योग्य वाटेल तसं करावं."

"चू!" तो जरा त्रासिकपणाने म्हणाला. "तुला स्वतःचं काही मतच नाही का? तुला जायचंय की नाही ते सरळ सांगता येत नाही का?"

मग तिच्या लक्षात त्याच्या प्रश्नामागचा आशय झाला. तिने जाऊ नये अशी त्याची इच्छा होती; पण ते तिच्या तोंडून वदवायची तो खटपट करीत होता. उषाच्या डोळ्यांसमोर एकदम तिचे घर, तिचे आईवडील, तिच्या भाऊबहिणी यांचं चित्रं उभं राहिलं, छाती अगदी भरून आल्यासारखी झाली. तिने आटोकाट प्रयत्न केला; पण तिला डोळ्यातले पाणी काही अडवता आलं नाही.

"अगं! रडायला काय झालं? मी काय पाठवत नाही असं म्हणत होतो का?" भालचंद्रचा आवाज किंचित धारदार झाला होता.

"नाही - नाही. मला एकदम घरची आठवण आली -" ती डोळे पुसत म्हणाली. भालचंद्र काहीच बोलला नाही.

दुसऱ्या दिवशी वडिलांना पत्र गेलं असावं; कारण दोनतीन दिवसांतच ते येऊन तिला घरी घेऊन आले.

माहेरी आल्याचा उषाचा आनंद निर्भेळ नव्हता. विशेषतः रात्री तिच्या मनासमोर भालचंद्रचा चेहरा उभा राहिला. त्यांचा काही गैरसमज तर नाही ना झाला? तिला

राहून राहून वाटत होत. त्यांच्याशी आपण जरा मोकळेपणानं बोलायला हवं होतं; तिला वाटलं; पण तिलाच तिच्या मनातला गोंधळ उमगला नव्हता तर ती त्याला तरी काय सांगणार?

वडिलांचे पत्र, त्यांना गेलेले उत्तर - साराच कारभार परस्पर झाला होता. वडील निघताना मोघम शब्दांत म्हणाले होते, "आठ-दहा दिवसांत परत आणून पोहोचवतो -" पण ते भालचंद्रला पसंत होते का? त्याची अपेक्षा काय होती? तिला त्याचे धारदार घारे डोळे आठवले. तिला त्याची जराशी भीतीच वाटत होती.

रात्री झोपताना मनाला जो एक मोकळेपणा वाटत होता त्यात आपली काहीतरी चूक होत आहे अशी एक बारीकशी टोचणी तिला जाणवत होती. वास्तविक असं मोकळं, जरा सुटल्यासारखं, वाटायला नको, असे तिचे मन तिला सांगत होते. कदाचित या परस्परविरोधी भावनांनी मनातल्या विचारांवर चिंतेची झिलई चढली असेल-

चौथ्या दिवशीच भालचंद्राचे पत्र आले - तिच्या नावावर - खासगी. इतरांच्या डोळ्यांदेखत ते उघडायचा तिला धीरच झाला नाही. दुपारी, सगळी कामं झाल्यावर, मग तिने ते उघडले. भालचंद्राचे अक्षर वळणदार, मोठे व स्पष्ट होते. पत्राची सुरुवात 'प्रिय उषा' अशी केली होती आणि खाली 'तुझा, भालचंद्र' असा शेवट होता. मजकूर वाचायला सुरुवात करायच्याही आधी तिच्या अंगावर एक रोमांच येऊन गेला.

सर्व पत्रात एकच सूर होता... "तुझ्यावाचून मला इथे अजिबात करमत नाही. खरोखर आता तुला घरी पाठवायची माझी इच्छा नव्हती; पण केवळ नानांच्या शब्दाला मान द्यावा लागला. तू लवकरात लवकर परत ये आणि पत्राचे उत्तर ताबडतोब पाठव."

पत्रोत्तराच्या कल्पनेपाशी तिचे मन अडखळले. घरी तीनचार दिवस राहणं होताच मन तिकडे, सासरच्या दिशेने ओढ घ्यायला लागले होते. भालचंद्राची आपण तिकडे यावं अशी मनापासून इच्छा असताना आई-वडिलांकडे जास्त दिवस राहणं बरं नाही असं तिला वाटत होतं. मनातली ही इच्छा भालचंद्रला अगदी मोकळेपणाने कळवावी असेही तिला फार फार वाटत होते. पत्रासाठी तिने एकदोनदा कागद पुढे घेतलादेखील.. पण मायन्यापाशीच हात अडखळला.

त्या पत्राचा प्रवास, आचलेकरांकडे त्याचं स्वागत, या साऱ्या कल्पनाच जीव दबकून टाकत होत्या. आचलेकरांकडील मंडळींचा स्वभाव तिने अजून पारखला नव्हता. लग्न होऊन एव्हाच कोठे महिना उलटला होता. पती-पत्नीत पत्रव्यवहार... त्यांना काय वाटेल? त्यांना ते रुचेल का? थोरल्या जाऊबाई, सासूबाई..

हो-नाही करता करता पत्राचा विचार तसाच राहिला.

एकदोनदा आईजवळ आणि मग वडिलांजवळ ती म्हणाली मात्र;

"आता जायला हवं, नाही का? ह्यांचं पत्र आलंय -"

"अगं जाशील गं!" वडील हसत म्हणाले, "येऊन पुरता आठवडासुद्धा उलटला नाही अजून - राहा की आठ-दहा दिवस आणखी -"

"पण, पण बाबा! हे काय म्हणाले होते?"

"अगं, मुलगी घरी आली की, आठाचे पंधरा दिवस व्हायचेच! "

"पण यांना एखादवेळी आवडायचं नाही, बाबा- "

"रागावतील, एवढंच ना! मग एकदा तिथे गेलीस की, काढ त्यांचा राग! इतकी का माहेरची ओढ गेली एवढ्यात?"

उषा मनातल्या मनात चुटपुटत राहिली. यावर काही बोलायचं धैर्य तिला झाले नाही - आणि बोलण्यासारखं तरी काय होते?

ती मनातल्या मनात दिवस मोजत राहिली.

बरोबर बाराव्या दिवशी नानांची तार येऊन धडकली.

भालचंद्र इंज्युअर्ड इन ॲक्सिडेंट
स्टार्ट इमिजिएटली.

नाना.

आकाशातून अवचितपणे झालेला कडकडता वज्राघातच हा! वडिलांचा चेहरा तार वाचताच पांढरा पडला. उषाला त्यांनी थरथरत्या आवाजात ही बातमी सांगितली. तिची तर वाचाच बसली. मनाचे सर्व व्यापारच गोठून गेले. जेव्हा अवयवांना चेतना आली तेव्हा तिला छातीची धडधड आवरेना, हातापायांचा कंपही आवरेना, भिरभिरणारी नजरही स्थिर करवेना. दैवाचे पाश तिच्याभोवती आवळले होते, त्यात ती गुंतून पडली होती, तडफड तडफड होत होती; पण सारं व्यर्थ.

वेळ हाच शत्रू झाला होता. एकएक क्षण यातनेची पुरेपूर वसुली करून घेऊन मगच उलटत होता. दुःखाच्या आंचेने अश्रूही सुकून गेले होते. पिसाट मनही शत्रूपक्षाला जाऊन मिळालं होतं. मनापुढे उभी राहणारी विदारक चित्रे - ती तर काळजीचे लचके तोडीत होती. जगाचे व्यवहार संथपणे, निर्विकारपणे चालले होते, - असह्य असले तरीही.

स्टेशनवर नाना आले होते. त्यांनी समयसूचकता दाखवली आणि पाचसहा वाक्यांतच त्यांच्या सर्व प्रश्नांची उत्तरे दिली.

"काल रात्री आठच्या बेतास अपघात झाला. भालू सायकलवरून घरी परत येत होता. बसची धडक बसली. तेथून तसाच हॉस्पिटलमध्ये नेलाय. अजून शुद्धीवर आला नाही. पोलिसांनी पंचनामा केलाय; पण ड्रायव्हरची काहीही चूक दिसत नाही."

उषाचे वडील काही बोलले नाहीत. उषा तर शब्दांच्याही पलीकडे गेली होती.

नाना, उषा आणि तिचे वडील हॉस्पिटलमध्ये पोहोचले.

हॉस्पिटलचा पसारा अवाढव्य होता. खोल्यांच्या रांगा, अशा रांगांचे मजले. अशा इमारतींची रांगच्या रांग. सगळीकडे झगझगीत निळसर पांढरा प्रकाश होता. सर्वत्र शिस्तबद्ध धावपळ चालली होती. पांढरी वस्त्रे, पांढऱ्या नर्सेस, पांढरे डॉक्टर्स.

पण हा सर्व लखलखाट एक सत्य लपवू शकत नव्हता.

ही वास्तू मृत्यूला आंदण दिली होती. हा प्रदेश मृत्यूच्या मालकीचा होता. खाटे-खाटेवरच्या जिवाभोवती मृत्यूचा पाश पडला होता. त्या एकेका जिवासाठी मृत्यू आणि मानव यांच्यात संघर्ष चालला होता. घटकांमागून घटका, प्रहरांमागून प्रहर, अविरत.

काहीजणच त्या पोलादी पंजाखालून सुटत होते.

पण काही नशीबवान जीवच. सर्व नाही. नाही.

कॉरिडॉरच्या टोकाच्या खास खोलीत भालचंद्राची खाट होती. खोलीत प्रवेश करताना उषाला भोवळ आल्यासारखी होत होती. समोरचं काही दिसतच नव्हतं. खोलीचे झुलते दार त्यांच्यामागे बंद झाले आणि बाहेरचा गलबला ऐकू येईनासा झाला. खोलीत एकदम शांतता होती. कॉटवर भालचंद्र होता आणि त्याच्या आसपास अनेक लोकांची गर्दी होती. दोन डॉक्टर, एक वॉर्ड अटेंडण्ट, दोन नर्सेस. भालचंद्राचे मस्तक एका पांढऱ्याशुभ्र बँडेजमध्ये जवळजवळ अदृश्य झालं

होतं. चेहऱ्याचा काही भागच दिसत होता. मिटलेले डोळे आणि पातळ, उभट नाक.

दोन स्टँडवर कसल्यातरी बाटल्या उलट्या टांगलेल्या होत्या; ते द्रव भालचंद्रच्या शरीरात जात होते. उपकरणांची रचना मनासारखी झाल्यावर डॉक्टर नर्सशी हलक्या आवाजात काहीतरी बोलले आणि मग खोलीबाहेर गेले. नर्स कॉटशेजारच्या खुर्चीवर बसली. दर पाच मिनिटांनी ती भालचंद्रची नाडी हाताने पाहत होती.

उषाला वाटलं - खरोखर मी यांची सर्वांत जवळची; पण मलाच इथे परक्यासारखे वाटत आहे; बोलायची सोय नाही; कोणाला काही विचारायची सोय नाही; हातांनी कोणतीही मदत करण्यासारखी नाही. मनातली ही सारी असहायता आणि शोक तिला एकदम असह्य झाला आणि तिचे शरीर हिंदकळून एक हुंदका तिच्या तोंडून बाहेर पडला. नानांनी क्षणभर एकदम त्रासिक चेहऱ्याने तिच्याकडे पाहिले; पण लागलीच त्यांच्या डोळयांत सहानुभूतीचे मार्दव आले. तिचे वडील एकदम तिच्याजवळ आले व हलकेच म्हणाले, "असं नको करू, बाळ. देवावर हवाला ठेव, असं नको करू"

किती निरर्थक शब्द,, तिला वाटले. भालचंद्रच्या निश्चल चेहऱ्यावर तिची नजर खिळून होती. त्या एका क्षणात मनात नाही नाही ते विचार थैमान घालून गेले... आणि मग मन रिते पडले.

ते तिघं खोलीत तासभर होते; पण केवळ बसून होते. आता तरी भालचंद्रचे सर्व उपचार, सर्व शुश्रूषा डॉक्टरांच्या व नर्सच्या हाती होती. त्यांना माहीत होते त्या सर्व उपायांनी त्यांचा मृत्यूशी झगडा चालला होता. भालचंद्र शुद्धीवर आल्याखेरीज इतर काहीही करता येण्यासारखे नव्हते. बाकीचे सर्व नुसते प्रेक्षक होते.

दोन दिवस उषाचे वडील तिच्या घरी राहिले; पण भालचंद्रच्या स्थितीत काहीच बदल दिसेना. त्यांना जास्त राहणे अशक्यच होते. "रोजच्या रोज पत्र टाकत जा " एवढं उषाला सांगून ते घरी गेले.

उषा रोज सकाळ संध्याकाळ हॉस्पिटलमध्ये येत होती. खरं म्हणजे आताच तिला नाना व तात्या यांचा खरा व निकटचा सहवास लाभला. नाना जरा अबोल होते; पण तात्या जरा तरी मोकळेपणाने बोलायचे. त्यांनीच अपघाताची जी काय थोडीबहुत माहिती होती ती सांगितली.

"अगं, तो आज कितीतरी वर्षे सायकल चालवतोय; मलाही या अपघाताचं गौडबंगाल कळत नाही; बरं तो काही तसा वेंधळा नाही की, आपला कुठेतरीच बघत चाललाय असं करायला... नेमकं त्यावेळी कुठे लक्ष होते देवास माहीत.. अपघात झाला खरा!"

आणि मग आणखी सूचक शब्द-

"तू गेलीस आणि पाचसात दिवसांत स्वारीचं लक्ष कशातच लागेनासं झालं. वहिनींनी एकदोनदा थट्टाही केली त्याची यावर; पण त्याला केवढा राग आला! तसा जरासा तापटच आहे स्वभावानं - पण आजवर अशी कधी राख घालून घेतलेली नाहीन..."

आणि रात्रीतल्या एखाद्या काळ्या क्षणी तिच्या मनात तो विचार आला.

मी त्यांना सोडून घरी गेले त्याने तर त्यांना ही बेचैनी आली नसेल? त्यांच्या पत्राप्रमाणे लवकर आले नाही, पत्राला उत्तरही दिलं नाही त्याने तर ते असे तऱ्हेवाईक, निष्काळजी, बेफिकीर झाले नसतील?

हा विचार म्हणजे शुद्ध जहर होते. हे विष सर्व शरीरभर भिनायला लागले-उषा रात्रीच्या काळोखात ताडदिशी उठून बसली-

मी जर लवकर परत आले असते तर...

मी जर लवकर परत आले असते तर...

शोक आणि पश्चात्ताप यांचा एवढा डोंब उसळला की, तिला त्यावर आवरच घालता येईना. पातळाचा बोळा तिने तोंडात कोंबला, डोकं हातांनी घट्ट दाबून धरलं - पण आतून हे प्रहार होतच होते.

काळजावर घणाघाती आघात - काळीज पिळवटून गेले, मेंदूच्या चिंधड्या उडाल्या तरी हे प्रहार, हे प्रहार होतच होते.

उषाला तर दुसऱ्या सकाळी कॉटवरच्या निश्चल भालचंद्राकडे पहायचीसुद्धा छाती होईना - वेदनेची जळती सळई उरात खोलवर रुतून बसली होती...

भालचंद्रचा ताप वरखाली होत होता - नॉर्मलवर येतच नव्हता, नाडीही अनियमितपणे चालत होती. कधी जोरात, कधी मंद. जीवन आणि मरण यांच्या अदृश्य संघर्षाच्या त्या बाह्य खुणा होत्या.

"ब्रेनला कोठेतरी सीव्हियर डॅमेज झाला असावा-" डॉक्टर नानांना म्हणत होते, "बट् ही इज् गिव्हिंग ए वंडरफुल फाइट! आणि त्यामुळेच मला जराशी आशा वाटते. ही डझन्ट इझीली गो अंडर दॅट्स गुड्!"

आठव्या दिवशी उषा, तात्या, डॉक्टर, सर्वजण खोलीत असताना भालचंद्र शुद्धीवर आला. आधी बराच वेळ नाडी जोराने धावत होती. मग पापण्याखाली बुबुळं हलायला लागली आणि मग पापण्या हळूहळू वर गेल्या. केवळ त्याची जबरदस्त इच्छाशक्तीच हे साध्य करू शकली. सर्वजण अतिशय निःस्तब्ध असे रांगेने कॉटशेजारी उभे होते.

भालचंद्राचे डोळे लालसर, तापट दिसत होते. नजर स्थिर नव्हती. दोन डोळे वेगवेगळ्या दिशांना पाहत होते; पण हळूहळू त्यांना ताबा आला, नजर एकाग्र झाली, सावकाश सावकाश वळली आणि उषावर खिळली, त्याच्या मानेवरच्या शिरा घट्ट फुगल्या होत्या. गळ्याला, मानेला घाम आला होता, घशाची हालचाल होत होती. त्याला काहीतरी बोलायचं होतं. त्याची ती धडपड पाहून उषाच्या मनात कालवाकालव होत होती. भालचंद्राने तोंड उघडले; एकदा - दोनदा; आणि मग अस्पष्ट असा आवाज आला "उ..षा.." "उ..षा.."

त्याने डोळे परत मिटून घेतले.

भालचंद्र परत शुद्धीवर आलाच नाही. पुन्हा त्याचे डोळे उघडलेच नाहीत. नाडी मंदावत चालली - ती घसरणं थांबलीच नाही. कोणत्यातरी एका बिंदूपाशी त्यानं झटापट थांबविली आणि माघार घेतली.

शरीर काही दिवस यंत्रासारखं काम करीत राहिलं आणि मग एका संध्याकाळी त्याचा श्वासोच्छ्वास थांबला. इंजेक्शने झाली; प्राणवायू देण्यात आला; पण ती ज्योत मालवली ती कायमचीच.

पुढचे आठ-दहा दिवस उषा एका वेगळ्या असंदर्भाच्या जगातच वावरत होती. घटनांचा क्रम कळत नव्हता, संगती लागत नव्हती, अर्थ समजत नव्हता. कसल्यातरी धूसर पडद्यात गुरफटून गेल्यासारखं तिला वाटत होतं. मधेच काही ओळखीचे चेहरे दिसत, काही ओळखीचे आवाज कानी येत, मधेच तिला वडिलांचा चेहरा दिसला होता, त्यांचा आवाज ऐकू आला होता. ते काही सांगत होते का काही विचारत होते ते तिला समजलेच नाही. मग वडील गेले, नानांचा चेहरा आला. ते रागावलेले दिसत होते; पण त्यांच्या रागाचे कारण तिला उमजेना आणि त्यांची काही फारशी फिकीरही वाटेना. ही अलिप्तता तिच्या सर्वांगात भिनली होती.

तिला हे माहीत नव्हतं; पण सारा वेळ ती तिच्या खोलीतच असायची. पेटीत कोंडलेल्या कीटकासारखी खोलीभर गरगरा फिरत असायची, मधेच केव्हातरी खिडकीपाशी उभी राहून बाहेर बघत राहायची, मेंदूच बोथट झाला होता, त्यावर काही संवेदनाच उमटत नव्हत्या.

हिवाळ्यातली रात्र होती. उषा खिडकीपाशी उभी होती. बाहेर एक लहान अंगण, मग एक लहान भिंत व त्यानंतर उतरत गेलेली जमीन अगदी नदीचा काठ लागेपर्यंत. आधीच थंडी खूप होती. नदीवरून आलेला वारा तर अंगाला झोंबत होता. ती कुडकुडत होती; पण त्यावर इलाज करायचं तिला सुचतच नव्हतं.

समोर धुकं पसरलं होतं, त्याचा थर दाटदाट होत गेला होता. नदीजवळचा भाग तर अदृश्यच झाला होता. त्या धूसर देखाव्यावर नजर खिळवून उषा उभी होती. शरीर थंडीने गारठून गेले होते; पण तेथून हलायची मेंदूकडून आज्ञा येत नव्हती. आपण येथे थंडीवाऱ्यात, काकडत का उभे आहोत हे तिला कळत नव्हते; पण ती हलू शकत नव्हती. तिच्या नकळत कशाचे तरी आकर्षण, कसली तरी ओढ, कसली तरी आसक्ती जन्माला आली होती आणि उषाचे पाय जमिनीला खिळल्यासारखे झाले होते.

वाऱ्याच्या झोताबरोबर धुके पसरत घराच्या अंगाकडे सरकू लागले. धुक्याचा एक फाटा सरळ तिच्या रोखाने येत होता. त्यामागचा वाऱ्याचा झोत खूपच जोराचा असला पाहिजे; पण तरीही त्या वाऱ्यात ते धुके विरघळत नव्हते. तो एक उभाच्या उभा स्तंभ तिच्याकडे येत होता. त्यात एक प्रकारची अनैसर्गिक कठीणता होती.

तो पांढरा, अस्पष्टसा लोट जवळ येत चालला तसा उषाच्या सर्व अंगावर थरारून काटा उभा राहिला. सर्व शरीरभर लहान लहान सुया टोचल्यासारखं वाटायला लागलं. मनाचा कोणता तरी एक कोपरा धोक्याची सूचना देत होता, डोळे मिटून घ्यायला सांगत होता, खिडकीपासून दूर व्हायला सांगत होता.

पण ते भयानक आकर्षण प्रभावी होते. ती होती तिथेच उभी राहिली. मेंदू वेडाच्या तारेत गेला होता. समोरच्या धूसर वलयात मेंदू नाना रेखाकृती कल्पत होता आणि हा सारा वेळ तो धुक्याचा लोट तसूतसूने, इंचाइंचाने पुढे सरकत होता, जवळ येत होता.

खरं, कल्पित आणि खोटं, यातला भेदच नाहीसा झाला.

ही दोन वलये होती की हे दोन लालसर डोळे होते?

ही केवळ वाऱ्याची हालचाल होती की पुढे आलेले दोन हात होते?

हा एक, विरळ, काळसर ठिपका होता का उघडलेले तोंड होते?

धुकं खरोखरच इतकं जवळ आलं होतं? अगदी खिडकीबाहेर?

हा आवाज होता की, डोक्यातली घणघण होती?

"उषा...", "उषा...! "

तिला असं, या स्वरात आता कोण हाक मारणार होतं?

हा ताण शेवटी असह्य झाला. मनाचं अलिप्ततेचं कवच शेवटी तडकलं, फुटलं. छातीत अडकलेला श्वास स्फोटासारखा बाहेर आला. उषाने विस्फारलेल्या डोळयांनी एक क्षणभरच बाहेर पाहिलं,

आणि मग ती किंचाळली

पुन्हा एकदा किंचाळली आणि खाली कोसळली.

उषाने डोळे उघडले तेव्हा तिला तिच्याभोवती घरातील सर्व माणसं जमलेली दिसली. एखाद्या दीर्घ निद्रेतून जागी झाल्यासारखी ती संपूर्ण भानावर आली. मनावर जमून आलेलं असंबद्धतेचं पटल त्या एका धक्क्याने दूर झालं होतं. तिला खिडकीबाहेर काहीतरी दिसलं होतं - काहीतरी दिसलं होतं - काहीतरी...

धुक्याच्या स्तंभातून तिच्यावर खिळलेले ते रक्तवर्णी डोळे, धुक्याच्या पदरातून पुढे आलेले ते दोन हात, धुक्याच्या वलयातून घुमत आलेली ती हाक... तिचा चेहरा एकदम पांढरा पडला.

"उषा! सावध झालीस का? " सासूबाईंचा आवाज.

"काय झालं होतं गं एकदम असं ओरडायला? " तात्या.

"तात्या, ती घाबरलीय, दिसत नाही का? " सासूबाईच म्हणाल्या. "तिला आता काही एक विचारू नका. अवशीच्यावेळी एकटीदुकटी होती खोलीत - आता काही चर्चा करू नका त्यावर -"

उषा घरात आली - माणसात आली. मनाचं यंत्र अडलं होतं ते पुन्हा गतिमान झालं. वैधव्याची, वियोगाची, विफलतेची दारुण व्यथा जिव्हारी पोहोचली. इतके दिवस मनाने मोठ्या प्रयासाने ज्या गोष्टी अज्ञात ठेवल्या होत्या त्या आता विदारक रूपात सामोऱ्या आल्या. अश्रू आले - पण अश्रूंनी कधी काय साध्य झालं आहे?

उषाचं आयुष्य उलथंपालथं झालं होतं; पण म्हणून घरचे आणि रूढीचे व्यवहार थोडेच थांबणार? कदाचित यातही दुःखाला किंचितसा उतार देण्याची शक्यता असेल. भालचंद्राचे अंत्यसंस्कार सुरू झाले होते.

आचलेकरांचे घर नदीकाठी होते. मागच्या बाजूस स्मशान आणि अंत्यविधीची जागा होती. तिसरा दिवस, दहावा दिवस... उषाच्या दुःखाला नवा भर येत होता; पण जखम वाहून जाऊन हलकी व्हावी तसा तिचा आवेग दिवसादिवसामागे कमी होत होता.

पण किती शल्ये! मनाला विद्ध करणारे किती प्रसंग!

पिंडदान.. पिंडाला कावळा स्पर्शच करीना...

सर्वजण थांबले; एक तास, दोन तास; सर्वांनी आधी मनातल्या मनात व उघड मग भालचंद्राच्या आत्म्याला सर्व आश्वासने दिली. आईची काळजी घेऊ, उषाला काही कमी पडू देणार नाही...

पण कावळा जवळपाससुद्धा फिरकत नव्हता. मागाहून आलेले लोक आपापले विधी चटकन संपवून गेलेसुद्धा; पण आचलेकरांकडचे लोक विषण्ण, चिंतातुर, कष्टी चेहऱ्याने उभेच होते... वाट पाहत...

तीन तासांनंतर दर्भाचा कावळा करून विधी पुरा करावा लागला.

उषाच्या कानावर हे आल्याखेरीज कसे राहील? आधीच बेताल झालेल्या मनाला हा आणखी एक धक्का होता. ते समाधानाने गेलेले नाहीत! कसे जातील? त्यांची माझ्यावर केवढी आसक्ती होती! जीव मागे गुंतून राहणार नाही तर काय होईल? आणि मग तीक्ष्ण शस्त्रासारखा तो विचार काळजातून आरपार गेला - त्या - त्या संध्याकाळी मला ते तर दिसले नव्हते? माझ्याकडे परत येण्याची तर त्यांची खटपट चालली नव्हती? ते डोळे, ते हात, ते शब्द...

भीतीच्या उद्रेकात सापडून ती अगदी कावरीबावरी झाली; पण हे सांगणार कोणाला? आणि कसे? आणि उपयोग तरी काय? हा प्रकार एवढ्यावरच थांबला असता तर तिने स्वतःचे दुःख स्वतःपाशी ठेवले असते, पिचल्या काळजाने सहन केले असते; पण तो प्रकार थांबला नव्हता. तिच्या कानावर संपूर्ण हकिकत कधीच आली नाही; पण तिला जी काही अर्धवट, तुटक अशी माहिती मिळाली, ती इतकी भयानक होती, इतकी विलक्षण होती की, आधी तिचा विश्वासच बसेना आणि मग शरमेने, भीतीने आणि अनुकंपेने तिच्या मनाची छकले छकले झाली...

तिच्या कानावर एवढंच आलं होतं - रात्री दहा-अकराच्या दरम्यान, केव्हातरी पारावर गप्पा मारत बसलेल्या मंडळींना भालचंद्र दिसला होता; स्मशानाच्या बाजूने तो घराकडे येत होता. मृत्यूच्या सहवासात सतत वावरणारे ते लोकही क्षणभर स्तिमित झाले होते आणि मग आरडाओरडा करून लाठ्याकाठ्यांनी, दगडांनी हल्ला करून त्यांनी त्या पांढरट, भयानक, आंधळ्या, मुक्या, बहिऱ्या अर्ध आकृतीला घेरत स्मशानात, जेथून ती आली होती तिथे; पिटाळले होते-

तिला सर्वच्या सर्व असं कोणी सांगितलंच नाही. नाना व तात्या घरात घट्ट मिटलेल्या ओठांनी, थिजलेल्या नजरांनी वावरत होते. धाकटा मुलगा- "आजी! आजी! खरंच भालूकाका आला होता का गं?" असं आजीला दहादा विचारत होता. शेवटी तात्यांनी त्याच्या पाठीत एक रट्टा दिला तेव्हाच तो गप्प बसला-

उषा याबद्दल कोणालाच काही विचारू शकत नव्हती; पण तिचा जीव आतल्या आत शरमेने आणि भीतीने करपून गेला होता. त्यांच्या त्या अनिवार आसक्तीने त्यांचा आत्मा इथेच जखडला गेला आहे - ही अंधळी ओढ दरवेळी त्यांना माझ्या दिशेला घेऊन येते - माझ्याशिवाय त्यांना इतर कशाची जाणीवच नाही का? आपले हे तात्पुरते, नवे शरीर किती भयानक दिसत असेल याची त्यांना कल्पनाच नाही का? लोकं लाठ्या, काठ्या, दगड, मशाली घेऊन त्यांच्यावर धावतात. त्यांना नदीत, स्मशानात पिटाळतात....

मनातल्या अनिर्वाच्य भीतीला करुणेची किनार आली होती. हा उपहास, ही विटंबना थांबायची असेल तर तिलाच एक दिव्य करावं लागणार होतं. ते - तिचे भालचंद्र - तिच्यापर्यंत येऊ शकत नसले तर तिला त्यांच्याकडे जायला हवं होतं. त्यांचा हा तळमळणारा, घळीत आंधळेपणाने फिरणारा आत्मा मुक्त करायला हवा होता. विचारसुद्धा शरीरावर काटा आणणारा होता - मग प्रत्यक्ष कृती तर किती कठीण असेल! पण हे तिचंच काम नव्हतं का? त्यांच्या रिंगणाच्या केंद्रावर ती होती. आसक्तीचा जंजीर तिच्या स्मृतीत चिणला गेला होता. हे तिलाच करायला हवं होतं!

तिने आता घराबाहेर पडणंसुद्धा लौकिकदृष्ट्या चुकीचं होतं. मग रात्री अपरात्री एकटीनं आणि अशा ठिकाणी जाणं? त्या भावी प्रवादाविरुद्ध तिला आधीच मन कठीण करावं लागलं; पण तिचा निश्चय ठरला होता आणि मनाला छळणाऱ्या विचारांना एक ठरावीक गती आली होती.

उषा थांबली होती. ती वाट पाहत होती.

पुढे कसं होईल याचा विचार तिच्या मनाला शिवलाच नाही.

|| ४ ||

दोन दिवसांतच तिला हवी ती संधी मिळाली. नाना किंवा तात्या रात्रीचे उशिरा परत येणार असले तर बाहेरचं दार नुसतंच लोटून ठेवलेलं असायचं; आज रात्री नाना कोठेतरी बाहेर गेले होते व त्यांना परत यायला बारा तरी वाजणार होते. उषाला वाटले, त्याआधी माझं काम खात्रीने झालेलं असेल.

जेवणं खाली नऊलाच उरकली होती. दहाच्या सुमारास सर्व आवराआवर झाली. एकेका खोलीतले दिवे मालवले गेले. सर्वांची नजर चुकवून उषा बाहेर पडली तेव्हा सव्वादहा झाले होते.

हवेत विलक्षण गारठा होता, जरासा धूसरपणाही होता. तिची वाट घरापासून दूर, गावापासून दूर, नदीकडे चालली होती. वाटेत एकच दिव्याचा खांब लागला. दिव्याच्या भोवतीही धूसर वलय आले होते. दिवा मागे गेला; तिची सावली तिच्यासमोर पडली होती, तिच्याहीपुढे धावत होती. समोरच्या धूसर अस्पष्ट जगात मिसळून जायला जणू अधीर झाली होती. हिवाळ्यातली रात्र. लोकांचे दैनंदिन व्यवहार आपोआपच आखडले गेले होते. प्रकाशाची व उबेची भोक्ती मानवजात दारंखिडक्या बंद करून आपापल्या घरकुलात गडप झाली होती. झाडांवर पक्षी असतील तर ते शरीर आवळून, पंखात चोची घालून, चुपचाप झाले होते. तिच्या सोबतीला होता फक्त गार वारा, धूसर रात्र...

आपल्या कृत्यातला थिल्लर वेडेपणा, अट्टाहास तिला जाणवत नव्हता असं नाही; पण परिस्थितीने तिला दुसरा मार्गच ठेवला नव्हता. या गोष्टीचा केव्हा तरी एकदा सोक्षमोक्ष व्हायलाच हवा होता - मग उशीर करण्यात काय अर्थ? शक्य तितक्या लवकरच का नाही? मग त्याचे मागाहून काय परिणाम व्हायचे असतील ते होऊ देत !

विचाराच्या आवेगानं ती आडवेळी घरातून निघाली होती खरी; पण आपल्याला कोठे जायचं आहे, तिथे आपल्या धैर्याचा केवढा कस लागणार आहे, याचा तिने अजिबात विचार केला नव्हता. रस्त्याची शेवटची खूण नाहीशी झाली, पायाखाली एक पटांगण लागले आणि शेवटी ती एका दगडी कठड्यापाशी येऊन पोहोचली. एका हाताला खूप रुंद अशा पायऱ्या खाली नदीकडे गेल्या होत्या. हिवाळ्यात

आटलेल्या नदीचा बराचसा काठ आता उघडा पडला होता आणि त्या मोकळ्या जागेवर दोन चिता धुमसत होत्या. ही स्मशानभूमी होती.

दगडी कठड्याला स्पर्श करताच हातातून थंडीच्या झिणझिण्या निघाल्या. उषाला एकदम आसपासच्या सृष्टीची जाणीव झाली. खालच्या त्या दोन धुमसत्या अग्नीकडे ती पाहत राहिली. येथेच दोन मृत शरीरं अग्नीच्या स्वाधीन केली गेली होती. कदाचित येथेच कोठेतरी भालचंद्रचा मृतदेहही अग्नीच्या पवित्र ज्वालांत विलीन झाला असेल; पण त्याची मुक्तता झाली नव्हती. अजून नव्हती. तो इथेच कोठेतरी घोटाळत राहिला होता.

उषाच्या मनाला आता प्रथमच भीतीचा सरसरता स्पर्श झाला. दिवसासुद्धा या बाजूला कोणी स्वखुशीने यायचा नाही. मग आता तर रात्रीची अस्वस्थ वेळ. आसपास एक भयाण शांतता पसरली होती. आयुष्याचा अंत झाल्यावरच माणसे येथे येत आणि विसावत होती आणि तीही सर्व नाही! काहीकाहींची व्यथा, तळमळ, विकार हे प्रत्यक्ष मृत्यूनेही लोप पावत नव्हते. त्या रेषेपलीकडे गेलेलाही त्यांचा आत्मा या पाशांनी जखडून ठेवला जात होता. ते परत येत होते - स्पर्श, दृष्टी, श्रवण, गंध यांची सर्व इंद्रिये गमावलेली ही केवळ विकारी शरीर या भयानक चक्रात सापडली होती.

तिच्यासाठी परवाच परत आलेला भालचंद्र! तिला क्षणभर असं वाटलं की, आसक्ती या कोटीला पोहोचली की, तीही दिव्य होते! साधा फत्तरसुद्धा विलक्षण आचेवर धरला तर दिव्य तेजाने तळपू लागतो! पण ही आच त्यांना किती काळ सहन करू द्यायची? आयुष्याची ही अघोरी नक्कल, मानवतेची ही भ्रष्ट प्रतिमा-हे थांबलं पाहिजे!

गार वारा तिच्या शरीरावरून जात होता. तिचे कपडे शरीराला चिकटले होते. पदर एखाद्या पताकेसारखा फडफडत होता. तिचे हात दगडी कठड्याभोवती घट्ट आवळले होते आणि स्थळकाळाच्या पलीकडे पोहोचणारी नजर समोरच्या धूसर देखाव्यावर खिळली होती.

तिच्या मनात अस्पष्टसा एक झणत्कार उमटला. सर्व शरीरावर नव्याने एक सरसरता काटा येऊन गेला. वातावरण भारल्यासारखे झाले होते. ती वेळ आली होती.

नदीप्रवाहावर पसरलेल्या धुक्याच्या गडद थरात हालचाल सुरू झाली होती. त्यातला एक भाग अलग व्हायला लागला होता. तेथे का ते होते? मनात एक बोचणारा विचार येऊन गेला. मेंदूचा एक भाग या भारणीखाली आला होता - अगदी निष्क्रिय झाला होता.

पण मानवी शरीराच्या प्रतिक्रिया फार जुन्या आहेत. लाखो वर्षांच्या अनुभवांनी त्या घडविल्या गेल्या आहेत. तिची व्यक्त इच्छा असो व नसो - शरीर स्वसंरक्षणाचा प्रयत्न करीतच होते. रक्तप्रवाहात ॲड्रेनलीन मिसळत होते. हृदयाचे स्पंदन शीघ्रगतीने व्हायला लागले होते, नाडीची घोडदौड चालू झाली होती. धोक्याच्या आणि नाशाच्या खुणा तिच्या शरीराला आदिकालापासून परिचित होत्या. तिचे सर्व शरीर थरथर कापत होते; पण पाय मात्र जागच्या जागी खिळले होते.

तो धुक्याचा लोट तिच्या दिशेने सरकत होता, जवळजवळ येत होता. काळीज गोठवून टाकणारा गार वारा तिच्यावरून वाहू लागला होता. धुके जवळ आले, तिच्यापासून काही अंतरावर स्थिरावले. त्यावर तिची नजर खिळली होती आणि तो एक कोन सोडून बाकीचे सारे अदृश्य झाले होते.

त्या धुक्यात एक आकार जन्म घेत होता. ही पूर्वीश्रमींची स्मृती असेल किंवा जवळ असलेल्या तिच्या शरीरापासून मिळालेली स्फूर्ती असेल, दुसऱ्याच्या स्तंभाचा खालचा भाग दुभागला, दोन जाड, ओबडधोबड आधार तयार झाले; वरही तोच प्रकार होत होता; लांब लांब असे दोन दंडगोल हातांचा आकार घेत होते, तिच्या दिशेला झुकले होते. वरच्या वलयात दोन लाल प्रकाशबिंदू चमकायला लागले होते आणि त्याखालीच उघडलेल्या तोंडासारखी एक पोकळी-

असा हा विकृत आकार सरकत, फरफटत, कसंतरी सावरत, दोन हात पुढे करून तिच्या दिशेने येत होता. ते दोन लाल प्रकाशबिंदू तिच्यावर खिळले होते आणि एका शब्दाचा अस्पष्ट उच्चार होत होता-

"उ....षा-" "उ...षा-"

डोळे तारवटले होते, पाणावले होते; पण मिटता येत नव्हते. तोंड उघडे होते; पण घसा कोरडा पडला होता. आवंढासुद्धा गिळता येत नव्हता, मग किंचाळणं तर दूरच राहिलं! कारण या शेवटच्या क्षणी, वेडाच्या कडेवर मेंदू लटपटत असताना, तिला सारासारविचार सुचला होता - पण आता सुटकेचा प्रयत्न राहोच, विचारसुद्धा अशक्य होता!

तो धूसर, अस्पष्ट, विकृत; पण हलणारा आकार प्रत्यक्ष तिच्या शरीराला येऊन भिडला. त्या लांब हातांचे वलय तिच्याभोवती पडले. त्या लालसर, तापट डोळ्यांची नजर तिच्यातून आरपार गेली. बाह्यसृष्टीची शेवटची जाणीव याक्षणी मालवली गेली. कोणत्या तरी अगम्य, अपरिचित, अतर्क्य अशा संज्ञाप्रवाहात ती नखशिखांत बुडून गेली. डोळ्यांसमोर रंगीबेरंगी प्रकाशशलाका चमकायला लागल्या, कानांवरून न समजणाऱ्या ध्वनीची मालिका गेली. सर्व शरीरभर एक विलक्षण दाहक, विलक्षण थंड, विलक्षण थरारक अशी चेतना पसरत गेली. स्वत्वच विसरल्यावर संरक्षणाच्या कल्पनेला अर्थच राहिला नाही!

आणि मग अंतर्मनाच्या खोल कप्प्यात ते शब्द उमटले-

"उषा!" "उषा!"

तिला भालचंद्रची ओळख पटली. आजवर कधी आला नव्हता इतका तो आता तिच्या निकट आला होता. तो तिच्या रोमारोमात भिनला होता. त्याचा राग, त्याचा शोक, त्याची वासना, त्याची अतृप्ती, सारंकाही ती स्वतःच अनुभवत होती. तिच्या हृदयाच्या प्रत्येक ठोक्याबरोबर तिला त्याची ती आर्त हाक जाणवत होती. या अनाहूतपणे येणाऱ्या संवेदनांना तिने आपल्या मनाचे सर्वच्या सर्व कप्पे खुले केले.

भालचंद्रची अतृप्त लालसा आता तिच्या शरीरभर धुमसत होती. शब्दांचे आणि शरीराचे पडदे दूर झाले होते आणि ती त्याच्या सर्व विचारांशी सर्व पातळ्यांवर एकरूप झाली होती. त्याच्या दुःखाच्या आंचेने तिचा जीव होरपळून निघाला. ती त्याच्यासाठी काय करू शकत होती? या भावना शब्दात कधी मांडता येतील का?

तिने आपले अंतर्मन त्यासाठी पूर्ण खुले केले.

जणू ती त्याला म्हणत होती-

भालचंद्र! पाहा! माझ्या मनाचा कोपराकोपरा शोधून पाहा! माझा राग धरू नका! क्षणाक्षणाला मी तुमच्याकडे परत येण्यासाठी तळमळत होते - पण दैवच आडवे आले! मी माझे शरीरच तुमच्या चरणी अर्पण केले होते - अजूनही मी तुमचीच आहे! या क्षणीही मी तुमचीच आहे! तुमच्या सांत्वनासाठी काय करू ते सांगा - मी करते! पण अशी तळमळ करून घेऊ नका! तुम्ही शरीराच्या पलीकडे गेला आहात - ही - शारीरिक वासना म्हणजे मागची एक वेडावणारी आठवण आहे! तुम्हाला बांधणारी एक शृंखला आहे! तिच्या वजनाखाली तुम्ही अडकला आहात! भालचंद्र, या गोष्टी कोणाच्या हातच्या का असतात? मीही तुमच्यासाठी

क्षणाक्षणाला झुरते आहे! आताच्या क्षणीसुद्धा मी तुमच्याकडे यायला तयार आहे - तुम्ही हो म्हणा.

खऱ्याखोट्याचा प्रश्नच नव्हता. तिच्या मनात त्याच्याविषयी अपरंपार प्रीती व अनुकंपा दाटून आली होती. या अंतिम कसोटीच्या वेळी ती त्याच्यासाठी कोणतेही दिव्य करायला तयार होती - अगदी आत्मसमर्पणसुद्धा! शरीराच्या मर्यादा तिने केव्हाच ओलांडल्या होत्या.

जेव्हा या उत्कट भावनेपुढे विचारही थिटे पडले तेव्हा तिने मनाचा तोही व्यापार बंद केला. तिच्या आसपास अथांग प्रीती व अथांग करुणा याशिवाय काहीही नव्हते.

स्वविस्मरणाच्या या क्षणी तिच्या चित्तवृत्ती स्थिरावल्या. सर्वकाही त्या प्रचंड करुणास्रोतात मिसळून गेले -

शरीरातला ज्वर उतरावा तसा तो दाह हलके हलके शांत झाला.

क्षोभाचे व विकारांचे वादळ शांत झाले. अतृप्ती आणि असमाधान यांचे तामसी, विषारी मिश्रण नाहीसे झाले. त्याऐवजी सर्व शरीरभर एक विलक्षण सुखद अशी शांतीची, समाधानाची, हलकेपणाची एक चैतन्यमय भावना पसरली. तो एक क्षण तिचा जीव ज्ञाताच्या आणि अज्ञाताच्या देदीप्यमान कडेवर दोलायमान होत राहिला.

मानवाला सदेह अवस्थेत कधीही अनुभवता न येण्यासारखी केवलतेची, स्वैरतेची, मुक्तीची एक दिव्य जाणीव तिला क्षणभर झाली आणि मग दिव्यातून ज्योत जावी, आकाशातून सूर्य जावा तसं काहीतरी अत्यंत दिव्य तेज आपल्यापासून दूर दूर जात आहेसे वाटले.

अनंत क्षितिजापलीकडे, मानवी जाणिवेच्या तडीपार.

पुन्हा कधीही, कधीही परत न येण्यासाठी.

या तेजाची तिला ओढ लागली. सर्व जीव एका विलक्षण उत्कण्ठित अपेक्षेने थरारून उठला. जडसृष्टीच्या सर्व शृंखला तोडून या दिव्य शक्तीच्या मागोव्यावर अनंतात झेप घ्यायची ऊर्मी उसळली.

पण नाही! तिची वेळ अजून आली नव्हती!

तिच्यात सामावलेले काहीतरी पाहता पाहता नाहीसे झाले.

ती मात्र बावरी, कासावीस, सद्गदित होऊन निश्चलतेने उभी राहिली. तिच्यात आणि या क्षणभर जाणवलेल्या दिव्य तेज:कणात जडसृष्टीचा अभेद्य पडदा उभा राहिला होता.

उषा भानावर आली. डोळ्यांतून घळघळा पाणी वाहत होते. श्वासोच्छ्वास जोराने चालला होता. हात आकाशाकडे होते - काहीतरी मागत होते, दूर जाणारे काहीतरी रोखण्याचा प्रयत्न करीत होते.

अंधाऱ्या रात्रीचे आवरण तिच्याभोवती पडले. तिचे हात सैल पडले, खाली आले. शरीराला हिंदकळवीत एक दीर्घ नि:श्वास बाहेर पडला.

रात्रीतला भयानकपणा केव्हाच गेला होता.

उरला होता तो निरर्थक, नीरस, तेज बुडवणारा अंधार.

काळाच्या काळ्या; पण कठीण कक्षा. ज्यांनी चारी बाजूंनी तिला कायमचे जखडले होते. एक आयुष्य. एक मिती. मानवाच्या मर्यादा.

आणि आता तिचं रोजचं आयुष्य. एक उसासा सोडून उषा माघारी परतली.

❀ ❀ ❀

५ : काजळी

सुर्वे ९-०३ च्या फास्टने चालले होते. वेळेवर ऑफिसमध्ये पोहोचता येईल अशी ती शेवटची गाडी होती. या गणितात, वाटेत कोठेही उशीर होणार नाही असे त्यांनी गृहीत धरले होते; पण हे गणित दिवसेंदिवस चुकायला लागले होते. आठवड्यातून एखाद्या दिवशी तरी गाडी वाटेत कुठेतरी थांबायचीच. हातातला पेपर उलटासुलटा करीत, अधीरपणे बाहेर पाहत राहण्याखेरीज सुर्व्यांच्या हाती काही नव्हते; पण निरुपाय झाला तरीही जिवाची चिडचिड व्हायची ती होणारच!

तसे पाहिले तर १०-२५ ला ऑफिसमध्ये हजर राहण्याची सुर्व्यांना काहीही आवश्यकता नव्हती. सकाळची मेल सॉर्ट होऊन, टपाल त्यांच्या टेबलावर यायला अकरा तरी होतच असे, शिवाय आपल्या या वक्तशीरपणाने हाताखालचा स्टाफ जरा बेचैन होतो हे त्यांच्या लक्षात आले होते की नाही कोणास ठाऊक! ऑफिसच्या सुरुवातीची दहापंधरा मिनिटे एकमेकांची थट्टामस्करी करण्यात, हास्यविनोद करण्यात स्टाफला आवडत असेल; पण सुर्व्यांच्या या आगमनामुळे सारा कारभार मुळातच बंद!

फर्मच्या कारभारात आपल्याला जसे वैयक्तिक स्वारस्य आहे तसे इतरांना नसणार ही गोष्ट सुर्व्यांच्या ध्यानीही येत नव्हती; पण एक गोष्ट मात्र खरी होती की, भागीदारी मिळायच्या आधी ते फर्ममध्ये पगारी नोकरीवर होते तेव्हाही त्यांनी इतक्याच तत्परतेने, आपुलकीने काम रेटले होते. म्हणूनही चाणाक्ष मालकांनी कदाचित त्यांना भागीदारी दिली असेल!

स्वतः शेठ मात्र लंच अवरनंतर ऑफिसमध्ये येत. मग सुर्व्यांची व त्यांची दीड-दोन तासांची मुलाखत होई आणि साडेचारच्या ठोक्याला शेठ ऑफिस सोडून

जातसुद्धा! चाळीस वर्षांपूर्वी शेठच्या वडिलांनी धंदा सुरू केला होता. हाताशी आलेली एकही संधी गमावली नव्हती आणि धंदा नावारूपास आणला होता व आता एकुलत्या एका मुलाच्या स्वाधीन केला होता. थोरले शेठ वारले तेव्हा धाकटे शेठ अमेरिकेत होते; 'बिझिनेस ऑर्गनायझेशन'चा पोस्ट ग्रॅज्युएट कोर्स पुरा करीत होते.

सुर्व्यांनी त्यांना जेव्हा ट्रंककॉल दिला आणि कळविले की, 'थोरले शेठ मरण पावले आहेत आणि तुम्ही ताबडतोब यायला पाहिजे' तेव्हा धाकटे शेठ म्हणाले होते - 'आता काय व्यवस्था आहे?' आणि जेव्हा त्यांना समजले की, सुर्व्यांना वडिलांनी संपूर्ण मुखत्यारपत्र दिले आहे तेव्हा त्यांनी चक्क सांगितले, "नवीन मुखत्यारपत्र करून घ्या आणि माझ्या सहीसाठी पाठवून द्या! "

आपला कोर्स पुरा झाल्यावर मग इंग्लंड, फ्रान्स प. जर्मनी, स्वित्झर्लंड इत्यादी देशांतील 'बिझिनेस मॅनेजमेंट'चा अभ्यास करीत करीत सहा महिन्यांनी धाकटे शेठ मुंबईस परत आले. सुर्व्यांच्या कामाबद्दल त्यांनी मनापासून त्यांची प्रशंसा केली, त्यांच्या पगारात भरपूर वाढ केली आणि मुखत्यारपत्र वाढवून दिले.

दोन वर्षांच्या आतच सुर्वे फर्मचे भागीदार झाले.

पूर्वी सुर्वे रुपयाला जितके जपायचे तितके आता पैशाला जपायला लागले. काटेकोरपणा आणि साहस यांची मैत्री कधीच जमायची नाही. मळलेल्या वाटेवरून सारेच जात असतात. तिथे प्रगती अंशाअंशानेच व्हायची. हमरस्ता सोडून जो आडवाटेला जाईल, अकलेची व अंदाजाची बाजी लावील तोच सर्वांच्या पुढे कोठेतरी अचानक पोहोचेल. ही गोष्ट सुर्व्यांना कालत्रयी जमण्यासारखी नव्हती. आखलेल्या मार्गावरून सरळ जाण्याचा त्यांचा स्वभाव होता. पूर्वी प्रत्येक कृतीचा जाब विचारायला थोरले शेठ होते. (खरोखर ही सुर्व्यांच्या मनातलीच कल्पना होती. थोरल्या शेठनी कधीही त्यांना कशाचाही जाब विचारला नव्हता.) आता सुर्वे फर्मचे मालक झाले होते; पण त्यांच्या कृतीत स्वतंत्रपणा आला नव्हता. थोरल्या शेठऐवजी त्यांना आता एक नवी आकृती दिसायला लागली. मग त्याला कॉन्शन्स म्हणा, माणसाची सदसद्विवेकबुद्धी म्हणा किंवा चित्रगुप्त म्हणा!

कॅश - बुक, डे - बुकमधली प्रत्येक एंट्री जशी कंपनीच्या लेजरमध्ये पोस्ट व्हायची तशीच आपली प्रत्येक कृती, प्रत्येक विचार हा कोणत्या तरी महान अचूक 'लेजर'मध्ये 'पोस्ट' होत असतो, अशी सुर्व्यांची भावना होती आणि शेवटी ताळेबंद निघेल तेव्हा त्यात 'वाय. जी. पी.' अशी काळी एंट्री हवी! 'टू. जी. पी.' अशी लाल एंट्री नको!

देवाने आपल्या 'इमेज'मध्ये मानव निर्माण केला म्हणतात. खरेही असेल ते; पण माणूस मात्र आपल्या इमेजमध्ये देव निर्माण करतो हे त्यापेक्षा खरे आहे.

स्टेशन यायच्या आधीच गाडी थांबली. 'चूक' असा ठराविक उद्गार अनेकांच्या तोंडून निघाला. सर्वांनी हातावरच्या घड्याळात पाहिले, आता किती उशीर होणार याचे मनातल्या मनात गणित केले, सुर्वेही याला अपवाद नव्हते. इतका वेळ ते धावत्या प्रकाशात वर्तमानपत्र वाचत होते. वास्तविक आता गाडी थांबली होती आणि त्यांना निर्वेधपणे वाचता आले असते; पण लागलीच त्यांची वर्तमानपत्रातली गोडी कमी झाली व त्यांनी पेपर बाजूला टाकला.

सुर्व्यांच्या डब्यात बहुतेक सर्व उच्च स्थानांवरचे अधिकारी, मोठे मोठे व्यापारी असे लोक होते. सुर्व्यांची नजर त्यांच्यावरून फिरली. इतर वेळी पूर्ण अधिकार गाजवणारे हे लोक आता किती अगतिक होऊन बसले होते! स्वतःशीच चरफडत होते; पण कोणीही काहीही करू शकत नव्हता! मानवाने स्वतःच्या सुखासाठी यंत्रे तयार केली खरी; पण तो आता या यंत्राचाच गुलाम झाला आहे, असे त्यांना वाटले. एकाहून दुसरा त्रासिक चेहरा - याखेरीज डब्यात दुसरे काही पाहण्यासारखे नाही. गाडी लवकर हलायची चिन्हे दिसेनात. सुर्व्यांची नजर खिडकीबाहेर गेली. रेल्वे लाइनच्या कुंपणापर्यंतचाच भाग काय तो मोकळा होता. कुंपणापासून पुढे वस्ती सुरू होत होती. खांद्याला खांदा, भिंतीला भिंती लावून उभी असलेली घरे - घरे कसली? टिनपाटाचे चित्रविचित्र आकाराचे आडोसेच! काही गोणपोटाचे होते, काही दुकानाच्या जुन्या पाट्यांचे होते, तर काही ड्रमच्या सरळ केलेल्या पत्र्यांचे होते - वरच्या छतांवरून वजनासाठी दगड ठेवले होते - आणि त्याशिवाय ट्यूब, टायर, डबे, टोपल्या अशा अनेक निरुपयोगी वस्तू छपरांवर होत्या. दोन झोपड्यांच्या ओळीत जेमतेम पाच फुटांचे अंतर होते - त्यातूनही गलिच्छ पाण्याचे ओघळ वाहतच होते; पण ही अशी वस्तीही माणसांनी गजबजलेली होती, माणसांनी फुलून गेली होती. प्रत्येकजण आपापल्या उद्योगामागे लागला होता.

धक्का बसून गाडी सुरू झाली आणि सुर्वे भानावर आले.

ऑफिसमध्ये पोहोचायला त्यांना चौदा मिनिटे उशीर झाला होता. यापैकी दहा मिनिटे ते रोज आपल्या टेबलापाशी नुसती बसून काढीत असत; पण तरीही आपले काहीतरी गमावल्याची भावना त्यांच्या मनातून काही जाईना. 'वेळ म्हणजे पैसा ' हे धंद्यातले आद्य तत्त्व त्यांच्या रोमारोमात मुरले होते. संदर्भविरहित कल्पना जशा निरर्थक असतात तशीच हीही होती; पण माणूस सवयीचा गुलाम

होतो, तसेच सुर्व्यांचे झाले होते. त्यांच्या ऑफिसचे बॉस ते होते आणि त्यांचा बॉस भिंतीवरचे घड्याळ होते.

तेव्हा चौदा मिनिटांची रुखरुख मनातून जायला त्यांना बराच वेळ लागला. स्टाफच्या कामावर त्यांचे लक्ष नेहमीपेक्षा जास्त काटेकोरपणे राहिले. चौदा मिनिटे गेल्याने त्यांचा दिवसातला जितके टक्के वेळ वाया गेला होता तितके टक्के अधिक काम त्यांनी स्टाफकडून करून घेतले की नाही याची शंका आहे; पण त्यापेक्षा कितीतरी पटीने त्यांनी स्टाफला नाराज केले, ही मात्र सत्य गोष्ट आहे.

पण नेहमीप्रमाणे सुर्व्यांना या प्रकाराची जाणीवच नव्हती. काही दिवसांनंतर सुर्व्यांची लोकल परत एकदा वाटेत थांबलीः जागा अर्थातच तीच होती. कारण तोच तो, मघाचाच सिग्नल दिला गेला नव्हता. एक प्रकारच्या अपरिहार्यपणे सुर्वे खिडकीबाहेर पाहत राहिले.

तीच ती झोपड्यांची रास, त्यावर घोंघावणारी तीच ती माणसे. सुर्व्यांना वाटले, एवढी ही माणसे मुंबईत दाटीदाटीने, असह्य परिस्थितीत का राहत आहेत? अशा ठिकाणी एक-एक दिवस काढणे म्हणजे आयुष्यातला एक-एक तास गमावणे आहे. तरीही ती राहत होती. पैसा! पैसा त्यांना मुंबईकडे खेचीत होता आणि एकदा ती चटक लागली की, मग त्यांची मुंबई सोडायची तयारी नव्हती. पैशाची भूक आपले जाळे त्यांच्याभोवती विणीत होती आणि ते त्या जाळ्यात सापडलेल्या कीटकासारखे जागच्या जागी व्यर्थ धडपड करीत होते!

सुर्व्यांना वाटले, माणसाने ही मुंबई वसविली, वाढविली, नटविली; पण आता तो तिचा स्वामी राहिलेला नाही. मुंबईचा स्वामी पैसा आहे किंवा पैशाचा अनिवार लोभ, पैशाचा विलक्षण मोह हा आहे. पूर्वीच्या काळच्या कथांतील राक्षसांच्या नगरीसारखी ही मुंबई आहे; पण हा राक्षस अक्राळविक्राळ नाही, ताडामाडासारखा उंच नाही, माणसांची शरीरे खाणारा नाही, अजस्र गुहेत राहणारा नाही. तो फार फार वेगळा आहे. तो आपल्या तरळ स्वरूपात सर्वत्र पसरून राहिला आहे. त्याचे शरीर सुताचे धागे, कोळशाचा धूर, गाड्यांचे एक्झॉस्ट, माणसांचा घाम आणि शहरातली घाण यांचे बनलेले आहे. तो माणसांची मने खातो. त्यांना गुलाम करतो आणि ते त्याच्यासाठी सुखाने झिजतात.

सुर्वे या विचारातून दचकून भानावर आले. आपल्या मनात हे असले उद्विग्नतेचे विषण्ण विचार कोठून आले? त्यांनी मनाशी आश्चर्य केले. गेल्या काही दिवसांत फर्मची आर्थिक दृष्टीने जरा ओढाताण झाली होती. कदाचित त्यामुळेही पैशाचा

विचार आपल्या मनात आला असेल, असे त्यांनी स्वतःचे समाधान करून घेतले आणि मग एक धक्का बसून त्यांना दिसले की, इतरांना नावे ठेवणारे आपण - आपणही त्याच पैशांच्या मायाजाळात अडकलेले आहोत! ऑफिसमध्ये आपण पैन् पैच्या खर्चाचा हिशेब ठेवतो, सर्व आर्थिक व्यवहार तीनतीनदा तपासतो, पैशाची जरा ओढाताण झाली की, बेचैन होतो. आपणही त्याच राक्षसाचे गुलाम आहोत! आपले मनही त्याच काजळीने माखलेले आहे! त्याच अदृश्य; पण अविनाशी जाळयाच्या पाशात आपणही सापडलेले आहोत!

दिवसभर हा विचार सुर्व्यांच्या मनात मधूनमधून येत होता. प्रथम मनात आला त्यावेळी त्यांना तो फारसा आवडला नव्हता; पण प्रत्येक पुनरावृत्तीबरोबर त्यांची नावड, त्यांचा तिटकारा वाढू लागला. नव्या स्वरूपातली स्वतःची ही ओळख कितीही प्रत्ययकारी असली, संकेतार्थाने किंवा लौकिकार्थाने कितीही सत्य असली, तरी ती चांगली खासच नव्हती. जिवाला बेचैन करणारी होती.

गाडीतून परत येत असताना सुर्व्यांचे लक्ष ज्या ठिकाणी सकाळी गाडी थांबली होती, त्या ठिकाणच्या झोपडवस्तीकडे गेले. नजरेत जरासा रागही उमटला. त्याच ठिकाणी त्यांना आपल्या एका नव्याच संबंधांचा साक्षात्कार झाला होता - जराशी वाईटच गोष्ट!

पुन्हा केव्हातरी गाडी वाटेत थांबली, तर ती त्या ठिकाणीच थांबणार होती. कारण सिग्नलच तिथे होता, सुर्व्यांना काही करता येणं शक्यच नव्हते. ते काहीतरी करण्याची कल्पना त्यांच्या मनात केव्हा आली हे त्यांना सांगता आले नसते. एका सकाळी जेव्हा तिथे गाडी थांबली आणि सुर्व्यांना आढळून आले की, या बाहेरच्या वस्तीबद्दल आपल्या मनात विलक्षण तिटकारा आहे. तेव्हा त्यांनी जरासा विचार केला आणि विचाराचा झोत पडताच आतले विदारक सत्य उघडे झाले. उत्कर्षाचा त्यांचा हव्यास, यशस्वी होण्याची जिद्द, त्यासाठी मानलेली काही मूल्ये, मनात ठसलेल्या काही निष्ठा या साऱ्यांमागची प्रेरणा आता उघडी पडली होती.

आणि ती किती हिणकस होती!

शरीराने ते आलिशान, एअरकंडिशन्ड, अद्ययावत ऑफिसातून वावरत असले तरी त्यांचे मन या झोपडीवाल्यांच्या मनाच्या पातळीवरच होते. ते पाश, ते बंध, ती गुलामगिरी इथूनतिथून सारखीच होती! फक्त आविष्कार वेगळे होते. गिरणीचा धूर काय आणि हिऱ्याचे तेज काय! शेवटी तत्त्व एकच. कोळसा! त्या अवाढव्य यंत्राचा तेही एक भाग होते; पण काही काही वेळा यंत्रेही अगदी आवाज न करता फिरतात.

असे अभिज्ञान देणारी ही जागा त्यांना कशी आवडेल? त्यांची नजर त्या देखाव्यावर जराशी रागाने खिळली नाही तरच नवल! शत्रूची जशी बारकाव्याने पाहणी करावी तशी त्यांची नजर त्या दृश्याचा छेद घेत होती. त्यांच्या उंचीवरून सुर्व्यांना बहुतेक छपरेच दिसत होती आणि तीही कसल्या ना कसल्या तरी टाकाऊ सामानाने भरलेली. दहा-बारा छपरांपलीकडे एका जरा नीटस दिसणाऱ्या पत्रावर कशाचे तरी पोते, बोचके, गाठोडे किंवा बंगी असे काहीतरी होते. आसपासच्या सर्व पसाऱ्यात तीच वस्तू आकाराने जरा मोठी व म्हणून नजरेत भरण्यासारखी होती. तसे पाहिले, तर ती शंभर एक फुटांच्या अंतरावरच असेल; पण काही केल्या सुर्व्यांना त्या आकाराची व्याख्याच करता येत नव्हती.

आणि त्या पोत्यावर त्यांची नजर खिळलेली असतानाच गाडी सुरू झाली.

बिझी सीझन सुरू झाला होता आणि जराशी नाणेटंचाईही भासायला लागली होती. हा अनुभव दरवर्षीचाच होता. या दिवसांत सुर्वे अगदी डोळ्यांत तेल घालून इन्व्हेस्टमेंट पोर्टफोलिओवर लक्ष ठेवत असत. रोजच्या रोज ट्रान्स्फर्स, ॲडजस्टमेंट्स, ॲकोमोडेशन, ॲडव्हान्सेस अशा सर्व साधनांनी मिळकतीचा तोल व प्राप्तीचा कमाल बिंदू राखणे ही करामत त्यांच्या अगदी अंगवळणी पडली होती. हे क्लिष्ट काम ते अगदी हौसेने, आनंदाने, समाधानाने करीत असत; पण गेल्या काही दिवसांत त्यांचा त्यातला आनंद मावळला होता. आकडेमोडीने आणि कॉलमकॉलम लांबीच्या बेरजांनी त्यांचे डोके दुखायला लागले होते.

काम तेच होते; पण त्या तळमळीमागचा त्यांचा उद्देश स्पष्ट झाला होता. त्यांना शिसारी आली होती; पण आता ते असहायपणे त्या चाकोरीत सापडले होते. शरीराच्या सवयीपेक्षा मनाच्या सवयी मोडणे जास्त कठीण असते. आलेली गती उलटविण्यापेक्षा किंवा ती बदलविण्यापेक्षा तशीच चालू ठेवणे कमी त्रासाचे वाटते.

सुर्व्यांना काही क्षण उत्कटतेने वाटले, की हे सारे सोडून द्यावे - अगदी वेगळे काहीतरी करायला लागावे; पण वेगळे करणार तरी काय? मागच्या जबाबदाऱ्या कोण घेणार? पाण्यातला मासा पाण्याविरुद्ध कधी बंड करू शकेल का? इच्छा असो वा नसो, त्याला तेच जिणे जगले पाहिजे; पण बंडाची कल्पना मनात आली एवढे तरी श्रेय सुर्व्यांना होते खास! खऱ्या अर्थाने ती एक विलक्षण मानसिक क्रांतीच होती!

९-०३च्या फास्टने सुर्वे जातच होते आणि स्वतःवर चिडतही होते. मनोधैर्य नसलेल्या माणसाने आत्मशोधनाच्या वाटेस जाऊ नये हेच चांगले. आजवर खऱ्या मानलेल्या गोष्टी नकली निघतात व मग त्या का सोडवत नाहीत याची कारणे स्वतःला पटविताना एक प्रकारचा दुहेरी लपंडाव सुरू होतो, सुर्व्यांचा प्रकारही काहीसा असाच होता.

त्यांची गाडी अनेकवेळा तोच सिग्नल अडवीत होता आणि सुर्वे बाहेर पाहत होते - कधी रागाने, कधी आश्चर्याने, कधी निरर्थकपणे; पण तिथे त्यांची नजर गुंतण्यासारखे काहीच नव्हते. सगळी नुसती छपरे. नाही म्हणायला ते एक पोते का काहीतरी होते.

कुंपणापासूनच्या पाचसहा झोपड्या सोडून मग एकीवर-

सहासात झोपड्या सोडून? एके दिवशी ते तिकडे पाहत असता स्मृतीची घंटा कोठेतरी खणखणली. इथे काहीतरी चूक नव्हती का? त्यांना ते बोचके प्रथम दिसले तेव्हा बरेच मागे असल्यासारखे वाटले नव्हते का? खरे म्हणजे म्हणूनच त्यांना तो आकार नीट कळला नव्हता; पण त्या दिवशी त्यांच्या मनात काही शहानिशा व्हायच्या आधीच गाडी हलली.

मात्र एखाद्या कुसळासारखा तो विचार त्यांच्या मनात सारखा सलत होता. त्यावरून आठवणीचा हात फिरला, की तो बोचायचा. आधीच रोजचे काम कठीण वाटायला लागले होते. त्यात ही नवी भर पडली. धाकट्या शेठशी दुपारी चर्चा होत असताना कधी नव्हे तो आज सुर्व्यांचा तोल गेला. त्यांना एकदम वाटले, फर्मसाठी मी एवढे जीव तोडून काम करतो, रक्ताचे अक्षरशः पाणी करतो - आणि हा नुसता जबाबदारीने वागायलाही शिकत नाही? समोरच्या प्रश्नांचा साधा अभ्यासही करीत नाही? प्रत्येक बाब अगदी 'श्रीगणेशा'पासून त्याला समजावून सांगावी लागते! एवढाही त्रास घ्यायला तो तयार नाही!

आणि मग सारा स्वाभिमान थिजवणारा विचार त्यांच्या मनात आला. आपण धडपड करतो ती फर्मसाठी नाही, स्वतःच्या फायद्यासाठी आहे. फर्म फायद्यात चालली तर आपल्याला फायदा आहे आणि म्हणूनच हे असले निष्क्रिय भागीदाराचे जोखड आपण सांभाळीत आलो आहोत. फर्म बंद पडली, तर शेठला काय फिकीर? तो लक्षाधीश आहे! पण आपली काय स्थिती होईल? आपण मिळवलेल्या स्टेट्सचे काय होईल? भविष्याची आपण कल्पना तरी करू शकतो का? नाही! तो विचारही आपल्याला असह्य वाटतो. आपल्याला दुसरा मार्ग नाही! फिरत्या

चाकातल्या कुत्र्यासारखे आपल्याला पळत राहिले पाहिजे - म्हणजेच आपण आहोत तिथे राहू! "काका -" त्यांच्या बदलत्या चेहऱ्याकडे पाहत शेठ म्हणाले, "आज तुमची प्रकृती ठीक दिसत नाही - आजचा दिवस रेस्ट घ्या! आणि मला काही कळले नाही, तर एवढे मनावर घेऊ नका! कॅरी ऑन! तुम्ही आहात म्हणून फर्म आहे! मी म्हणजे एक डेकोरेशन आहे."

सुर्वे ऑफिसमध्ये येऊन बसले - विषण्ण मनाने.

पण वेळेच्या आधी निघायचे त्यांच्या मनातही आले नाही. आपली पाठ वळली की, काम थांबते अशी त्यांना खात्री होती; पण मनातले शल्य आणखी खोल रुतले होते. कोणत्या तरी अगदी मर्माच्या स्थानी, अगदी जिव्हारी भिडले होते.

तुम्ही आहात म्हणून फर्म आहे! हा! यासारखा उपहास नाही! फर्म आहे म्हणून मी आहे! माझ्यासाठी मी फर्म जगवीत आहे! ही खरी गोष्ट आहे, त्यांना वाटले-

परत निघताना सुर्वे अगदी थकले होते. जराशी धावपळ करून त्यांनी गाडीतली एका कोपऱ्यातली जागा पटकावली आणि डोळे मिटून घेतले. सराईत प्रवाशाचे त्यांचे मन प्रत्येक स्टेशनची अचूक नोंद करीत होते- सुर्व्यांना बाहेर पहायचीही आवश्यकता नव्हती आणि पाहू म्हटले तरी पाहता आले नसते. सुर्व्यांच्या मागोमाग प्रवाशांचा लोट डब्यात शिरला आणि गाडी हलायच्या आतच पॅसेजसकट सगळा डबा गच्च भरून गेला. नंतर प्रत्येक स्टेशनवर त्यात भरच पडत गेली. काही वरच्या कातडी पट्ट्यात हात अडकवून उभे होते. काही नुसतेच गर्दीच्या आधाराने उभे होते-

डोळे न उघडताही सुर्व्यांना त्यांचे चेहरे दिसत होते. गेली कित्येक वर्षे ते रोज या घामेजलेल्या, मरगळलेल्या, कावलेल्या, चेंगरलेल्या चेहऱ्यांकडे पाहत आले होते. कधी त्यांना कीव आली होती, कधी घृणा वाटली होती; पण आज त्यांना जाणवत होते, की ते त्यातलेच एक आहेत. जरा चांगली संधी मिळाली म्हणून जरा वरची जागा मिळालेले— उन्हाने न तापणारे - मॅन वुइथ ए प्लेस इन दि शेड! त्यांना खिन्नपणे वाटले.

पण संथ आयुष्यात एकाएकी उत्पन्न झालेला हा खळबळाट सुर्व्यांच्या प्रकृतीस मानवणारा नव्हता. स्वतःभोवती मोठ्या कष्टाने उभ्या केलेल्या सुरक्षित निवाऱ्याला तडा गेला आहे, असे त्यांना वाटले.

सकाळी गाडीतून जाताना त्यांची नजर सारखी बाहेर जात होती आणि ती झोपडपट्टी शोधीत होती. पाहता पाहता तो भाग आला आणि झपाट्याने मागे गेलासुद्धा. त्यांच्या नजरेला एक सेकंदभराचासुद्धा अवकाश मिळाला नाही. त्यांना जे काय पहायचे होते त्याला वेळच मिळाला नाही - फक्त ते काळपट - मळकट, पोत्यासारखे दिसणारे काहीतरी क्षणभर त्यांच्या डोळ्यांसमोर आले आणि तितक्याच झपाट्याने मागे गेलेसुद्धा.

एक गोष्ट मात्र त्यांना दिसली. त्यांचा कालचाही अंदाज चुकीचाच होता. कुंपणापासच्या घरापासून ते पोते किंवा पिशवी, गाठोडे, बोचके, बंगी - जे काय होते ते, तीन-चार घरे सोडूनच होते.

आधी आपल्याला शंभर-सव्वाशे फुटांवर आहे असे का वाटले? आणि काल सातआठ घरे सोडून पलीकडे आहे असे का वाटले? खरोखरच ते तर अगदी जवळ होते! एवढ्या साध्या गोष्टीत कशी गफलत झाली? दुसऱ्या सकाळी याचीच पुनरावृत्ती झाली. छपरावरचा तो काळा ठिपका समोर आला आणि नाहीसा झाला. गाडीचा वेग आणि त्यांची नजर यांच्यात जणू चढाओढच लागली होती. सुर्व्यांच्या मनात विचार आला, आज इथे गाडी थांबली असती तर बरे झाले असते! नीट शहानिशा तरी करून टाकता आली असती! पण पुढचे दोन-तीन दिवस गाडी थांबलीच नाही. जणूकाही गाड्यांचा सर्व नोकरवर्ग- एवढेच नाही तर सेंट्रल रेल्वेची सर्व संस्था इथे गाडी थांबू नये अशी खटपट करीत होते. पण का? एवढा खटाटोप कशासाठी? त्यांच्या नजरेपासून काय लपविण्याची सर्वांची धडपड चालली होती? येथे असे काय चालले होते, की ते सुर्व्यांना दिसता उपयोगी नव्हते? पण हे फार दिवस चालणे शक्यच नव्हते, ही सुर्व्यांची खात्री होती आणि झालेही तसेच. एका सकाळी गाडी थांबली, ती नेमकी त्या वस्तीसमोर आणि सुर्व्यांची नजरही थबकली. ते पोते शंभर फुटांवरही नव्हते, सातव्या घरावरही नव्हते, तिसऱ्या घरावरही नव्हते. कुंपणावरच्या पहिल्याच घराच्या छपरावर तो काळा ढीग होता.

त्यांनी आपली चूक झटपट सुधारली आणि गाडी वीस-पंचवीस सेकंदांतच सुरू झाली खरी; पण सुर्व्यांनी पाहिले होते! त्या एकाच दृश्याने ते एखादा धक्का बसल्यासारखे मागच्या कुशनवर कोसळले होते आणि गाडी सुरू होऊन ती वस्ती खूप मागे गेली, तरी बाहेर पाहण्याचे त्यांना धैर्य होत नव्हते.

शंकेला जागाच नव्हती. ती वस्तू रोज हळूहळू पुढे येत होती. त्यांच्या नजरेची काही चूक झाली नव्हती. आधी ते बोचके किंवा पोते ('किंवा जे काय असेल ते!' सुर्वे वैतागून मनाशी म्हणाले) खूप लांब होते आणि गेले कितीतरी दिवस ते सावकाश पुढे येत होते. या छपरावरून त्या छपरावर - तसूतसूने - कोणाच्या नकळत. 'आणि हेच त्यांना माझ्यापासून लपवायचे होते. ' सुर्वे म्हणाले 'आणि आता मी ते पाहिले आहे, मला ते समजले आहे.'

यापुढे काय होणार आहे?

कल्पना कितीही भयप्रद वाटली तरी समजा की, खरोखरीच ते गाठोडे पुढे पुढे सरकत आहे; पण शेवटी काय? त्याला काही मर्यादा आहे का नाही? आणि मग त्याहीपेक्षा एक भयंकर विचार.

का? हे कशासाठी होत आहे? माझा यात काही संबंध आहे का? सुरुवातीस हा विचार मनात आला तेव्हा त्यांना तो इतका अशक्य कोटीतला वाटला की, त्यांनी तो तत्क्षणीच झिडकारून टाकला.

पण मनात खोल कोठेतरी तो दबा धरून बसला होताच आणि त्याच कोणत्या तरी पातळीवर त्यांच्या गेल्या काही दिवसांतल्या स्मृतीची उजळणी, त्यांचे पृथक्करण असल्या क्रिया चालल्या होत्या.

आणि आता त्यांना आठवले की, कळत नकळत रोज त्यांची नजर त्या झोपडपट्टीतल्या त्या छपरावरच्या त्या काळ्या पोत्यावर जात होती, त्या पोत्याच्या ठिकाणात रोज रोज होत जाणारा बारीक बारीक बदल त्यांची नजर टिपीत होती. आता आतापर्यंत ते त्याकडे दुर्लक्ष करीत आले होते.

असे दिसत होते की, जणूकाही पहिल्या क्षणापासूनच त्यांना या सर्व प्रकारातला धोका; भयानकपणा पूर्णपणे समजला होता. आपला याच्यात काय व कसा संबंध येतो हेही त्यांना मनोमन समजले होते; पण स्वतःला काही करायची वेळ येणार नाही, अशा भोळ्या समजुतीने ते सारा प्रकारच दुर्लक्ष करून मनावर न घेण्याचा प्रयत्न करीत होते.

अजून त्यांची अवस्था क्रियाशील नव्हती. झोपेत माणसाला एखादा विचित्र आवाज ऐकू यावा व त्याने पांघरूण फेकून देऊन त्या आवाजाचा कानोसा घेत राहावे, आपल्याला काही धोका आहे का याचा विचार करीत राहावे, अशा अवस्थेत सुर्वे होते. या प्रसंगाचा ते केवळ एक ॲकॅडमिक प्रश्न म्हणून विचार करीत होते. आपण खूप विचार करीत आहोत असे समाधान आणि प्रत्यक्ष

काहीही कृती करण्याची अनावश्यकता, अशी ही अवस्था मोठी सुखकर असते. या फसव्या समाधानाच्या थराखाली त्यांनी भीतीचा जहरी अर्क झाकून टाकला होता. सर्व प्रकारावर त्यांचे 'लक्ष' होते, 'अभ्यास' चालू होता; पण सरतेशेवटी हे आवरण अगदीच टाकाऊ, फुसके निघाले. मनावरची भूल खाडकन उतरली. जगाचा तोल एका सुईच्या अग्रावर आला. रोज गाडी त्या वस्तीवरून जात होती आणि रोज सुर्व्यांची भीतीने तीक्ष्ण झालेली नजर त्या मळकट आकारावर (अजून स्पष्ट न झालेल्या) खिळत होती. रोज तो आकार पुढे सरकत होता. तो पुढे पुढे सरकत आला. एका सकाळी तो छपराच्या अगदी कडेवर लटपटताना त्यांना दिसला. दुसऱ्या सकाळी तो कुंपणाच्या आत आला.

तो आपल्याकडे येत आहे याबद्दल सुर्व्यांना शंका राहिली नाही. ज्या ठिकाणी ती झोपडपट्टीची रेषा रेल्वे लाइनला छेदत होती त्या बिंदूकडे तो येत होता. इंचाइंचाने, सावकाश-सावकाश; पण निश्चितपणे! खात्रीने.

हा एखादा योगायोग असेल, एखाद्या कामगाराचा तो बोजा असेल, असे सुचवायला त्यांचेही मन धजले नाही; कारण ही फसवणुकीची वेळ गेली होती. त्या वस्तूची सत्यताही पारखून घ्यायची त्यांची हिंमत नव्हती. ते कोणालाही (एखाद्या सहप्रवाशाला) विचारू शकत नव्हते, "अहो, रेल्वे लाइनच्या कडेला तुम्हाला एखादे काळसर मळकट, पोत्यासारखे, गाठोड्यासारखे, काही दिसते काही?" समजा, तो 'हो! ' म्हणाला- मग काय? ते इतरांना एका साध्या पोत्यासारखे दिसेलही; पण मला त्याचे खरे रूप माहीत आहे! खरा आकार माहीत आहे! आणि समजा तो 'नाही बुवा!' म्हणाला - मग काय? वेडाची भीतीच मनात अडकवून घ्यायची की नाही? नको? नको - तो विचारच नको!

ती अघोरी प्रगती चालूच होते. कुंपणाच्या पुढे एक खोलसर खड्डा होता. त्याच्या काठावर ते पोते आले आणि एका सकाळी गडप झाले - पण सुर्व्यांना समाधान मिळाले नाही. त्यांना माहीत होते की, ते नाहीसे झालेले नाही. रात्रीच्या काळोखात, कोणाची नजर नाही असे पाहून, ते त्या खोल खड्ड्यात गडगडत पडले आहे आणि आता इकडच्या बाजूचा चढ चढत असेल आणि एका सकाळी आणखी जवळ, प्रत्यक्ष एम्बॅकमेंटवरच दिसेल!

पण का? माझ्यामागेच का? मलाच का? त्यांचे मन मूक आक्रोश करीत होते आणि या प्रश्नाला त्यांच्याजवळ समर्पक उत्तर नव्हते. त्यांना त्याचे खरे रूप कळले होते (जे कळायला नको असेल!) म्हणून? का त्यांनी (केवळ मनातल्या

मनात का होईना!) त्या सर्वव्यापी शक्तीविरुद्ध बंड पुकारायचा बेत केला होता म्हणून? का हा राक्षस आकाराने पूर्वीच्या पुराणातल्या राक्षसांहून वेगळा असला, तरी स्वभावाने तसाच आहे, त्याची भूक तशीच आहे आणि या चाळीस लाखांच्या मुंबईतला एखाद-दुसरा जीव तो रोज निवडतो आणि त्याचा स्वाहाकार करतो? कोण सांगणार? कोण सांगणार?

मधे एक रविवार गेला. त्यापुढचे तीन-चार दिवस सेंट्रल रेल्वेचे टाइमटेबल अगदी अचूकपणे पाळले गेले. आमची एकही गाडी लेट झाली नाही असे त्यांचे कर्मचारी अभिमानाने म्हणू शकले असते.

पण इकडे सुर्व्यांच्या जिवाची काय तगमग चालली होती! वळण घेऊन गाडी 'त्या' ठिकाणाजवळ यायला लागे तसतशी त्यांच्या छातीतली धडधड वाढत जाई; पण त्या खड्ड्याजवळ काही नव्हते. नाही म्हणायला इकडच्या कडेपाशी एक काळसर, वर्तुळाकृती उंचवटा दिसत होता; पण तो एखादा खडक नव्हता कशावरून? 'तो खरोखरच वर आला असेल व कोणीतरी घेऊन गेला असेल.' एक वेडपट आशा त्यांच्या मनात आली. मनातल्या शंका-कुशंकांसारखीच ही आशाही निरर्थक होती.

कारण जेव्हा ते प्रत्यक्ष एम्बॅकमेंटवरच आले (एक थरथरता श्वास सोडून सुर्व्यांनी स्वीकारलेली एक अटळ गोष्ट) तेव्हा त्याचा आकार पाहूनच सुर्वे मनाशी म्हणाले, "या पोत्याला कोणी चुकूनसुद्धा स्पर्श करणार नाही. नो!"

पण ते इतके नजीक - जवळजवळ बारा फुटांवर - येऊनही त्यांना त्याचा खरा आकार निश्चित करता येईना. एकतर त्यांची नजर त्या मळकट आकृतीवर काही केल्या फार वेळ ठरतच नव्हती आणि तेवढ्या वेळातही त्यांना दिसले की, त्याच्यात एक प्रकारची गती आहे. अंतर्गत हालचाल आहे, एक विलक्षण कंप आहे - गाडीच्या रुळावरच्या आघातांनी निर्माण झाला असला पाहिजे - (नाही का? नाही का? दुसरे काय कारण असणार? वेडपटपणाला तरी काही मर्यादा आहे की नाही?)

कामावरचे सुर्व्यांचे लक्ष केव्हाच उडाले होते. समोरच्या टेबलावर पडलेली पत्रे, मेमो, फाइली दिसेनाशा होत आणि त्यांच्या जागी तो काळा, मळकट, घाणेरडा, थरथरत्या, रेल्वे लाइनजवळ दबा धरून बसलेला आकार येई. आपण मनातल्या मनातसुद्धा त्याला ही विशेषणे लावता कामा नये, त्यात आपली चूक होत आहे, कोणत्या ना कोणत्या तरी रीतीने आपण त्याच्या जास्त जास्त कह्यात जात

आहोत, हे सुर्व्यांना कळत नव्हते असे नाही; पण 'त्या'चा विचारच मनाचा तोल बिघडवणारा होता. सृष्टीच्या पायालाच हादरा देणारा होता.

सकाळच्या गाडीतली आपली जागा सुर्व्यांनी बदलली. गाडी 'तिथे' यायला लागली की, वाढत वाढत जाणारा ताण, तो चमत्कारिक काळा ढीग दिसताच मनाला बसणारा हिसका आणि मग होणारी जिवाची उलघाल त्यांना हे सारेच असह्य झाले व ते पलीकडच्या रांगेत बसायला लागले. तिकडच्या बाजूस काय होत असेल ते होऊ दे, त्यांना निदान ते पहायचे तरी नव्हते-

ते झाले की मला कळणार, त्यांची खात्री होती-

आणि ती काही खोटी ठरली नाही.

सकाळची दहाची वेळ. जीव एव्हानाच उकाड्याने वैतागून गेलेला. त्यातच चारी बाजूंनी माणसे, माणसे. असंख्य माणसे. स्वतःशी विचार करण्याइतकासुद्धा एकांत नाही. अशावेळी ते झाले. गाडी 'तिथून' जात आहे हे सुर्व्यांना न पाहतासुद्धा समजत होते. त्याने आपला गळ माझ्या मनात खोलवर रुजवला आहे, असे त्यांना वाटले. कोळी पाण्यातल्या माशाला जसा काही वेळ खेळवतो तसा तो मला काही वेळ खेळवील, अगदी खुला आहे असे मला वाटण्याइतका फास ढिला सोडील आणि मग एकदम हिसका देईल, त्या दोरीने खेचून घेईल! तो हिसका त्यांना जाणवला. गाडीबाहेरून उलट दिशेने घोंघावत जाणारा वारा एकदम डब्यात शिरल्यासारखा वाटला. त्या वाऱ्यावर कसला तरी उग्र दर्प आला. कोळशाचे कण आले, धुरळा आला. लोकांचे डोळे चुरचुरले. कोणाला ठसका लागला. एक-दोघांना शिंकाही आल्या; पण नाकडोळे साफ करून ते सर्व लोक जणू काहीच झाले नाही, अशा निर्विकार चेहऱ्यांनी आपापल्या प्रवासात व विचारात मग्न राहिले. यांना कोणाला काहीही जाणवत नाही! त्यांना कशाची कल्पनाही नाही! रागाने व आश्चर्याने सुर्वे स्वतःशी विचार करीत राहिले.

पण त्यांना कल्पना होती! पूर्ण आणि बरोबर! त्या वासाच्या पहिल्या भपकाऱ्याबरोबर त्यांनी डोळे मिटून घेतले होते आणि तोंडासमोर रुमाल धरला होता. मग ती वावटळ आपल्या खऱ्या तुफानी वेगात आली आणि सुर्व्यांचे काळीज छातीच्या पिंजऱ्यात प्राणांतिक भीतीने तडफड तडफड करीत राहिले. तो वारा, तो वास, सर्व गेल्यावरही त्यांच्या शरीरावर एकामागून एक रोमांचाच्या लहरीवर लहरी उठत होत्या.

आसपासच्या लोकांचा निर्विकारपणा, नव्हे मख्खपणा पाहून त्यांना मोठ्याने ओरडावेसे वाटले - अरे शुंभांनो, काय झाले आहे हे तुम्हाला कळत नाही का? कणाकणांनी तुमचा ग्रास करणारा हा राक्षस, तुमच्या उरावर बसलेला हा सैतान, तुम्हाला दिसत नाही का? जाणवत नाही का? असे गप्प का बसता? त्याचा प्रतिकार का करीत नाही? सुखासुखी त्याला बळी का जाता? पण बाकीच्यांचे चेहरे थंडच राहिले. त्या थंडपणाच्या पहाडावर आपटून सुर्व्यांचे विचार त्यांच्याकडून परत आले. आक्रोश मुकाच राहिला. सुर्व्यांच्या मानेला, कॉलरमध्ये काहीतरी खुपत होते. रुमाल त्यांनी गळ्याभोवती फिरवला. तो घामाने चिंब होऊन आला आणि त्यात आणखीही काहीतरी होते. कसलेतरी काळसर, मळकट रंगाचे बारीक बारीक कण. मग पाठीलाही काहीतरी खुपल्यासारखे वाटले व त्यांनी खाली पाहिले. शर्टच्या पांढऱ्याशुभ्र फ्रंटवर, कोटाच्या कॉलरवर, पँटवर सर्वत्रच हे बारीक बारीक कण पडले होते. बाहेरच नाही, आतसुद्धा!

हे काळे कण झटकून निघणार नाहीत, धुऊन जाणार नाहीत, त्यांना वाटले. हे काळे डाग आपल्या मनावर पडले आहेत. लेडी मॅकबेथ!

ते या चमत्कारिक विचारातून एकदम खडबडून शुद्धीवर आले. डबा रिकामा झाला होता. गाडी टर्मिनसला लागली होती.

सुर्वे ऑफिसात आले, इकडेतिकडे न बघता सरळ त्यांच्या केबिनमध्ये गेले आणि खुर्चीच्या मऊ स्प्रिंगवर त्यांनी शरीर ढकलून दिले. टेबलावर कागदांचा पसारा पडला होता. त्यावरून त्यांनी नजर फिरवली; पण कशाचाच त्यांना संदर्भ लागेना. एका विलक्षण अवकाशात संचार करून आलेले त्यांचे मन हा पत्रव्यवहार आणि ती आकडेमोड यात गुंतायला तयार नव्हते. सुर्वे हातातले कागद पाहत होते, खालीवर करीत होते, उलटेसुलटे करीत होते; पण त्यातले काही एक न समजता. केबिनचे पार्टिशन उघडले गेले. हातात दिवसाची मेल घेऊन मिस इराणी खोलीत आली. कागद टेबलावर ठेवता ठेवता तिने त्यांच्याकडे पाहिले. "काका, तुम्हाला बरे नाही का वाटत?"

मिस इराणी फर्ममध्ये गेली बारा वर्षे होती, फर्ममधे हेडक्लार्कची जागा नव्हती - असती तर ती तिलाच मिळाली असती. फर्मचे मालक आणि ऑफिसमधले कर्मचारी यांच्यातला मिस इराणी हा दुवा होता. नावाने मिस व भाबडी, अशी ही मिस इराणी सुर्व्यांना मोठा आधार वाटत असे आणि हा प्रश्न विचारायची तिच्याशिवाय इतर कोणाची छातीच झाली नसती.

"नाही - नाही - मी ठीक आहे. डोंट वरी –" सुर्वे म्हणाले. कागद टेबलावर ठेवून ती खोलीबाहेर गेली. स्कर्टमध्ये ही किती बोजड दिसते! तिच्या जाडजाड पायांकडे पाहता पाहता त्यांच्या मनात एक अनाहूत विचार आला - तिला मी किती सांगतो, साडी वापर इराणी! पण नाहीच!

एक उसासा सोडून त्यांनी कागद पुढे ओढले. एकेक पत्र आणि एकेक फाइल म्हणजे एकेक लहानशी लढाईच होती. अर्ध्या तासाच्या आतच त्यांचे डोके भयंकर दुखायला लागले. मला आज लक्ष दिले पाहिजे आणि कोणताही फायनल डिसिजन घ्यायचे टाळले पाहिजे.' ते मनाशी म्हणाले. 'आज चुका होण्याचा फार फार संभव आहे. मी आज ठिकाणावरच नाही.'

पण अगदी शेवटपर्यंत सुर्वे हलले नाहीत. काम करण्याचा देखावा तरी करीत राहिले. स्टाफला जराशी जरी शंका आली की, सुर्वे आज 'ऑफ आहेत की झालेच! त्यांना वाटले, त्यांच्यातला एकही (कदाचित इराणी सोडून) या संधीचा फायदा घेतल्याशिवाय राहणार नाही; पण मी एवढी फिकीर का करतो? त्यांना आश्चर्य वाटले, अजूनही?

या 'अजूनही'मध्ये एक नवा अर्थ अभिप्रेत होता. जणूकाही त्यांच्या आयुष्याचे दोन भाग पडले होते - एक 'त्या' जाणिवेच्या आधीचा आणि आता हा नंतरचा. पुढचा. हवेतून प्रकाश पाण्यात शिरला की जसा वाकतो, साकळतो तशी त्यांची अस्मिताच बदलली होती. विकृत झाली होती.

काही वेळ गळ ढिला सोडला होता आणि मासा मोकळेपणाने फिरत होता. जबड्यात आकडा होताच आणि ती 'पकडले गेल्याची' भावनाही होतीच; पण काही वेळ खोटी आशा, सुटकेचा भ्रम.

हा मोकळेपणा दोन दिवसच टिकला.

तिसऱ्या दिवशी फासाला हिसका बसला.

सुर्वे ऑफिसात आले आणि टेबलाला चक्कर घालून खुर्चीकडे निघाले होते. ते थांबले आणि टेबलाकडे पाहत राहिले. आत कोठेतरी धोक्याची घंटा खणखणू लागली. अंगावरचे केस शहारून ताठ उभे राहिले. टेबलाच्या मोठ्या काळ्या काचेवर, मोठ्या ब्लॉटिंग पॅडवर कसले तरी काळसर कण पडले होते. काचेवर आणि ब्लॉटरवर तेलकट हाताचे (?) वेडेवाकडे छप्पे उमटले होते. खुर्चीवरही तसलीच घाण होती.

तर मग ते इथे आले होते!

रात्री? अंधारात? मला शोधायला? माझ्या मागे मागे?

आणि मी इथे नव्हतो - ते काय खोलीभर नाचले? धिंगाणा केला? की माझ्या जागी खुर्चीवर बसून या टेबलावर हात पसरून बसले होते? माझी वेडी वाकडी नक्कल करीत? ओ गॉड! ओ ग्रेशस गॉड! आता मी करू तरी काय? आणि ते पुन्हा आले तर? मी खोलीत असताना आले तर...

पार्टिशन उघडून इराणी आत आली होती ते त्यांना कळलेच नाही. सुर्वे स्तब्ध उभे राहिलेले पाहून ती त्यांना वळसा घालून समोर आली. तिने त्यांच्या चेहऱ्याकडे एकच नजर टाकली व जोराने श्वास आत घेतला. "काका, काका! काय झाले आहे?"

टेबलाकडे बोट करीत, गुदमरलेल्या, थरथरत्या आवाजात सुर्वे म्हणाले, "इराणी, ते पाहा! हा काय प्रकार आहे? हा वात्रटपणा कोणाचा आहे?"

"आय ॲम सॉरी सर. मी बॉयला बोलावते - एक्स्क्यूज मी सर."

इराणी ओरडत बाहेर गेली. ऑफिस बॉयला घेऊन आली. ती त्याला खूप रागाने बोलत होती. "सकाळी साहेबांची खोली मी साफ केली बाई." तो पुन्हा पुन्हा म्हणत होता आणि एकीकडे टेबलखुर्ची साफ करीत होता.

पण सुर्व्यांचे तिकडे लक्ष नव्हते. पाठीशी हातांची घडी घालून ते खिडकीबाहेर पाहत उभे होते. त्यांना माहीत होते, की बॉयचा काहीही दोष नाही. टेबल कोणी खराब केले ते त्यांना माहीत होते. आता बॉयने ते कितीही स्वच्छ केले, तरी ते परत खराब होणारच! आज, नाहीतर उद्या, नाहीतर परवा; पण केव्हातरी नक्कीच...

दुपारच्या मीटिंगमध्ये सुर्व्यांमध्ये झालेला बदल धाकट्या शेठच्याही लक्षात आल्यावाचून राहिला नाही. सुर्व्यांना मधेच थांबवून ते म्हणाले, "काका, तुम्ही मुंबई सोडून किती दिवसांत गेला नाहीत?" विषयांतराने चकित झालेले सुर्वे जरा आठवण करीत म्हणाले, "एवढ्यात कोठेच गेलेलो नाही. इथेच आहे बरीच वर्षे. का?"

"काका, तुम्हाला विश्रांतीची आवश्यकता आहे."

"नो नो! मी अगदी फिट आहे-" शेठच्या हातात फर्मचा सर्व व्यवहार देण्याची कल्पनाच सुर्व्यांना सहन होत नव्हती. (अजूनही!)

"काका, तुम्ही एकदा आरशात आपले रूप पाहा. तुम्ही किती रन डाउन दिसता याची तुम्हाला कल्पना नाही. वेळीच काळजी घ्या - आय इनसिस्ट! नाहीतर मग प्रकरण आवाक्याबाहेर जाईल -"

“मला मुंबईबाहेर कुठे करमायचेच नाही हो! खरेच!”

“कारण तुम्ही प्रयत्नच केलेला नाही काका. मला सरळ दिसतेय की, तुम्ही ओव्हर वर्क झाला आहात - माझे ऐका...”

“ठीक आहे. तुम्ही म्हणतच असलात तर -” सुर्वे नाखुशीने म्हणाले.

“हो, मी तसे म्हणतो. केव्हा निघू शकता?”

“अं? पण मला सगळे काम जरा ऑर्डरमध्ये आणले पाहिजे-”

‘अहो, काम प्रकृतीपेक्षा महत्त्वाचे आहे का? मला त्यातले फार महत्त्वाचे पॉइंट्स सांगा - आय् वुईल मॅनेज द रेस्ट! मग? उद्यापर्यंत पुरे करता?”

“एका दिवसात नाही आवरणार सारे - पण मी पाहतो.”

“वेल, विनाकारण रेंगाळू नका! खरे मी असे बोलायला नको; पण मला माहीत आहे, की तुमचा पाय लवकर निघायचाच नाही - यू रिक्वायर रेस्ट काका, ॲण्ड दॅट ऑल्सो बॅडली-”

सुर्वे नुसतेच ‘हं’ म्हणाले.

“मग? ठरले ना? जास्तीत जास्त दोन दिवस. काय?”

त्यावरही नुसतेच ‘हं’ एवढेच म्हणाले. त्या आज्ञावजा विनंतीला मान देण्यावाचून त्यांना गत्यंतर नव्हते.

तो सर्व दिवस त्यांनी कामाची व्यवस्था लावण्यातच घालवला. मिस इराणीला बोलावून घेऊन, सुर्व्यांनी स्वतः रजेवर जात असल्याची माहिती दिली. ‘शेठच्या हाती कारभार गेल्यावर जरा लक्ष ठेवून राहा’ हे तिला सुर्व्यांनी सांगायची आवश्यकताच नव्हती.

दुसऱ्या दिवशी संध्याकाळी पाचच्या सुमारास धाकटे शेठ येणार होते आणि सुर्वे त्यांना चार्ज देणार होते. स्वतःला रजेची किती आवश्यकता आहे हे सुर्व्यांना पटत होते; पण केवळ रजा घेऊन काम होईल की नाही, याबद्दल त्यांना शंका वाटत होती.

संध्याकाळी पाचला शेठचा फोन आला. कोठेतरी अगदी अर्जंट कामासाठी त्यांना जावे लागत होते. जरा उशिराने ते ऑफिसमध्ये परत येणार होते- ‘चालेल का?’ बाहेरच्या अंधारात चाललेल्या दिशांकडे पाहत सुर्वे म्हणाले,

“साडेसातपर्यंत. थांबता तिथे?”

“तुमची खात्री आहे?”

“नाही जमत असे वाटले तर फोन करीन. मग तुम्ही जा -”

"ठीक आहे. थांबतो."

सुर्व्यांना क्षणभर वाटले, शेठना सांगावे संध्याकाळी ॲपॉइंटमेंट ठरवू नका; पण या विनंतीला त्यांच्यापाशी सबळ कारण नव्हते. ऑफिसमधले सगळे लोक गेल्यावर आपल्याला इथे थांबायची भीती वाटते, ही गोष्ट सुर्वे शेठपाशी कशी बोलून दाखविणार! स्वतःशी चडफडत ते गप्प बसले.

मिस इराणीला सुर्व्यांनी खोलीत बोलावले. "इराणी, शेठ संध्याकाळी येणार आहेत. त्यांच्यासाठी मी आज इथे ऑफिसमध्येच थांबणार आहे. तुमची वेळ झाली की, तुम्ही सर्वजण जा. बॉयला म्हणावे, बाहेरचे दार नुसते लोटून घे- मी शेठच्या ऑफिसमध्ये बसणार आहे."

त्यांनी जरूर असलेले कागदपत्र वर ठेवले, बाकीचे सर्व कप्प्यात टाकले व कागदांचा गठ्ठा घेऊन ते शेठच्या ऑफिसमध्ये येऊन बसले. बाहेरच्या ऑफिसमधून कपाटे लावण्याचा, कप्पे सारल्याचा आवाज बराच वेळ येत राहिला आणि मग हळूहळू सगळा स्टाफ निघून गेला.

शेवटचा पायरव अस्पष्ट होत गेला आणि सर्वत्र शांतता पसरली. त्यांच्या ऑफिसची इमारत उंच होती, पाच मजली होती; पण आसपास याहीपेक्षा उंच इमारती होत्या. सूर्य जरासा खाली जाताच यापैकी एखाद्या इमारतीने तो झाकला गेला आणि इतका वेळ ऑफिसमध्ये येणारी उन्हाची तिरीपही नाहीशी झाली. हवेतले चैतन्यच काढून घेतल्यासारखे झाले. इमारत जड, उदास, खिन्न अशी वाटायला लागली.

सुर्वे खुर्चीवरून उठले व खिडकीपाशी उभे राहिले. आताची वेळ ऑफिस सुटण्याची होती आणि खूप खाली, अरुंद वाटणाऱ्या रस्त्यावरून घाईने जाणाऱ्या लोकांची रीघ लागली होती. रस्ता कसा गच्च भरला होता; पण त्या ओघाला रहदारी हे नाव देता आले नसते. कारण हा सर्व ओघ एकाच दिशेने वाहत होता. आताच पाहता पाहता गर्दी विरळ झाली होती. रेंगाळणारे लोकही पावले चटचट उचलत होते. माणसे कमी झाली तसा गजबजाटही कमी झाला.

सुर्व्यांची नजर वर गेली. समोरच्या बिल्डिंगच्या एकदोन रांगांपलीकडे पीयरची भिंत होती व त्या पलीकडे समुद्र होता. आता पश्चिम दिशा प्रखर प्रकाशाने उजळली होती; पण पाहतापाहता ती दीप्ती नाहीशी होत होती. लालसर, गर्द निळ्या, गर्द जांभळ्या व मग काळ्या छाया यायला लागल्या होत्या. हवेत जरासा धूसरपणा यायला लागला होता. अधूनमधून एखादी अजस्र डबलडेकर येत होती

आणि मोठ्या माशाने वाटेतले लहान लहान जीव गट्ट करीत जावे त्याप्रमाणे उरलीसुरली, रेंगाळणारी माणसे गोळा करीत, गुरगुरत जात होती. तिच्यामागे रस्ता आणखीच मोकळा, आणखीच निर्जन दिसत होता.

आपले विचार जरासे मॉबिड होत आहेत हे सुर्व्यांच्या ध्यानात आले; पण त्याला त्यांचा काहीच इलाज नव्हता. आसपासच्या उंचच्या उंच, दगडी, शांत इमारतीही त्यांना बसल्यासारख्या वाटल्या. ही लक्षणे चांगली नाहीत. सुर्व्यांची खात्री झाली व ते खोलीत वळले.

आत एकदम काळोख झाला होता. त्यांनी खोलीतले दिवे लावले. मनगटावरच्या घड्याळात पाहिले. पावणेसहा वाजले होते. एकदा त्यांना वाटले, इथे न थांबता, जरा वेळ कोठेतरी बाहेर जाऊन आलो असतो, तर बरे झाले असते; पण त्या नुसत्या कल्पनेनेसुद्धा त्यांना कंटाळा आला. ते खुर्चीवर बसले; पण पाचदहा मिनिटांतच उठले आणि खोलीत येरझारा मारायला लागले. त्यांची शतपावली मधेच त्यांना खिडकीजवळ घेऊन आली व त्यांनी क्षणभर थांबून बाहेर पाहिले.

एवढ्यातल्या एवढ्यात अंधार वाढला होता. पश्चिमेकडच्या आकाशातली लाली पाहतापाहता काळवंडत होती. 'दोन तास काय, आपण सहज थांबू.' आपल्याला वाटले होते... पण वाटले ते सोपे जाणार नाही, असे त्यांना वाटायला लागले.

पुन्हा खोलीत येरझारा चालू झाल्या. मधेच केव्हातरी बाहेरच्या ऑफिसमधल्या घड्याळाने सहाचे ठोके दिले. त्या मोकळ्या खोल्यांतून तो आवाज कितीतरी वेळ घुमत होता! सुर्वे ठोके संपेपर्यंत जागच्या जागी उभे राहिले. आता प्रथमच त्यांना आपला एकटेपणा जाणवायला लागला. सबंध बिल्डिंग रिकामी झालेली असली पाहिजे. खालच्या लहानशा खोलीत लाला तेवढा असेल. बाकी कोणी नाही! आपण एकटे आहोत! जरासा मूर्खपणाच नाही का आपण केला? आणि शेवटी इतका वेळ प्रयत्नाने दूर ठेवलेला विचार मनात आलाच.

या धुक्यातून, धुरातून, काहीतरी आपला वेध घेत, आपला माग काढीत, आपल्याकडे येत आहे. एकदा तर ते अगदी आपल्या ऑफिसपर्यंत येऊन पोहोचले होते. मग आपण एकटे कशाला थांबलो? आणि उंचीवरच्या या खोलीत एवढा झगझगीत दिवा कशासाठी लावून बसलो आहोत? आसपासच्या काळोखात हा एखादा दीपस्तंभासारखा दिसत असेल! कोणीही याच्या रोखाने यावे...

घाईघाईने त्यांनी दिवा बंद केला. डोळ्यांपुढे अंधारी आल्यासारखा काळोख पसरला आणि मग बऱ्याच वेळाने, त्यांना खिडकीचा अस्पष्ट चौकोन दिसायला लागला. ते सावकाश पुढे आले आणि खिडकीपाशी उभे राहिले. खोल खाली, रस्त्यावर अंतराअंतराने दिवे लागलेले होते. त्यांचा प्रकाश इमारतीच्या पायथ्यापर्यंत जेमतेम पोहोचत होता. रस्त्यावर अगदी चिटपाखरूसुद्धा नव्हते. मधूनच आलेल्या एखाद्या वाऱ्याच्या झोताने पाने, कागद, धूळ, रस्त्यावरून वेड्यावाकड्या गतीने फरफटत जात होते.

किती वाजले असतील? त्यांनी हातातल्या घड्याळाकडे पाहिले; पण आता त्यांना आकडेच ओळखू येईनात. वेळेचे अवधान नाहीसे होताच मात्र त्यांना खरोखर अस्वस्थ वाटायला लागले. त्यांना नेहमीच्या जगाला जोडणारा जणू हा एक अखेरचा बंध होता आणि तोही आता तुटला...

टेलिफोनच्या घंटीच्या खणखणाटाने सुर्वे भानावर आले. त्यांच्या खोलीतला फोन वाजत होता. धाकटे शेठ! त्यांच्या मनात एकदम विचार आला आणि ते तसेच अंधारातून त्यांच्या खोलीत गेले. त्यांनी तिथला दिवा लावला व ते कोपऱ्यातल्या फोनजवळ गेले आणि त्यांनी फोन उचलला.

"हॅलो! हॅलो! कोण काका बोलताहेत ना?"

"हो, हो, मी सुर्वेच आहे."

"काका, आता तिकडे यायला काही जमेलसे वाटत नाही. सॉरी अं! तुम्हाला थांबावे लागल्याबद्दल."

"नो नो– इट्स ऑल राइट!"

"हॅलो! काका, असे करता का? मी उद्या सकाळी तुमच्या घरीच येतो. मग मला सांगा सगळे. म्हणजे तुम्हाला परत फोर्टमध्ये यायला नको."

"असे करू म्हणता? नाहीतर मी येईन की उद्या..."

"नो नो! मी आधीच तुम्हाला खूप त्रास दिला आहे. तेवढे कागद घरी न्या. मी उद्या येतो. ठरले?"

"ठीक आहे - या."

"काका, एक्स्क्यूज मी हं! अगदी नाइलाज झाला."

"ऑल राइट! इट डझंट मॅटर- "

"ठीक आहे तर. मी उद्या येतो."

सुर्व्यांनी फोन खाली ठेवला. एक भाग तर उरकला होता. आता परत जायचे.

ते वळून बाहेर यायला निघाले आणि टेबलाकडे त्यांची नजर गेली आणि त्यांना वाटले, आपण आता चक्कर येऊन पडणार आहोत. टेबलाच्या काचेवर, ब्लॉटरवर, परत एकदा ते काळसर कण पसरले होते. तेलकट, मिचकट बोटांनी परत एकदा सर्वत्र लडबडाट केला होता.

एक सेकंदभर त्यांना नीट विचारच करता येईना. म्हणजे... म्हणजे आपण पलीकडच्या खोलीत थांबलो होतो तेवढ्यात इथे हे... हे... सैतानी असे काहीतरी आले होते... टेबलापाशी बसले होते... पण मग आता कोठे आहे? बिल्डिंगमध्येच असणार! माझी वाट पाहत कोठेतरी अंधाऱ्या जागी उभे असणार! आणि मला खाली जायचे आहे. बाहेर जायचे आहे. गॉड!

शेवटी त्यांच्या परीक्षेची वेळ आली आणि तेव्हा त्यांना समजले की, त्याच्यासमोर उभे राहायची, त्याच्याशी सामना द्यायची आपली हिंमत नाही. आपल्यात तेवढे धैर्य नाही. त्याच्या आगमनाच्या या नुसत्या खुणेनेच आपले हृदय धडधड करायला लागले आहे. हातापायांना कापरे सुटले आहे. डोळ्यांना अंधेरी यायला लागली आहे. त्याच्यापुढे आपण कसचे टिकणार!

पण बाहेर तर जायला हवे. इथे अडकले की, संपलेच !

इथे जरा वेळ थांबून ते गेले असेल, त्यांच्या मनात वेडी आशा आली. आपल्याला हालचाल करायला हवी. थांबणे धोक्याचे आहे, त्यांना वाटले. दिवा मालवायला हवा. दिवा म्हणजे त्यांचा मित्र होता. तो आता जाणार. एकदोन मिनिटेच ते घुटमळले व मग त्यांनी भराभरा खिडक्या बंद केल्या, दिवा मालवला, बाहेर येऊन आपल्यामागे दार लावून घेतले. बाकीच्या खोल्यांची दारे लावली व ऑफिसचे बाहेरचे दार बंद करून कुलूप लावले. कोणताही विचार न करता ते एकेक काम भराभर उरकीत होते.

ऑफिसबाहेर कॉरिडॉर होता व त्याच्या शेवटास जिना होता. जिन्यावरचा बारीक दिवा तेवढा मिणमिणत होता. कॉरिडॉरमधून ते भराभर पावले टाकीत जिन्याकडे आले. त्यांना वाटले, आपल्या बुटांचा फार मोठा आवाज होत आहे.

एकामागून एक असे आठ जिने होते. प्रत्येक वेळी लँडिंग. मनाशी मोजत मोजत ते एक जिना उतरले, दुसरा उतरले आणि तिसरा उतरायला लागलेही होते; पण त्यांचा उचललेला पाय तसाच हवेत राहिला. आधारासाठी त्यांनी रेलिंग दोन्ही हातांत घट्ट धरले.

खालच्या लँडिंगवर कोणीतरी उभे होते.

मान खाली होती; पण ती हॅट, तो स्कर्ट-

आपल्याला वेड तर नाही ना लागले? सुर्व्यांना शंका आली. ही तर आपली इराणी! नेहमीची, साधी इराणी! थँक गॉड!

"इराणी? तू काय करते आहेस इथे?" त्यांनी विचारले.

आणि मग इराणीने वर पाहिले.

"गुड गॉड! हिला काय झाले आहे! " सुर्वे मनात म्हणाले. "हिचे तोंड, हात, पाय... असे काळेकुट्ट का दिसताहेत?"

-आणि मग इराणी हसली. काळयाकुट्ट चेहऱ्यात पांढरेशुभ्र दात चमकून उठले. ती त्यांच्याकडे पाहत हसत राहिली.

एक क्षणभर सुलटी झालेली दुनिया परत उलटी झाली, परत कोलमडली, परत खोल खोल गर्तेत कोसळली.

ही इराणी नाही! तिच्या वेशात 'ते' आले आहे!

इराणी अजून वर पाहत होती, अजून हसत होती. कोळशासारख्या काळ्या चेहऱ्यात फक्त पांढरे डोळे आणि पांढरे दात दिसत होते.

ती हलत नव्हती, बोलत नव्हती, फक्त वर पाहत हसत होती आणि कसले हास्य! कसले हास्य!

सुर्वे त्याच पावली माघारी फिरले आणि भराभर जिने चढायला लागले. आता त्यांच्या मनात त्या - त्या त्याच्यापासून दूर होण्याखेरीज दुसरा विचार नव्हता. ते तिथे उभे राहू शकत नव्हते आणि त्याच्या अंगावरून खाली तर खासच जाऊ शकत नव्हते. दोन जिने चढून आल्यावर दम घेण्यासाठी ते जरा थांबले आणि मग त्यांनी तो आवाज ऐकला.

दण्! दण्! जिन्यावरून कोणीतरी वर येत होते आणि त्या प्रत्येक पावलागणिक एक-एक हादरा बसत होता - दण्! दण्!

पुन्हा ते वर जायला लागले. त्यांच्या ऑफिसचा कॉरिडॉर आला. त्याच्या तोंडाशीच ते थांबले. भीतीने इपाटलेले मन काहीतरी सुटकेचा मार्ग शोधीत होते. आत ऑफिसमध्ये जाऊन काही उपयोग होणार होता का? ही वाट तर त्यांच्या माहितीची आहे, सरावाची आहे, ते तर नक्कीच त्यांच्या मागोमाग येणार - आणि मग?

दण्! दण्! त्यांच्यामागोमाग जिना चढत येत होते. त्यांना नीट, शांत विचारालाही वेळ मिळत नव्हता. गांगरलेले, भेदरलेले मन आयत्या वेळी सुचेल ती गोष्ट करीत होते.

त्यांनी घाबरून आसपास पाहिले. सर्व दारे बंद होती. खाली जायची वाट तर अर्थात बंद झाली होती. फक्त एकच वाट शिल्लक होती. वरच्या टेरेसकडे जाणारी वाट! तीच शेवटी त्यांनी धरली. पाचवा मजला मागे पडला. ते वरच्या लॅंडिंगवर जरा वेळ थांबले.

दण्! दण्! ते अजून मागे होतेच आणि वर येत होते-

टेरेसचे दार उघडून सुर्वे टेरेसवर आले व त्यांनी दार लावून कडी घातली, कशाचा उपयोग होणार नाही हे माहीत असूनसुद्धा!

दाराला पाठ लावून सुर्वे धापा टाकीत उभे राहिले. पश्चिमेकडील जोराचा वारा सुटला होता आणि घामाने भिजलेल्या त्यांच्या शरीराला हुडहुडी भरवीत होता. ते त्यांच्या मार्गाच्या शेवटाला येऊन पोहोचले होते. इथून आता कुठे जायला जागाच नव्हती. हा शेवट होता.

दण्! दण्! बंद दारातूनही त्यांना तो आवाज जाणवत होता; पण आपल्याला ही इराणी कशी दिसली? त्यांना प्रश्न पडला होता- का ते तिच्याच रूपात इथे वावरत असते? आपल्या खोलीत, आपल्या खुर्चीवर, ही काळी, विद्रूप, बदललेली, इराणीच बसली होती की काय? सुर्वे मन ताळ्यावर ठेवण्याचा, आटोकाट प्रयत्न करीत होते. होत असलेल्या घटनांवर नीट विचार करणे आवश्यक होते; पण खालच्या बाजूने आणि जवळजवळ येत चाललेल्या दण् दण् दण् अशा पावलांच्या प्रत्येक आघाताने त्यांच्या विचारांची साखळी तुटत होती. मन परत भिरभिरत कोठेतरी जात होते.

हताशपणे त्यांनी वर पाहिले. निरभ्र आकाश चांदण्यांनी भरून गेले होते. टेरेस चारी बाजूंना पसरला होता. ही पृथ्वी आणि वरचे आकाश - हीच काय ती त्यांना सोबत होती. या शेवटच्या क्षणी ते एकटेच होते आणि आता काहीतरी मागून येत होते - आता ते इराणीसारखे दिसत असेल; पण ते एक केवळ रूप होते, एक कवच होते. आताच्या वेळी सोईपुरते घेतलेले. खऱ्या निर्णयाच्या वेळी माणूस नेहमी एकटाच असतो, त्यांना वाटले आणि त्या क्षणी त्याला कोणतीही अनुभव, कोणतेही ज्ञान उपयोगी पडत नाही.

आवाज जवळ आला. दारावर एक दणकट थाप बसली. सुर्वे एकदम बाजूला झाले. पुन्हा एकदा दाराला एक धक्का बसला. या अविरोध शक्तीपुढे हे दार टिकाव धरू शकणार नाही, सुर्व्यांची मनोमन खात्री पटली.

दारावर नजर ठेवून ते मागेमागे सरकू लागले. मागे मागे, पाठ अगदी पॅरॅपेटला लागेपर्यंत आणि मग ते थांबले. मागे जायला आता जागाच उरली नव्हती. त्यांना जर सामना द्यायचा असला, तर इथेच द्यायला हवा.

आणि तेही अशक्य झाले तर? सुटकेची एकच वाट होती. पॅरॅपेटवरून सरळ सवाशे फूट खाली! गॉड! ओ गोड! मीच का? माझ्यावरच हा प्रसंग का? त्यांचे निराश मन पुन्हा पुन्हा विचारत होते.

आणखी एक धक्का बसला आणि दार 'कच्' आवाज करीत उघडले. काळी इराणी बाहेर आली. टेरेसवर आली. एक सेकंदभरच ती दारापाशी थांबली व मग सरळ सुर्व्यांकडे निघाली. अजूनही चेहऱ्यावर ते घाणेरडे हास्य होते. काळे पाय शिशाच्या बाहुलीसारखे एकापुढे एक सरळ पडत होते आणि माणसासारखे चवडेच फक्त टेकत नव्हते, सर्वच्या सर्व सपाट पाय रोवला जात होता आणि प्रत्येक पाऊल टेरेसवर एक काळा ठसा मागे ठेवीत होते.

ती सरळ सुर्व्यांकडे येत होती.

सुर्व्यांनी पॅरॅपेट दोन्ही हातांनी घट्ट धरले होते. एकामागून एक अशा आपटणाऱ्या भीतीच्या धक्क्यांनी त्यांची विचारशक्ती, त्यांचे मानवत्व, त्यांची उच्च मूल्ये- सर्व काही पार हादरले लेते. शेंदराच्या मूर्तीवर आघात व्हावेत आणि त्यावरील शेंदूर व तेलाची सर्व कवचे निखळून पडावीत, आतला फत्तराचा गाभा उघडा पडावा तसे. त्या फत्तराच्या देवपणाची आता परीक्षा होती.

सर्व संस्कार तडकून गेले होते आणि उघडावाघडा मानव आता नियतीसमोर उभा होता. चेहरा विकृत झाला होता. तोंड ढिले पडले होते. त्यातून बारीक लाळ ठिपकत होती. धाप लागल्यासारखा श्वास येत होता.

इराणी जवळ येत होती. पावलागणिक टेरेस हादरवीत.

खालच्या गर्तेत झेप घेऊन सुर्वे सुटू शकले असते. सारी शक्ती पणाला लावून ते सामना देऊ शकले असते. त्यांच्या डोळ्यांत पाणी आले. ते स्वतःशी पुटपुटले, "नाही! नाही! माझा धीर होत नाही. आयुष्यावरची आसक्ती सुटत नाही - आणि संघर्षाचीही तयारी नाही. नाही! नाही!"

इराणी आणखी जवळ आली. दहा फुटांवर... पाच फुटांवर... त्यांनी पराभव स्वीकारला होता, शरणागती स्वीकारली होती. ती कायमची गुलामगिरी मान्य केली होती आणि इराणी अगदी जवळ यायच्या आधीच्या क्षणी त्यांना वाटले, “म्हणूनच ते माझ्याकडे आले! गुलामीवर आणखी एकदा, कायमचे शिक्कामोर्तब करून घेण्यासाठी! माझ्या मनातले बंड पार मोडण्यासाठी!”

इराणी आणखी जवळ आली. त्यांच्याजवळ उभी राहिली. नजर वर करून तिच्या तोंडाकडे पाहण्याचे सुर्व्यांना धाष्ट्‌र्य होत नव्हते. त्यांना फक्त तिचे दोन, सरळसोट, काळेकभिन्न पाय दिसत होते. गोठलेल्या धुराचे, गोठलेल्या काजळीचे ते पाय - ज्यांचे ते कायमचे गुलाम होते, जन्मजन्माचे दास होते.

दोन्ही हातांनी सुर्व्यांनी ते पाय धरले व त्यावर डोके टेकविले. ते कितीतरी वेळ बडबडत होते. “मी तुझा कायमचा गुलाम आहे... तुझे सर्व जगावर स्वामित्व आहे... मनात आलेल्या शंकांबद्दल मी तुझी क्षमा मागतो... पुन्हा मर्यादा कधीही सोडणार नाही... एकवार मला क्षमा कर... कायमची सेवा करीत राहीन...” अशी काही सुसंबद्ध वाक्ये होती आणि त्याच्या जोडीला इतर बरेचसे काहीतरी होते - या स्तुतिपाठाचाच त्यांच्यावर एक प्रकारचा अंमल चढला. वेळेचे भान नाहीसे झाले. ते किती वेळ बोलत होते कोणास ठाऊक. मधेच त्यांना दिसले की, समोरचे पाय काळे नाहीत - गोरेपान आहेत!

या बदलाचा अर्थ कळायला त्यांना एकदोन क्षण लागले व मग त्यांना समजले की, ते गेले आहे, निदान आतापुरते तरी गेले आहे. धुराच्या, जळमटांच्या, धुळीच्या, रक्ताच्या, घामाच्या - ज्या कोणत्या तरी गुहेत ते राहत होते - जिथून ते त्यांच्यासाठी आले होते, तिथे ते परत गेले होते. त्यांना माफी मिळाली होती.

हे किती दिवस टिकेल त्यांना माहीत नव्हते. पुन्हा जर दिसायला लागले, तर परत एकदा आपली स्वामिभक्ती पटवून द्यावी लागेल.

पुढचे पुढे! आताच्या क्षणापुरते तरी ते बचावले होते!

सुर्वे उठून उभे राहिले. इराणी उभी होती. डोळे मिटलेले होते. त्यांच्या डोळ्यांसमोर तिच्या झोकांड्या जायला लागल्या आणि त्यांनी तिला सावरले नसते, तर ती खासच खाली वेडीवाकडी पडली असती. जरा वेळाने तिने डोळे उघडले व आश्चर्याने इकडेतिकडे पाहिले - “काका! काका! इथे कोठे आहोत आपण? ”

सुर्व्यांनी फार जलद विचार केला.

"इराणी!" ते स्वरात काळजी आणून म्हणाले, "आता तुला कसे वाटते? आर यू ऑल राइट नाऊ? "

"जरा फेंट वाटते — काय झाले? " ती सरळ उभी राहत म्हणाली.

"तुला काय काय आठवते?" तिच्याकडे तीक्ष्णपणे पाहत ते म्हणाले.

"तुमचा निरोप घेऊन मी निघाले, खाली गेले आणि - आणि पुढे सगळे कन्फ्यूजन आहे- "

"बॉयने तुला परत वर बोलावल्याचे आठवत नाही?"

"नाही!"

"उद्या मी रजेवर जाणार आहे म्हणून काही महत्त्वाची कागदपत्रे शेठसाठी काढायची होती - त्यासाठी तुला परत बोलविले होते."

"मला काहीच आठवत नाही."

"मला वाटलेच, तुझे आज काही ठीक दिसत नाही म्हणून! मधेच तुला एकदम गिडिनेसचा अटॅक आला - जरा गार हवेसाठी मी तुला वर आणले. आता कसे वाटते?"

"आय ॲम ऑल राइट नाऊ, काका, थँक यू."

"ठीक आहे, चल आता."

"काम व्हायचे असेल ना? " ती किती सरळ होती!

सुर्वे विचार करीत म्हणाले, "मला आता त्याची आवश्यकता वाटत नाही. रजेवर जायचा बेतही मी कॅन्सल केला आहे."

"पण काका! तुम्ही तर ऑफ झालेले दिसत होतात."

"नाही - नाही. मी ठीक आहे-" आणि मग तिला आधार देत खाली येतायेता सुर्वे मनाशी म्हणाले, 'रजा राखून ठेवली पाहिजे - पुन्हा जेव्हा वेळ येईल तेव्हा...'

दोघे रस्त्यावर आले आणि टॅक्सी शोधत चालायला लागले. हवेत थोडेसे धुके होते, धुराचा वासही होतो; पण हीच तर मुंबईची खास जादू आहे! हेच तर आकर्षण आहे! सुर्वे मनाशी विचार करीत होते...

❁ ❁ ❁

६ : अत्रारचा फास

ही विठ्ठल अदावंतची गोष्ट आहे. परिस्थितीच्या फेऱ्यात सापडून अगतिकपणे समाजप्रवाहाबरोबर वाहवत जाणाऱ्या एका अतिसामान्य शिक्षकाची गोष्ट आहे. वडील दुसऱ्याच्या शेतावर मजुरी करणारे. घरी खाणारी आणि सतत भुकेली तोंडे अनेक. मुलांचे शिक्षण, मानसिक विकास इत्यादींना तिथे स्थानच नव्हते. सरकारच्या सक्तीच्या शिक्षण कायद्यामुळे विठ्ठल अदावंतचे शिक्षण व्ह. फा. पर्यंतचे झाले. घरची कामे, पोरे सांभाळणे, धन्याकडची गुरे वळणे, रानातला लाकूडफाटा-शेणोल्या जमवून आणणे हे सर्व सांभाळून मग फावल्या वेळात शाळा. तो व्ह. फा. पास झाला हे एक प्रकारचे दुर्दैवच होते. ग्रामसेवा आणि शिक्षणप्रसार या दुहेरी कात्रीत तो सापडला. पाटलांनी वडिलांची समजूत काढली. पोराला मास्तरकी करू द्या. सरकारी नोकरी. कायम पगार. समाजात मान. (अहो, आता बहुजन समाजाचे राज्य आहे!) तेव्हा हा आडरानातला राज्यकर्ता ट्रेनिंग कोर्सकरता शहराच्या वाटेला लागला आणि मग अपरिहार्यपणे शिक्षक झाला. फिरतीची नोकरी. कुडाच्या, विटांच्या, पत्र्याच्या, दगडाच्या इमारती. समोर बसलेली दहा, वीस, चाळीस किंवा साठसुद्धा पोरे. ज्ञान द्यायला आणि ज्ञान घ्यायला दोघेही सारखेच घाबरणारे. ज्ञानाच्या अग्नीभोवती लांबून लांबून घिरट्या घालणारे जीव.

तसे पाहिले तर अदावंतची स्थितीही सर्वसामान्य लोकांच्या मानाने निकृष्ट असली, तरी असह्य खास नव्हती. त्याच्या प्राथमिक गरजा भागविण्याइतका त्याचा पगार त्याच्या हाती येत होता. समाजात मान नसेल मिळत; पण उपेक्षा किंवा हेटाळणी तरी होत नव्हती. मात्र मनात कोठेतरी निराशेचा, उद्विग्नतेचा,

वैफल्याचा अंकुर निपजला होता आणि काळाचे चक्र फिरत राहिले तशी ही मनातली भावना वाढतच राहिली. त्याचे मूळ फार, फार मागे गेले होते.

अदावंत लहान होता आणि इतर पोरांबरोबर गावच्या जत्रेला गेला होता. जत्रेत कुडमुड्या ज्योतिषानेही आपला प्रपंच मांडला होता. त्याचे भविष्याचे ज्ञान काय असेल ते असो, मानवी स्वभावाचे ज्ञान मात्र अचूक आणि कौतुकास्पद होते. येणाऱ्या जाणाऱ्या प्रत्येकाला त्याच्या त्याच्या पेहेरावाप्रमाणे 'पार्टीला' 'वस्ताद' 'शेठजी' अशी नावे देऊन त्यांची कळी खुलती करायला त्याला वेळ लागला नव्हता. त्यातला एखादा जरी थांबला, तरी तो त्याच्या शब्दजाळात सापडलाच. ही गंमत पाहत अदावंत तिथेच घुटमळत होता. चार पोरांसमोर हात दाखवायला मोठी माणसे लाजतात हे ज्योतिषाच्या ध्यानात यायला वेळ लागला नाही. तो या पोरांना हटकणार तोच अदावंत म्हणाला,

'माझा हात बघा की हो ज्योतिषदादा!'

'अन् खिशात पाच पैसे आहेत का रे पोरा?'

'पैसे आम्हा पोरांजवळ कोठचे हो! एखाद्या पाटलाकडून घ्या की!'

'बरे बरे, ये!' अदावंताच्या अक्कलहुशारीने खूश होऊन तो म्हणाला आणि अदावंताने पुढे केलेला लहानसा हात सरळ करून पाहू लागला. तो त्या हाताकडे बराच वेळ पाहत होता. पोराची थट्टा म्हणून त्याने सोंग केले असेल तर ते हुबेहूब वठवले होते. त्याची एकाग्रता व गंभीर चेहरा पाहून अदावंताची छाती खरोखरच धडधडायला लागली. शेवटी ज्योतिषी महाराज बोलले. 'पोरा,' तो गंभीर आवाजात म्हणाला, 'तुझा हात लाखातला एक आहे. राजाचा हात आहे पोरा. तुझ्या नशिबात काय आहे ते देवालाच माहीत. आपली काही जीभ धजत नाही बोलायला; पण एक सांगतो, हा हात राजाचा आहे.'

लहान अदावंताच्या मनावर या शब्दांचा विलक्षण परिणाम झाला. स्वप्नांचे कोश उलगडले गेले. स्वैर कल्पनांची फुलपाखरे बाहेर पडली. ज्या गोष्टी जागत्या आयुष्यात उघडउघड अशक्य होत्या. त्या त्या स्वप्नसृष्टीत सहज शक्य होत्या. तिथे काहीही शक्य होते आणि घडतही होते; पण ही मधूनमधून पडणारी स्वप्ने जीव सुखावणारी होती. आकाशात क्षणभर उमटणाऱ्या संध्यारंगासारखी ती येत, मनाला सुखवून निघून जात.

अदावंतची जत्रेतल्या प्रसंगाची आठवण मात्र कधीच बुजली नाही. एक-दोनदा त्याने ती घरातल्या माणसांजवळ बोलूनही दाखवली; पण ज्या शब्दात

त्याची संभावना झाली ते शब्द त्याचे ओठ कायमचे मिटवून टाकण्यास समर्थ होते. पुन्हा तो ही गोष्ट कोणापाशीही बोलला नाही.

पण हा गडद रंग त्याच्या स्वप्नसृष्टीवरही पसरला. स्वप्ने पडतच राहिली; पण त्यांच्यात जी एक सुसंगती, तर्कशुद्धता होती ती नाहीशी झाली. स्थळांची, काळाची, घटनांची ओळख पुसट झाली. कुंचल्याने विविध रंगांचे पट्टे ओढून रंगपट तयार करावा आणि मनाने त्यात काहीतरी अर्थाचा शोध घेत राहावे, अशी त्याची अवस्था झाली. (पण त्यावेळी व नंतरही ही जाणीव अदावंतच्या आकलनापलीकडचीच राहिली.)

तेव्हा त्याच्यावर परिणाम करणाऱ्या आंतरिक व बाह्य अशा दोन्ही प्रकारच्या घटना घडल्या होत्या. शिक्षण पुरे होऊन तो नोकरीला लागला. मुलांसाठी व काहीवेळा स्वतःसाठी वाचन करावे लागले. वृत्तपत्रे आणि मासिके यांची घसट वाढली. हस्तसामुद्रिक, फलज्योतिष यांचे उल्लेख तर वारंवार डोळ्यांसमोर येतच होते. लहानपणची ती आठवण फत्तरातल्या एखाद्या शिल्पासारखी सदैव ताजी होती. अदावंतची जिज्ञासा आता जरा डोळस झाली होती. ज्योतिषाच्या त्या अजब भविष्यावर विश्वास बसला होता, अशातली गोष्ट नाही; पण एक प्रकारची उत्सुकता मात्र जागृत झाली होती. एक रुपयात, दोन रुपयात अचूक सामुद्रिक वर्तवणाऱ्या 'पोस्टल' ज्योतिषांच्या जाळ्यात अदावंत ओढला गेला नसता तरच नवल! रोजचे निराशामय आयुष्य ध्यानात घेतले की, हाही दिवास्वप्नाचाच एक भाग वाटायला लागतो; कारण त्याने ठिकठिकाणी हाताचे ठसे पाठवले होते आणि एकजात सर्वांनी आपले मत दिले होते - 'हा हात भाग्यवान, पराक्रमी, यशस्वी माणसाचा आहे...' त्यांच्या इतर विवेचनात त्याला काही गम्य नव्हते - खंडित, दीर्घ, छेदणाऱ्या रेषा, वर्तुळे, चौकोन, फुल्या, उंचवटे आणि चक्रे - त्याला यातले काहीच कळत नव्हते; पण त्यांच्या त्या एका वाक्याची एखाद्या अमली पदार्थासारखी नशा चढत होती. सामुद्रिकानंतर फलज्योतिषाची पाळी आलीच. कुंडली बनवून घेतली आणि मग तीही ठिकठिकाणी पाठविली - परिणाम तोच! तीच अशक्य वाक्ये!

या गोष्टी वाचणे आणि विसरून जाणे अदावंताच्या हाती होते; पण काही गोष्टी त्याच्या आवाक्याबाहेरच्या होत्या. परिस्थितीने चालवलेली त्याची कुतरओढ त्याबाबतीत तर तो पूर्ण असहाय होता; पण त्याच्यासारखे इतरही सहस्रावधी

जीव या फेऱ्यात सापडले होते. त्यांच्याकडे पाहून सुखदु:खात समाधान मानणे त्याला कसेतरी जमले असते; पण रात्री? डोळे मिटून निद्रासृष्टीत प्रवेश केल्यावर चारी बाजूंनी एकवटून येणाऱ्या विलक्षण अनुभूती? तिथे तो काय करू शकत होता? पूर्वी ही स्वप्ने असंबद्ध होती, चित्रावरचे रंग वाहवत जाऊन मिसळून जावेत तसल्या मिश्र रंगपटासारखी होती. मन त्यातील अर्थाचा सारखा शोध घेत आले होते. एखादे वेळी रंग गोठून त्या दृश्याला खरोखरीच एखादा अर्थ यायचा; पण नशिबाने एखादेवेळीच!

दुर्बीण फिरवता फिरवता एखादा क्षणच समोरचे दृश्य स्पष्ट दिसावे व परत सगळे अदृश्य व्हावे, असा प्रकार होत होता; पण असे काही नजरेसमोर आले की, भयमिश्रित आश्चर्याने त्याचा जीव थरारून जाई - समोरचा धूसर पडदा दूर झाला की, काय दिसेल याची त्याला कधीच शाश्वती वाटत नव्हती. एखादेवेळी त्याच्या आसपास अजस्र शिलांचे चिरेबंदी, प्रचंड बांधकाम असे. एखाद्या वेळी आसपास घनदाट, निबिड अरण्य असे व त्यातून काहीजण जिवाच्या भयाने पळत असलेले दिसत. एखादेवेळी लढाईचा देखावा येई; पण युद्धातले दोन्ही पक्ष, त्यांचे चेहरे, त्यांची शस्त्रे हे सर्वच संपूर्ण अपरिचित व वेगळेच वाटायचे. एखाद्या रात्री कोणत्यातरी दैवताच्या पूजाअर्चेचा देखावा येई. दैवत पाशवी, त्याचे भक्त त्याहूनही पाशवी आणि त्यांचे पूजाविधी तर जिवाचा थरकाप करणारे! या साऱ्या गुंतागुंतीतून त्याने अर्थ तरी काय काढायचा?

अर्थ शोधण्याची त्याची धडपड व्यर्थ नव्हती; कारण बाह्यत: अगदी असंबद्ध, विसंगत वाटणाऱ्या या सर्वच्या सर्व प्रसंगांना जोडणारा एक अखंड धागा होता. त्या एका सूत्रात हे विपरीत, अकाली व अस्थानी वाटणारे सर्व प्रसंग गोवले गेले होते. हा धागा म्हणजे एक आकार होता. एक आकृती होती.

सुरुवातीस तिच्या अस्तित्वात केवळ जाणीव होती. पार्श्वभूमीवर ती कोठेतरी वावरत आहे, एवढीच पुसट जाणीव होती; पण दिवसेंदिवस तिचे स्वरूप जास्त जास्त स्पष्ट होऊ लागले होते. कागदावर शाईचा ठिपका पडावा आणि मग त्याला हळूहळू एखादा (मानवीच असं नाही!) आकार यावा, असला हा प्रकार होता. जसजसा आकार स्पष्ट होत गेला तसतसा अदावंतचा अस्वस्थपणा वाढतच गेला. त्याला तसे वाटले की, आपल्या स्वप्नातल्या सर्व प्रसंगांतून स्वैरपणे वावरणारी ही आकृती त्यापासून स्वतः मात्र अलिप्त आहे. एक साक्षेपी निरीक्षक आहे. प्रचंड तटबंदीसमोर, अकल्पित शहरांमधून अनोळखी जमावातून घनघोर लढायांतून,

महाक्रूर नरबळीसारख्या विधींतून, जळी-स्थळी-काष्ठी-पाषाणी सर्वत्र ही आकृती स्वच्छंदीपणे वावरत होती आणि दिवसागणिक (किंवा रात्रीगणिक!) जास्त स्पष्ट होत होती. अस्वस्थ करणारा अनुभव! कारण ती आकृती सामान्य नव्हती. उंची दोन किंवा अडीच फूट, अवयवांत एक प्रकारचा ठोकळेबाजपणा... त्याचा, एका साध्या शिक्षकाचा, या साऱ्यांशी काय संबंध होता? त्याच्या खासगी जगावर हे आक्रमण का? कारण हे एक आक्रमणच होते - कणाकणांनी वाढत जाणारे.

आकार सुस्पष्ट झाला तरी अजून तो पाठमोराच होता. या ठेंगण्या मानवसदृश वाटणाऱ्या आकृतीचा तोंडावळा त्याने अजून पाहिला नव्हता; पण मनोमन त्याची खात्री होती, की तीही वेळ काही फार दूर नाही. एका रात्री, केव्हातरी ती आकृती त्याच्याकडे तोंड फिरवील - आणि मग तो या स्वप्नातील नाटकाचा शेवटचा अंक असेल. प्रसंगातील एक प्रकारची ताणाची चढती श्रेणी त्याला जाणवल्यावाचून राहिली नव्हती आणि त्याच्या मनात त्या क्षणाबद्दल एक भीतियुक्त, अघोरी कुतूहल होते.

पण जेव्हा तो क्षण खरोखरीच आला तेव्हा अदावंत झोपेतून अक्षरशः किंचाळत उठला. मधल्या चार-पाच रात्री शांत झोप लागली होती आणि त्याला जरासा दिलासा मिळाला होता; पण आज रात्री झोपताच तो एकदम स्वप्नातच गेला. त्याच्यासमोर एका विस्तीर्ण शहराचे अवशेष पसरले होते. उंच इमारती, गगनचुंबी प्रासाद, प्रकांड मंदिरे भग्न होऊन कोसळली होती. मानवाने एकदा मागे हटविलेला निसर्ग, त्याने सर्व अवशेषांवर परत आपले साम्राज्य प्रस्थापित केले होते. सर्व दृश्य विलक्षण भकास वाटत होते. त्या पुरातन अवशेषांवर नीरव शांतता पसरली होती. मानवी प्रयत्नांची क्षणभंगुरताच इथे पसरली होती. मानव आला होता, क्षणभर राहून गेला होता. इथे त्याचा कोणाला खेद नव्हता. त्याची ही खंडित आठवणसुद्धा कालांतराने नामशेष होणार होती. त्या खिन्न देखाव्यावर पसरलेल्या हजारो वर्षांच्या शांततेच्या आवरणाखाली अदावंताचा जीवच दडपून गेला.

आणि मग त्याला ती हालचाल दिसली. हा निर्जन भाग पायाखाली निर्विकारपणे तुडवीत कोणीतरी - किंवा काहीतरी - येत होते. त्याच्याकडे! काळजाला एक चटका बसून त्याला कळले की, ती वेळ आता आली आहे. आज त्याला स्वप्नातला तो चेहरा दिसणार आहे; कारण ती अडीच फुटांची ठेंगणी आकृती सरळ त्याच्याकडे येत होती.

आसपासचा देखावा धुक्याच्या किंवा धुराच्या लोटात गडप झाला. त्या धूसर आवरणातून ते पुढे पुढे येत होते. अशी तीव्र भावना होत होती की, पावलागणिक शेकडो योजने आणि क्षणागणिक शतकानुशतके ओलांडून ते पुढे येत आहे. तो चेहरा जवळ आला. आणखी जवळ आला.

गारगोट्यांसारखे डोळे. फेंदारलेले नाक, बारीक ओठांची रुंद जिवणी आणि सर्वांवर एक चमत्कारिक, अनैसर्गिक रंग...

अदावंत किंचाळतच जागा झाला...

त्याच सुमारास त्याची बदली झाली. ही एक इष्टापत्ती ठरली. एक बिऱ्हाड मोडून, देण्याघेण्याचे व्यवहार पुरे करून, सामानाची बांधाबांध करून नव्या गावाला मुक्काम हलवायचा म्हणजे जिकिरीची बाब होती आणि त्या धांदलीत त्याला स्वतःच्या या चमत्कारिक समस्येवर विचार करायला निवांत असा वेळच मिळाला नाही; पण शेवटी त्याच्या मागचा व्याप संपला. सामान एका व्यवसायबंधूकडे काही दिवसांकरता ठेवले. बदलीच्या गावी, खरडगावला किंवा खर्ड्याला, आधी जाऊन खोली वगैरेची सोय करायची आणि मग सामान न्यायचे असा त्याचा विचार होता.

कामातून हात मोकळे होताक्षणीच अडून राहिलेले विचार घोंगावत आले आणि त्या चेहऱ्याची आठवणही आली. पहिल्याइतकीच ताजी, विषारी. चेहऱ्यावरचे ते चमत्कारिक कोन, तो अनैसर्गिक रंग, या साऱ्यांनी त्याची एक फार फार जुनी आठवण उजळून निघाली होती. जत्रेतल्या एका दुकानात ओळीने मांडलेल्या रंगीत लाकडी बाहुल्या! त्या अर्थात एकाच ठोकळ्याच्या बनवलेल्या असत. हात-पाय-मान इत्यादी अवयव नुसते कोरीव कामाने दाखवलेले असत; पण त्याच्या मनात आलेला तो संबंध काही केल्या जाईनाच; पण जत्रेतली लाकडी बाहुली!

पण अलीकडेच त्याला एक प्रश्न सतवायला लागला होता. त्याचा या विलक्षण प्रकारांशी संबंध तरी काय होता? ही प्राचीन शहरे, ही निबिड अरण्ये, ही निषिद्ध मंदिरे, हे तटबंदीचे किल्ले, या लढाया - तो त्यात का गोवला जात होता? आणि त्याबरोबरच, दरवेळी ही विलक्षण आकृती का हजर होत होती? या सर्व प्रसंगांत एक प्रकारची सुसूत्रता आहे हे त्याने ओळखले होते; पण का? का? त्याच्यामागेच का?

आणि आता त्या आकृतीने आपला विकृत चेहरा दाखवला होता. आता यापुढे काय होणार होते? मनात अनेक तर्क येत होते; पण सर्वच्या सर्व एकाहून एक अधिक भयंकर होते - रोजचे आयुष्य कितीही नीरस असले, तरी तिथे हा असला धोका नव्हता.

बदली त्याने मोठ्या नाखुशीने स्वीकारली होती. दुसरा पर्याय नव्हता म्हणूनच केवळ; कारण खर्डे अगदीच आडबाजूचे गाव होते. एस. टी.च्या रस्त्यावरून फाटा फुटत होता आणि दीड-दोन मैल तरी आत चालत जावे लागणार होते. हमरस्त्यापासून गाव जितके आत तितकी तिथल्या आयुष्याची गती मंद, हा नेहमीचा अनुभव होता. उदरभरणाचा दुसरा काही मार्ग उपलब्ध असता, तर त्याने नोकरीच सोडली असती; पण आयुष्यात आलेला अपरिहार्यपणा अशाच प्रसंगी जाणवतो.

प्रवास जेमतेम चाळीस मैलांचा होता; पण दुपारी चारला निघालेली गाडी सात वाजत आले तरी फाट्यावर पोहोचायची लक्षणे दिसेनात. मृगाच्या पावसाने जोर धरला होता. रस्त्याचा चिखलवाडा होऊन गेला होता. ओढे भरून वाहत होते. लहानसहान पुलांवरूनही पाणी वाहत होते. पावसाच्या माऱ्यामुळे सगळीकडून ताडपत्री खाली ओढली होती. बाहेर काय चालले आहे तेही आतल्यांना कळत नव्हते. ओल्या रस्त्यावरचा सर्र्र्र आवाज, टपावर तडतडणारा पाऊस, मधूनच आत येणारे थेंब....

'खर्डे फाटा! खर्डे फाटा!' कंडक्टर ओरडला आणि अदावंत दचकून उभा राहिला. पिशवी व छत्री सांभाळीत खाली उतरला. बाहेर मुसळधार पाऊस पडत होता; पण लहानपणापासून खेडेगावातच आयुष्य काढलेल्या अदावंतला पावसापाण्यात रान तुडवण्याची सवय होती, प्रश्न होता तो गाव सापडण्याचा. त्याला गावचा कोणीच जोडीदार मिळाला नव्हता. सराइतांकडून त्याने खाणाखुणा समजावून घेतल्या होत्या. फक्त त्या आता पावसात आणि अंधारात सापडायला हव्या होत्या.

पाण्याचे फवारे उडवीत गाडी निघून गेली आणि माळरानावर अदावंत एकटाच राहिला. डोळे अंधाराला जरा सरावले, तसा फाटा अंधूकसा दिसायला लागला. त्याने चपला हातात घेतल्या, पायजमा वर खोचला आणि गावची दिशा धरली. छत्रीचा उपयोग अगदी नाममात्रच होता. डोके कोरडे ठेवण्याइतकाच. कमरेपर्यंतचा भाग तर केव्हाच भिजून चिंब झाला. त्याची फारशी फिकीर न करता अदावंत

चालत राहिला. गाव दीडदोन मैलांवरच होते. जास्तीत जास्त तासाभराचा रस्ता. एवढ्यात दिवेसुद्धा दिसायला लागतील, त्याला वाटत होते.

पण तास होऊन गेला, तरी गावची काही खूण दिसेना. पाऊस तर अंगात आल्यासारखा कोसळत होता. आपला रस्ता कोठेतरी चुकला असावा, अशी अदावंताला शंका यायला लागली आणि मग मधेच एकदा त्याचा पाय चांगला घोटाभर रुतला, तेव्हा त्याची खात्री झाली की, रस्ता सोडून आपण वावरात आलो आहोत. या नवीन, अनोळखी प्रदेशात रानोमाळ हिंडत बसण्यात काहीच अर्थ नव्हता. या पावसात एखादा गावकरी भेटण्याची आशा नव्हती.

पावसाचा जोर जरा ओसरेपर्यंत कोठेतरी आसरा घ्यावा, असा त्याने शेवटी विचार केला. दृष्टीची मर्यादा जेमतेम वीस फुटांची होती. तेवढ्या परिघात त्याला एखादे मोठे झाड काही दिसले नाही; पण त्याऐवजी जरा आतल्या बाजूस अगदी अस्पष्ट असा कसल्या तरी छपराचा आकार दिसत होता. तिकडेच अदावंताची पावले वळली.

तो जसजसा जवळ येऊ लागला, तसतसे त्याला दिसले की, ही शेड बराक किंवा गुदाम, बरेच मोठे होते आणि बाजूला बाभळीचे एक कुंपणही होते. आता रस्ता किंवा कवाड शोधत बसण्यात अर्थ नव्हता. थोडीशी फट दिसली, तिथून तो आत घुसला. हातापायांना अणकुचीदार काट्यांनी ओरखडे काढले आणि मग तो त्या छपराखाली पोहोचला.

आता प्रथमच डोक्यावरचा पाऊस थांबला होता आणि त्याला जरा तरी हायसे वाटले. छत्री मिटून एका खांबाला टेकवली, अंगावरचे कपडे काढले, ते घट्ट पिळले. त्या पिळयांनीच अंग जमेल तेवढे पुसले आणि मगच त्याला त्या जागेकडे पहायला सवड मिळाली.

बांधकामावरून उपयोगाचा काहीच अंदाज येत नव्हता. वर एक पत्र्याचे छप्पर आणि चार बाजूंना उभेच्या उभे वासे. आतली जमीन उकरून परत दाबलेली दिसत होती. ही शेड गुरांकरता नव्हती, धान्याकरता नव्हती, कडब्याकरताही नव्हती, मग कशासाठी? जमिनीचा खणलेला व परत बुजवलेला एक चौरस झाकण्यासाठी?

तो शेडच्याच एका खांबाला टेकून बसला होता. पाऊस कमी होण्याची चिन्हे दिसत नव्हती. वेळ किती गेला याची त्याला काहीच कल्पना नव्हती; पण रात्रीचे दहा वाजून गेले असावेत, असा त्याचा अंदाज होता. आता परत चिखल तुडवीत

जायचे, कोणाला तरी हाक मारून उठवायचे हे काम त्याच्या अगदी जिवावर आले होते. त्यापेक्षा इथेच रात्रभर मुक्काम केला तर? सकाळ झाली, की गावचा रस्ता धरावा. त्याने जरा आरामात बसून डोळे मिटले.

अदावंतचे डोळे सावकाश उघडले. त्याच्या डोळ्यांना समोर पसरलेले मोकळे माळ दिसत होते. क्षणभर त्याला कशाचा उलगडा होईना. आपण या मोकळ्यावरच्या जागी, अशा आडवेळी काय करीत आहोत? आपण कोठे आहोत? त्याला काही कळेनाच. पूर्वीही त्याला स्वप्नातून अशा अनेक चमत्कारिक व अनोळखी जागा दिसल्या होत्या. त्यासारखीच ही एखादी स्वप्नातील जागा नाही ना? धूसर रात्रप्रकाशावर समोरच्या खांबांच्या सरळ, समांतर रेषा- सर्वत्र पसरलेली एक विलक्षण शांतता-

मग, त्याला कशाने जाग आली होती? काही अनपेक्षित आवाज झाला का? काही विलक्षण हालचाल झाली का? का तो अजून झोपेतच होता? एव्हाना त्याला एस. टी. तला प्रवास, रात्रीची पावसातली वाटचाल, मग त्या शेडमध्ये घेतलेला निवारा, या गोष्टी आठवल्या होत्या; पण तो आता तरी खरा जागा झाला होता का? का तीच जागा स्वप्नात पाहत होता?

आघात झालेल्या तारेसारखे त्याचे सारे शरीर थरथरत होते. अंगावर एकसारखा काटा उठत होता. बुद्धीवरही एक प्रकारचा गंज चढल्यासारखा झाला होता आणि मग त्या बाभळीच्या कुंपणापाशी त्याला एक अस्पष्टशी हालचाल दिसली आणि त्याच्या काळजाने एक पलटी खाल्ली.

कुंपणातून आवारात काहीतरी आले होते, पुढे सरकत होते. नजरेला स्पष्ट काही दिसत नव्हते; कारण प्रकाशही अंधूक होता आणि त्या हलणाऱ्या आकाराची उंचीही कुंपणापेक्षा कमी होती. दोन-अडीच फूट! ती आकृती आपल्या लहान पावलांनी पुढे येतच राहिली. अदावंत तिकडे विस्फारलेल्या नजरेने पाहत राहिला. आसपासचा सर्व भाग धूसर झाला. स्पष्ट राहिला तो फक्त त्या आकृतीचा चेहरा – पावलापावलांनी तो जवळजवळ येत होता. आसमंतातला सर्व पसारा धुराच्या लोटासारखा उसळला. त्या लोटाचे अस्पष्ट पदर त्या चेहऱ्यावरून जात होते; पण तो चेहरा सारखा जवळ येत होता. न मिटणारे चकाकते डोळे, सर्व अवयवांवरची एक झगमगती झिलाई, ती बोजड मान...

मधेच केव्हातरी अदावंत शुद्ध हरपून मागे कोसळला.

अदावंतला जाग आली तेव्हा सर्वत्र सकाळचे प्रसन्न वातावरण होते. पाऊस थांबला होता. झाडेझुडपे तकतकीत दिसत होती. पक्ष्यांची चिवचिव चालली होती. अदावंत उठून बसला. रात्रीचे कपड्यांचे पिळे शेजारीच होते. ते अजून दमट होते; पण घालता येण्यासारखे होते. ते अंगावर चढवून तो शेडबाहेर पडला. काल रात्रीच्या स्वप्नाने त्याच्या मनाचा विलक्षण गोंधळ झाला होता. आतापर्यंत त्याला स्वप्नात त्याच्या पाठलागावर असलेल्या त्या हिडीस आकृतीचा इतका 'जवळपणा' किंवा 'खरेपणा' जाणवला नव्हता. काल रात्री हे स्वप्नांचे रूप तर जवळजवळ विरघळलेच होते. त्याला क्षणभर वाटले होते की, आता - आता खरोखरीच...

स्वतःला सावरून तो कुंपणाबाहेर आला. काल रात्रीची अगम्यता आता नाहीशी झाली होती. फर्लांगभराच्या अंतरावर त्याला खेड्याची छपरे दिसत होती. गोवऱ्यांच्या चुली घरोघर पेटल्या होत्या आणि तो अगदी घरगुती वास त्याच्यापर्यंतही पोहोचत होता. कोठून तरी एका पोराच्या किनऱ्या आवाजातली हाक त्याच्या कानी आली. त्या आयुष्यातला साधेपणा आणि सुरक्षितता त्याला प्रकर्षाने जाणवली; कारण तो नेमका त्याच गोष्टीला मुकला होता. त्याच्यात आणि साध्याभोळ्या माणसांत एक अभेद्य पडदा होता; तो या साऱ्यांपेक्षा वेगळा होता, म्हणून दुःखी होता, दुर्दैवी होता.

गाव लागले. पंचायतीची इमारत आली. सरपंच आणि सेक्रेटरी यांच्याशी गाठीभेटी झाल्या. गावात काही दिवसांपुरती जागा मिळाली आणि सोमवारी तो शाळेच्या इमारतीत हजरही झाला. हे एक प्रकारचे खोटे आयुष्य आहे. हा विचार त्याने मनातच ठेवला. रात्री त्याला दिसलेल्या शेडबद्दलही त्याने चौकशी केली नाही. आसपासच्या लोकांचे चेहरे-मोहरे पाहून मगच तोंड उघडण्याचा त्याचा नेहमीचा पायंडा होता.

शाळेची इमारत श्रमदानाने बांधलेली, एकमजली चार खोल्यांची होती आणि त्यापैकी एक खोली कुलूप लावून बंद केलेली होती. अदावंत पहिले काही दिवस पोरांची नावे गावे चेहरे ध्यानात ठेवण्यात गर्क झाला होता. गावात कोण महत्त्वाची व्यक्ती आहे, कोणाच्या मर्जीनुसार सारा कारभार चालतो, त्याचे मित्र कोण होतील, त्याला विनाकारण त्रास देणारे कोण निघतील हेही दैनंदिन जीवनाचे प्रश्न सुटायचे होतेच. शेवटी त्याचे आयुष्य या साऱ्या संबंधातूनच घडवले जात होते.

पाचसहा दिवसांनी काहीतरी कारणासाठी त्याला कोपऱ्यातली ती बंद खोली उघडण्याचा प्रसंग आला. या बंद खोलीवर त्याने फारसा विचारच केला नव्हता. आताही कुलूप उघडताना, कडी काढताना, दार आत ढकलताना तो स्वतःच्याच तंद्रीत होता. आत दोन पावले टाकल्यावर मग तो मान वर करून चारी बाजूंनी पाहू लागला - क्षणभर त्याला भास झाला की, आपल्याला वेडच लागले आहे. कामाचे सगळे विचार त्याच्या मनातून भिरभिरत कोठेतरी गेले. त्याची विस्फारलेली नजर समोरच्या फळीवरच खिळून राहिली. त्या फळीवर एकाजवळ एक रांगेने मांडून ठेवलेल्या कितीतरी लहान लहान मातीच्या बाहुल्या होत्या; पण सर्वच्या सर्व दिसायला अगदी त्याच्या स्वप्नात येणाऱ्या आकृतीसारख्या! अगदी हुबेहूब!

डोळ्यांसमोर अंधारी आली आणि त्याला वाटले, आपण आता खाली कोसळणार. पाच सेकंद गेले, दहा गेले, पंधरा गेले.

आणि मग त्याची नाडी हळूहळू मंदावली. धाडधाड उडणारी छाती जरा ठिकाणावर आली. समोर खरोखरच एका फळीवर मातीच्या बाहुल्या मांडलेल्या होत्या. त्या इथे शाळेत कशा आल्या आणि त्यांचा आकार 'त्या' आकारासारखा का, हे प्रश्न गौण होते. निदान हे स्वप्न नव्हते किंवा भासही होत नव्हता! तो सावकाश समोरच्या फळीजवळ गेला आणि त्या ओळीने मांडलेल्या, विक्षिप्त आकारांच्या बाहुल्या नीट पाहू लागला. स्वतःचे काम विसरून तो कितीतरी वेळ तिथेच उभा राहिला.

'काय अदावंत? अरे, झोप लागली की काय?' मागून अचानक आवाज आला आणि अदावंताने दचकून मागे पाहिले. शाळेतले वयस्क गुरुजी दारापाशी उभे होते. अदावंत चाचरत म्हणाला.

'नाही, नाही! पण या खोलीत ही कसली तरी चित्रे दिसली-'

'मग? तुला माहीत नव्हते की काय?'

'मला काहीच माहिती नाही. हा काय प्रकार आहे?'

'मग सुटीत सांगतो. चल, काम आटप पाहू आधी -'

त्या दिवशी सुटीच्या वेळात आणि नंतर गावात ठिकठिकाणी चौकशी केल्यावर (अदावंताचे वैयक्तिक कुतूहल त्याला मुळीच गप्प बसू देत नव्हते) अदावंताने मनाशी एकूण हकिकत जुळवली, ती अशी होती :

गावाशेजारच्या एका शेतात नांगरट वगैरे करताना काही काही चमत्कारिक रंगांचे मातीच्या भांड्याचे तुकडे, काही लहानसर जळक्या विटा इत्यादी सापडले

होते. त्यावर वर्तमानपत्रात एक-दोन परिच्छेदांच्या स्फुट बातम्याही आल्या होत्या. यथावकाश आर्किऑलॉजिकल सोसायटीतर्फे प्राथमिक चाचणीकरता एकदोघे येऊन गेले. बऱ्याच कोर्ट-कचेऱ्या होऊन शेवटी सरकारने तो नंबर उत्खननासाठी ताब्यात घेतला होता.

शेवटी गेल्या मार्चमध्ये प्रत्यक्ष उत्खननाला सुरुवात झाली होती. प्रोफेसर वैद्य यांच्या मार्गदर्शनाखाली काम चालले होते. वैद्य एकंदरीत हुशार दिसत होते. गावकऱ्यांची सभा घेऊन त्यांनी उत्खननाचा उद्देश समजावून सांगितला. याच गावाच्या जागेवर; पण फार पूर्वी एक वसाहत असावी असा अंदाज होता. आता प्रत्यक्ष खणून पाहून त्यांची घरे-दारे, त्यांची भांडी, शस्त्रे, कला, रीतिरिवाज यांची माहिती गोळा करायची होती.

काही अतिउत्साही लोकांनी 'पूर्वी राहणारे लोक' आणि 'पूर्वज' यात गोंधळ करून या वसाहतीशी वंशजांचे नाते जोडायचा प्रयत्न केला. प्रोफेसर वैद्य काहीच बोलले नाहीत; स्वतःशीच हसले मात्र.

शेवटी आखणी वगैरे होऊन प्रत्यक्ष कामास सुरुवात झाली. अनेक गावकऱ्यांना काम मिळाले. वैद्यांनी आखून दिलेल्या रेषांवरून सरळ खाली, सुमारे तीन फूट रुंदीचे चर खणायचे होते. सात-आठ फूट खाली गेल्यावर मात्र काम उकाड्याने कठीण व्हायला लागले; पण त्या आधीच जमिनीत या चमत्कारिक बाहुल्या सापडायला लागल्या होत्या. मग स्वतःला 'वंशज' म्हणवून घेणारांनी या हिडीस चित्रांकडे एकच नजर टाकली आणि काही न बोलता ते नाते सोडून दिले.

बारा फूट खाली गेल्यावर प्रत्यक्ष बांधकामाचे दगड लागले. वैद्यांनी काम तिथेच थांबवले. स्वतःजवळच्या कागदावर त्यांची असंख्य टिपणे घेतली होती. पावसाळा लागेपर्यंत त्यांचे हे काम चालले होते, शेवटी मे महिना संपत आला तेव्हा त्यांनी सर्व चर बंद केले. त्यावर खुणांचे दगड ठेवले, वरती एक तात्पुरती शेड उभारली आणि सभोवती एक कुंपण घालून घेतले. पावसाळा संपताच ते परत येणार आणि मग मात्र सात साडेसात महिने त्याचे काम चालणार होते.

सर्वच हकिकत त्याला विचार करायला लावणारी होती. सर्व गोष्टींचा एकच विचार केला, तर एक प्रकारची भयानक अपरिहार्यता उघड होत होती. असे दिसत होते, की या एका प्रसंगासाठी अनेक शक्ती अनेक ठिकाणी अनेक वर्षे काम करीत होत्या. कारण ही प्रसंगांची साखळी आजकाल सुरू झालेली नव्हती. ती मागे, पार त्याच्या जन्मापर्यंत पोहोचत होती, त्याचा जन्म, त्याचे शिक्षण,

त्याने निवडलेला व्यवसाय आणि नेमकी आताच त्याची इथे झालेली शाळेची बदली हा एक फास होता. इथे काही पुरावा सापडणे, त्याची तपासणी होणे, अहवाल, मग चाचणी, मग निर्णय, मग वैद्यांची नेमणूक, मग तीन महिन्यांचे काम हा दुसरा फास पडला होता. तिसरा फास त्याच्या स्वप्नातून काम करीत आला होता. या विक्षिप्त, हिडीस, भयानक चेहऱ्याची त्याला हळूहळू जाणीव होत गेली आणि शेवटी अदावंत इथे हजर झाला होता. योग्य व्यक्ती, योग्य वेळी, योग्य त्या स्थानी!

त्याला क्षणभर वाटले, कसल्यातरी प्रचंड, अकल्पनीय शक्ती चारी बाजूंनी आपल्याला आवळून टाकीत आहेत; एका ठराविक दिशेने आपल्याला अविरोधपणे रेटीत आहेत; पण शेवटी काय होणार होते? त्याने कोणाचा कसला गुन्हा केला होता, की तो या विचित्र जाळ्यात गुरफटला जावा? त्याच्या चाळवलेल्या मनाला या शक्ती कोणत्यातरी भीषण, अमानवी रूपात जाणवत होत्या - आणि रात्रीच्या अंधारात थरथरत्या शरीराने तो उठून बसला. सर्व जग विसावले होते. सर्व मानवजात सुखाने झोपी गेली होती आणि तो मात्र जागा होता, प्रतीक्षा करीत होता.

कारण त्याला माहीत होते, की या अंधाराच्या जगात वेगवेगळी अस्तित्वे धरतीवर अवतरतात. रानेवने तुडवत, डोंगरनद्या ओलांडत, भरभराटलेल्या आणि भग्न शहरांतून, स्मशानांतून आणि मंदिरांतून या अमानवी आकृती आपला अकल्पनीय मार्ग क्रमित जातात. कोणाच्या स्वप्नपटांवर त्यांची एखादी प्रतिमा येते, कोणाकोणाला त्या अवचित दिसतात आणि हे पाहणारे किंचाळत दूर जातात; पण या आकृती कोण होत्या? कोठून आल्या होत्या? कोठे चालल्या होत्या? आणि हा दशदिशांचा, तिन्ही काळांचा शोध कशासाठी होता?

रात्रीच्या थंड वेळीसुद्धा त्याला दरदरून घाम सुटला. नाडी तुफान वेगाने दौडत चालली. श्वास छातीत अडकायला लागला. तो मदतीकरता कोणाकडे वळणार? कोणाला त्याची व्यथा समजेल?

शाळेतले रुटीन सुरू झाले. कोपऱ्यातल्या त्या बंद खोलीची अदावंतने एक प्रकारची धास्तीच घेतली होती. अगदी जरुरीच्या कामाशिवाय तो त्या बाजूस फिरकतच नसे. मनातल्या मनात त्याला एकच आशा होती. पहिल्या टर्मचे हे तीन-साडेतीन महिने काढले, की मग ते प्रोफेसर वैद्य इथे येतील. त्या विलक्षण बाहुल्यांची जर कोणाला माहिति असलीच, तर ती त्यांनाच असणार! त्यांच्याकडूनच काहीतरी स्पष्टीकरण मिळण्याची आशा होती.

श्रावण आला. श्रावणात शाळेला बऱ्याच सुट्या होत्या. एक सण रविवारला जोडून आला होता. शनिवार दुपारपासून मंगळवार सकाळपर्यंत शाळेकडे फिरकायचीसुद्धा आवश्यकता नव्हती. इतर दिवशी अदावंतला संध्याकाळ मोकळी मिळतच नसे. तेव्हा या संधीचा फायदा घेऊन दुपारी चारच्या सुमारास तो बाहेर पडला आणि त्याची पावले नेमकी गावाबाहेरच्या त्या शेडकडे वळली. त्या जागेचे त्याला एक विलक्षण आकर्षण होते एवढे खरे. वास्तविक तिथे पाहण्यासारखे किंवा करण्यासारखे काहीच नव्हते; कारण पावसाळयाच्या दोन महिन्यांनंतर शेडभोवती गुडघागुडघा उंचीचे रानगवत व तण माजले होते. कुंपणाबाहेरून तर काहीच दिसत नव्हते; पण तो तिथे यायचा, आत पाहत राहायचा आणि मग आजच्यासारखाच विषण्ण मनाने परत फिरायचा.

परतताना संध्याकाळ झाली होती. वाट शाळेच्या इमारतीवरून जात होती. शाळेचा कोपरा वळून तो पुढे झाला आणि एकदम जागच्या जागी थबकला. कोपऱ्यातली खोली उघडी होती, आत प्रकाश होता आणि त्या प्रकाशात कोणाची तरी हलणारी सावली दिसत होती. क्षणभर त्याला आश्चर्याचा आणि भीतीचा विलक्षण चटका बसला आणि मग त्याला दिसले की, खोलीत खरोखरच एक मध्यमवयीन, उंचसर गृहस्थ आहेत. त्याचा रुकलेला श्वास एखाद्या स्फोटासारखा बाहेर पडला.

पण त्याची पावले तिथेच अडखळायला लागली. शेवटी सावकाश सावकाश तो खोलीच्या दारापर्यंत येऊन पोहोचला व आत पाहू लागला. आतले गृहस्थ स्वतःच्या कामात इतके दंग झाले होते की, अदावंतच्या येण्याची त्यांना गंधवार्ताही नव्हती. फळीवरची एकएक वस्तू उचलून ते खाली घेत होते. कागदावर काहीतरी नोंद करीत होते. खोलीत एका कंदिलाचा प्रकाश पसरला होता. फळीवर रांगेने मांडलेल्या त्या चित्रांवरही हा प्रकाश पडत होता. या कृत्रिम प्रकाशात ती जास्तच भेसूर दिसत होती. मधेच केव्हातरी त्या गृहस्थांना अदावंत दिसला.

'काय रे? काही काम आहे का?' त्यांनी थांबून विचारले. त्या अवचित प्रश्नाने अदावंत इतका गोंधळला की, त्याला काही उत्तरच सुचेना.

'अरे, इतके घाबरायला काय झाले? तुला पहायचेय का? मग ये की आत? कशावर पायबीय देऊ नकोस म्हणजे झाले. ये!'

काही न बोलता आत येऊन अदावंताने कोपऱ्यातील एक खुर्ची घेतली. काम करता करता त्या गृहस्थांचे स्वतःशीच बोलणे चालले होते.

'दोनतीन दिवस सुटी होती. पाऊसही कमी झाला होता, तेव्हा म्हटले, की काही काम उरकता आले तर पाहावे -'

आता अदावंताच्या डोक्यात प्रकाश पडला.

'म्हणजे - म्हणजे - तुम्ही प्रोफेसर वैद्य?'

'मग! तुला माहीत नव्हते की काय?'

'तुमचे नाव ऐकले होते; पण तुम्हाला प्रत्यक्ष पाहिले नव्हते.'

'का? खड्र्यात एवढ्यातच आलास की काय?'

'हो. जूनपासूनच मी या शाळेत बदलून आलो आहे.'

'अस्सं. म्हणजे आमच्या शेजारीच आहेस म्हणायचे.'

अदावंताला मात्र ही शेजाराची कल्पना अजिबात आवडली नाही. जरा वेळ त्यांचे काम पाहून तो जरा धीर करून म्हणाला, 'प्रोफेसर, मी आपल्याला एक विचारू का?'

'विचार की.'

'ही - ही चित्रे कसली आहेत? मुलांची खेळणी? '

'या बाहुल्या होय? अं - नाही. ती मुलांची खेळणी नाहीत.' वैद्य काम थांबवून म्हणाले. 'इथे काय काम चालले आहे, तुला माहीत आहे?'

'काही काही ऐकले आहे - पण तुम्ही सांगाल तर बरे.'

'इथे शेतात सापडलेले काही काही नमुने सोसायटीकडे आले. इथली प्राथमिक चाचणी झाली आणि या जागेखाली पूर्वीच्या एखाद्या वस्तीचे अवशेष असावेत, असा पुरावा हाती आल्यावर मग आम्ही हा उत्खननाचा मोठा कार्यक्रम आखला. पहिल्या फेरीत ट्रेंचचे - खंदकाचे - काम पूर्ण झाले आहे. आता व्यापक कामाला सुरुवात होईल.' वैद्य जरा थांबून म्हणाले, 'आतापर्यंतच्या पाहणीवरून माझा निष्कर्ष असा आहे की, खिस्तपूर्व पंधराव्या शतकात म्हणजे सुमारे साडेतीन हजार वर्षांपूर्वी इथे एक सुसंस्कृत जमात राहत असावी. प्रत्यक्ष पाहून मग जगात इतरत्र सापडलेल्या समकालीन अवशेषांशी तुलना केल्यावरच खरी कालनिश्चिती होईल. तेव्हा हा आपला वैयक्तिक अंदाज आहे; पण एक गोष्ट नक्की - इथली वस्ती अतिप्राचीन आहे, यात शंका नाही.'

'आता या बाहुल्या. एक लक्षात घे. त्यावेळच्या धर्माच्या, देवाच्या, जन्ममरणाच्या कल्पना फार वेगळ्या होत्या. माणूस मरतो म्हणजे काय होते, याचे कोडे त्यांना उलगडले नव्हते. त्यांना ती एक प्रकारची दीर्घ निद्राच वाटत असे. त्यांचा असा

विश्वास होता की, या दीर्घ निद्रेतूनही तो माणूस केव्हा तरी जागा होईल. या कल्पनेतून मृत माणसांचे देह घराखालीच पुरायची रूढी प्रचारात आली. त्याचा देह हाती आला नाही तर आणि असे बरेच वेळा व्हायचे; कारण तेव्हाचे जीवन बरेच असुरक्षित होते. मग त्याच्यासारखीच एक प्रतिमा करून ती जमिनीखाली पुरून ठेवत असत. हा एक उपयोग झाला.'

त्यावेळी जारण-मारण, जादूटोणा, करणी या कल्पनांवर सर्वांची संपूर्ण श्रद्धा होती. तेव्हा शत्रूच्या बीमोडासाठी त्याच्याच रूपात एक प्रतिमा घडवून तिच्यावर संस्कार करून ती जमिनीत पुरणे हाही प्रयोग नेहमी चालत असे. हा दुसरा उपयोग झाला.'

'निसर्गाच्या स्वरूपाचे त्यांना काहीच ज्ञान नव्हते आणि माहीत नसलेल्या गोष्टींची माणसाला नेहमीच भीती वाटते. वादळ, वीज, वणवा, पूर यांना त्यांनी एक मानवी रूप दिले होते आणि त्यांचा धर्म म्हणजे या रौद्र शक्तीची पूजा-अर्चा हाच होता. त्याही संबंधात ते या लहानलहान बाहुल्या बनवत असणे शक्य आहे. हा तिसरा उपयोग झाला.'

'पण एक नक्की ती खेळणी खास नाहीत, त्या धकाधकीच्या मामल्यात मुलांवर खर्च करायला कोणाला एवढा वेळच नव्हता.'

अदावंत गप्प बसून ऐकत होता. वैद्यांनी सांगितलेल्या सर्व शक्यता एकजात भयानक होत्या. त्याच्या मनापुढे चित्र आले, ते चांगले मोठमोठे लोक गंभीर व कठोर मुद्रांनी या बाहुल्या घडवीत आहेत असे होते. त्याच्या नकळत त्याच्या सर्वांगावरून एक लहानशी शिरशिरी गेली.

'आणि प्रोफेसर, यांचा आकार? तो केवढा असतो?'

'इथल्या सर्व बाहुल्या तीन ते पाच इंचांच्या आहेत. मला नाही वाटत की, यापेक्षा फार मोठ्या बाहुल्या कोठे सापडल्या आहेत असे.'

'नक्की नाही? दोन-अडीच-तीन फुटांच्या नक्की नसतील?'

'नक्की कसे सांगता येणार? पण तसा संभव कमी वाटतो; पण तुला या बाहुल्यांतच काहीतरी स्वारस्य दिसतेय - का बरे?'

यांना काही सांगावे की नाही, याचा अदावंतला प्रश्न पडला; कारण सांगण्यासारखा असा काही एकच, अलिप्त असा प्रसंग नव्हता. ती एक लांबच्या लांब प्रसंगमालिका होती. त्यांना सारा प्रकार वेडपटपणाचा, हास्यास्पद वाटण्याचा संभव होता; पण त्याचे मन स्पष्टीकरणासाठी अगदी तळमळत होते. ही संधी हुकली, तर पुन्हा

अशी मिळेल की नाही, याची शंका होती. तेव्हा मनाचा हिय्या करून अदावंतने प्रोफेसर वैद्यांना सर्वच्या सर्व हकिकत सांगितली. सामुद्रिकात वर्तविलेले भविष्य, कुंडलीवरून वर्तविलेले भविष्य, त्याची स्वप्ने, त्यात झालेला बदल, हळूहळू स्पष्ट आकार घेत जाणारी ती आकृती -

'प्रोफेसर, माझ्या स्वप्नात येणारी ती आकृती अगदी हुबहूब या बाहुल्यांसारखी आहे - फक्त मोठी! अडीच फूट उंच!'

सुरुवातीस वैद्यांचे अदावंताच्या बोलण्याकडे अर्धवटच लक्ष होते; पण शेवटी शेवटी हातातले काम दूर करून ते अगदी एकाग्रपणे ऐकत होते. अदावंत गप्प बसल्यावर तेही काही वेळ गप्प बसले.

"हं!" एक उसासा सोडून ते शेवटी म्हणाले. "तुझी हकिकत मोठी विलक्षण आहे खरी! तुझ्या प्रामाणिक चेहऱ्यावरून माझी खात्री झाली आहे की, तू या थापा मारीत नाहीस. ही स्वप्ने का पडावीत, त्यात या 'फिगरिन्' सारखी आकृती का यावी, हे काही मला सांगता यायचे नाही. तो माझा विषयच नाही; पण एक गोष्ट मात्र मला सुचते - तू चौथीपर्यंतच्या मुलांना शिकवीत असतोस, नाही का?' अदावंतने 'हो' म्हटल्यावर ते पुढे म्हणाले, 'मग मला आठवते की, त्यांच्या इतिहासाच्या अभ्यासक्रमात प्राचीन भारतीय संस्कृतीची ओळख हा एक भाग आहे आणि या भागात हडाप्पा, मोहेंजोदडो अशा प्राचीन संस्कृतीच्या अवशेषांची काही चित्रे असली, तर त्यात या बाहुल्याही दाखवल्या असतील. एक गोष्ट ध्यानात घे - ही मातीच्या बाहुल्यांची रूढी प्राचीन काळी जवळजवळ सर्वत्र होती. काही कारणाने ते चित्र तुझ्या मनावर विशेष ठसले असण्याचा संभव मला जाणवतो; पण ही आपली एक सूचना आहे.'

एक नवीन विचार या दृष्टीने त्यांची सूचना ठीक होती; पण अदावंतचे त्याने समाधान झाले नाही. वैद्यांजवळ आता बोलण्यासारखे काही राहिले नव्हते.

अदावंत उभा राहिला व म्हणाला,

'प्रोफेसर, मी जातो. तुमच्या कामात मात्र माझ्यामुळे व्यत्यय आला त्याबद्दल राग मानू नका.'

वैद्य काही वेळ त्याच्या खिन्न चेहऱ्याकडे पाहत राहिले आणि मग जरा हसून म्हणाले, 'माझ्याकडून तुझी काहीतरी जास्त अपेक्षा होती. ती काही मला पुरी करता आली नाही, याचे मलाही वाईट वाटते. तुला या उत्खननात स्वारस्य आहे, हे तर उघड आहे. या सप्टेंबरमध्ये मी परत इथे येणारच आहे. वाटले तर तुलाही

आमच्या प्रोजेक्टवर काम करता येईल. खरे सांगू का, तुझा स्वभाव आणि तुझी हुशारी मला आवडली आहे. हाताखाली असा एखादा चलाख असिस्टंट मिळाला तर हवाच आहे. तेव्हा बघ. दोन-अडीच महिने आहेत, तोवर विचार कर. मी पुन्हाः इथे येईन तेव्हा मला भेट.'

त्यांच्या या अनपेक्षित सूचनेने अदावंत एकदम गडबडून गेला होता. एक नवे आयुष्य त्याच्यासमोर उलगडत होते. वैद्यांसारखा अधिकारी! तिथे आकर्षण होते खास! पण ही कामे... जो विषय त्याला भयानक, टाळावासा वाटत होता, त्याच्याशीच कायमचा संबंध!

'अरे! एकदम उत्तर नकोय काही मला! अजून अवकाश आहे!' त्याची चलबिचल पाहून वैद्य म्हणाले आणि या वाक्यावरच अदावंतने त्यांचा निरोप घेतला.

रविवारी सकाळी वैद्य गेले. शाळेचे रुटीन पुन्हा सुरू झाले. त्या भेटीचा एक फायदा झाला. अदावंतच्या मनात त्या बंद खोलीबद्दल जी एक भीतीची, रहस्याची भावना होती, ती मात्र नाहीशी झाली.

दिवस जात होते. महिनाभरात त्याला रात्री कसलेही वेडेवाकडे स्वप्न पडले नव्हते. आधी त्याला याचे समाधान वाटले होते; पण शेवटी माणसाचे मनच त्याचे शत्रू बनते! त्याच्या मनात असा विचार आला, आपण आता इथे येऊन पडलो आहोत, वैद्यही महिनाभरात कामाला सुरुवात करणार आहेत. हेच जर 'त्या' आकृतीला हवे असेल तर मग ते साध्य झाले आहे व म्हणून ती आपल्याला आता दिसत नाही. आपण जर खर्डे सोडून जायचा प्रयत्न केला, तर परत ती हिडीस आकृती आपल्या स्वप्नात धिंगाणा घालायला लागेल!

दसरा उलटून गेला. आकाश निरभ्र आणि निळे झाले. पृथ्वीवर हिरवी झूल पसरली गेली. हवेत थंडीची टोचणी आली. यथाकाल प्रोफेसर वैद्य आणि त्यांचे कर्मचारी खर्ड्याला येऊन दाखल झाले.

गेले दोन महिने अदावंत वैद्यांच्या शब्दांचा विचार करीत होता आणि शेवटी भयापेक्षा उत्सुकताच जास्त प्रभावी ठरली होती. वैद्य येताच त्याने त्यांची गाठ घेतली आणि त्यांच्या हाताखाली काम करायची आपली तयारी असल्याचे त्यांना कळवून टाकले.

मुख्याध्यापक आणि सरपंच यांच्या गाठीभेटी वैद्यांनीच घेतल्या, नोटिशीचा औपचारिकपणा झाला. वैद्यांनी अधिकृत कागदावर अदावंतची 'फील्ड वर्कर' म्हणून नेमणूक झाल्याची नोंद त्याच्या हाती दिली आणि अदावंत कॅंपमध्ये राहायला आला.

उन्हाळी सीझनचीच माणसे कामावर होती. त्यांना आता कामाची पद्धत माहीत झाली होती. शिवाय एकदा खणलेले खंदक सैलसर मातीने भरलेले होते. पहिल्या सातआठ दिवसांतच पूर्वीचा सारा भाग सहज खणून मोकळा करण्यात आला.

प्रत्यक्ष पूर्वीचे बांधकाम लागले, तेव्हा वैद्यांनी कामगारांच्या हातातली अवजड हत्यारे काढून घेतली आणि त्यांना नवी, लहान हत्यारे दिली. काही करवतीसारखी होती, काही अणकुचीदार होती. त्यात कडक व मऊ केसांचे ब्रशसुद्धा होते. जुन्या भिंतीवरची माती हलकेच काढून आतल्या दरजा कशा साफ करायच्या, हे त्यांनी लोकांना शिकवले.

इतरांबरोबर अदावंत काम करीत होता आणि पाहता पाहता त्याच्या डोळ्यांसमोर त्या प्राचीन वसाहतीचे स्वरूप हलके हलके स्पष्ट रूप घेत होते. रोज संध्याकाळी वैद्य दिवसाच्या कामाचा तपशील त्यांच्या वहीत लिहून ठेवत. सुरुवातीला त्यांनी अंदाजाने एक प्लॅन तयार केला होता. त्यात आता नवीन माहितीनुसार ते बदल करीत होते किंवा भर घालीत होते. भिंतीचा एक कोपरा पाहिला की, त्यांची सराईत दृष्टी तिथला आकार मनासमोर उभी करू शकत होती. शेवटी एका संध्याकाळी त्यांनी अदावंतला बोलावले आणि तो नकाशा दाखवला.

मध्यभागी एक बरीच मोठी बहुभुजाकृती दाखवली होती. एका बाजूस लहानलहान चौकोनांच्या रांगा होत्या. दुसऱ्या बाजूस एक दुहेरी नागमोडी रेघ दाखवली होती. त्यातील एक-एक भाग त्याला समजावून सांगत वैद्य म्हणाले, 'ही मधली इमारत त्यांचा राजवाडा किंवा मंदिर असावे. इथे मध्य आशियातल्यासारखा 'झिगुरीट'- पायऱ्यांचा मनोरा दिसत नाही. मंदिराची किंवा राजवाड्याची पातळी भुईसपाटच आहे. समोरची लहानलहान बांधकामे घरे असतील. बराकी असतील किंवा मालाची गुदामे असतील. मागच्या बाजूस त्यावेळी एक मध्यम आकाराची नदी होती. त्यावेळी या नगरराज्यांची नदीच्या आसपासच उभारणी करावी लागे. आता हे बाहेरचे खोदकाम संपले आहे. एकेक इमारत आता आपण प्रत्यक्ष खालपर्यंत साफ करू, मग तुला या गोष्टी प्रत्यक्षच दिसतील.'

त्याची उत्कंठा ध्यानात घेऊन ते त्याला सर्वकाही दाखवत होते, हे अदावंतच्या लक्षात आले. त्याने आता केवळ मान हलवली.

हळूहळू मधली माती काढली जाऊ लागली आणि त्या पुरातन नगराला काहीसा आकार यायला लागला. अर्थात बहुतेक सर्व भिंती पडल्या होत्या;

एखादीच दोन-तीन फुटांपर्यंत उभी होती; पण तेवढी उंचीही त्यावेळचे काम कसे होते हे दाखवायला पुरेशी होती. दोन किंवा तीन फूट व्यासाचे दगड एकमेकांवर रचून मंदिराची किंवा राजवाड्याची (कधीकधी पूर्वी दोन्ही एकत्रच असायचे, वैद्य म्हणाले) भिंत उभारली होती. भिंतीच्या जाडीवरून तिची उंची साठ ते सत्तर फूट असावी, असा वैद्यांचा अंदाज होता. त्यांच्या या अंदाजांनाही अदावंत फार महत्त्व द्यायला शिकला होता. एका घोटीव दगडातल्या काळसर भोकावरून त्यांनी इथे दुमजली इमारत होती एवढेच नाही; तर ती शेवटी आगीच्या भक्ष्यस्थानी पडली, असा तर्क केला होता व तो अदावंतला सप्रमाण पटवून दिला होता. तेव्हापासून त्याच्या शंका बंद झाल्या होत्या.

राजवाड्यात मध्यभागी एक खूप मोठे चिरेबंदी पटांगण होते व चारी बाजूंना खोल्या किंवा ओवऱ्या काढल्या होत्या; पण पटांगणाच्या दरजा साफ करताना एक शोध लागला. बरोबर मध्यभागी चांगली चार - बाय - चारची एक प्रचंड शिळा होती. तिच्या चारी बाजू नीट पाहताच वैद्य म्हणाले, 'इथे खाली तळघर असले पाहिजे. हा त्याचा दरवाजा आहे.' इतर कामांच्या धांदलीत तो भाग काही दिवस तसाच मागे राहिला; पण शेवटी त्याचाही नंबर लागलाच.

ती प्रचंड शिळा हलवणे अतिशय कठीण काम होते. बाजूंना धरायला काही सोय नव्हती. दरजातून आत एखादे हत्यार घालायला जागा नव्हती. शेवटी दोन्ही बाजूंचे दोन दगड उखडून काढण्यात आले आणि मग वासे, दोऱ्या, पुली यांच्या साहाय्याने तो प्रचंड दगड हळूहळू हलवावा लागला. त्याची जाडीही चांगली दोन फुटांची होती. वजन सहज टनापर्यंत होते; पण शेवटी खूप प्रयत्नाने तो दगड वर आला, एका कडेवर उभा राहिला व मग शेवटी दणकन मागच्या बाजूस पडला. सर्व जमिनीलाच प्रचंड हादरा बसला.

आतली हवा तिथेच किती हजार वर्षे कोंडली गेली होती कोणास ठाऊक! वरचा दगड हलवताच आतून कोंदट अशा दुर्गंधीचा एक मोठा भपकारा आला. कोणाला तिथे जवळपास उभे राहणेसुद्धा अशक्य झाले. सर्वजण नाक मुठीत धरून घाईने मागे सरले.

चोवीस तासांनंतर वैद्यांनी आत एक दिवा सोडला; पण तो सातआठ फूट आत जाताच विझला. खाली अजून विषारी हवा भरली होती. ती साध्या हवेपेक्षा जड असल्याने ती खाली, तळाशीच साचली होती. ती हवा काढून टाकण्यासाठी शेवटी शहरातून एक पंप आणावा लागला. दिव्याने वारंवार परीक्षा करून आत

आता काही धोका नाही, अशी खात्री पटल्यावरच वैद्य खाली उतरायला निघाले आणि त्यांनी अदावंतला आवर्जून हाक मारली व बरोबर घेतले. आधी वैद्य व त्यांच्या मागोमाग अदावंत असे त्या काळ्या विवरात उतरले.

तो नेहमीच्या अर्थाने जिना नव्हताच. एका बाजूच्या भिंतीतच लांब लांब चिपा रोवून पायऱ्या तयार केल्या होत्या. एका बाजूसच भिंतीचा आधार होता, दुसरीकडे काहीच नव्हते - मोकळी हवा. पायऱ्या वळल्या. वैद्यांच्या टॉर्चचा झोत पुढे पडला. ज्या भिंतीत या पायऱ्या बसवल्या होत्या, ती भिंतच वक्राकार होती. टॉर्चचा प्रकाशझोत त्यांच्या पुढे, पायऱ्यांवरून खाली गेला. पायऱ्या वळत वळत खाली गेल्या होत्या. तळघर एखाद्या खूप मोठ्या विहिरीसारखे होते आणि एका बाजूने हा जिना खालपर्यंत पोहोचला होता. खाली उतरता उतरता अदावंत त्याच्या नकळत पायऱ्या मोजत होता. चाळिसाव्या अंकाला त्याचे पाय खाली टेकले. नऊ इंचाची पायरी म्हटली तरी तीस फूट खोल तळघर! रुंदीही काही कमी नव्हती - ती सहज वीस फूट भरली असती.

पण तेवढी कष्टाची रचना कशासाठी? खाली फरशीवर तर काहीच दिसत नव्हते. फक्त वर्षानुवर्षांची धूळ आणि कचरा. टॉर्चचा प्रकाश गोलाकार भिंतीवरून फिरला आणि मग त्यांना तो लहानसा कोनाडा दिसला. जेमतेम चार फूट उंचीचा. ते दोघे जवळ गेले आणि त्यांनी आत प्रकाश टाकला. त्याच वेळी अदावंतच्या तोंडून एकदम एक गुदमरल्यासारखा आवाज निघाला. त्याचे एकदम विस्फारलेले डोळे समोरच्या कोनाड्यातल्या वस्तूवर खिळून राहिले होते.

आत ती, त्याच्या स्वप्नात येणारी आकृती होती.

अडीच फूट उंच, हिडीस चेहरा, बटबटीत डोळे, पसरट नाक, रुंद जिवणी, तकतकीत रंग - सर्वकाही! आणि मग त्याची नजर खाली, तिच्या पायांकडे गेली.

त्या आकृतीचे पाय घोट्यापर्यंत चिखलाने माखलेले होते.

ओलसर चिखल, त्यात अडकलेली काही गवताची हिरवी पाने -

दोन उघडउघड विसंगत गोष्टी समोर दिसत होत्या. शतकानुशतके या तळघरात कोंडली गेलेली ही आकृती आणि तिच्या पायांवरचा चिखलाचा थर आणि मग सत्य त्याला अगदी विदारक रूपात दिसले.

दोन महिन्यांपूर्वी त्याला शेडमध्ये स्वप्न पडले नव्हते. त्या रात्री, पावसातून, अंधारातून, रानावनातून, चिखल तुडवीत ही बाहुली खरोखरच त्याच्याकडे आली होती. त्या कृत्याचा पुरावा समोर होता-

त्याच्या डोळयांसमोर प्रकाशाचे एक चक्र भिरभिरत होते, मागेपुढे होत होते. त्याची गती जेव्हा थांबली तेव्हा त्याला दिसले की, तो वैद्यांचा टॉर्च होता. अदावंत फरशीवर निजला होता आणि वैद्य काळजीच्या चेहऱ्याने त्याच्याकडे पाहत होते. त्याचे डोळे उघडताच ते म्हणाले,

'अदावंत! आता कसे वाटते? आता बरे वाटते का?'

'हो'. काहीतरी मनातून वर यायची धडपड करीत होते.

'प्रोफेसर! ' अदावंत एकदम ओरडला. 'तुम्ही पाहिले आहे?'

'हो.' ते गंभीर आवाजात म्हणाले. 'मी पण पाहिले आहे.'

'म्हणजे मला भास होत नव्हता तर?'

'नाही! तो भास नाही.' त्यांचाही आवाज दबलेला होता.

'पण— पण—'

'इथे काही नको. तुला चालवत असले, तर आधी वर जाऊ आणि मग बोलू.' त्याला आधार देऊन उभा करीत ते म्हणाले. भिंतीतल्या त्या कोनाड्याकडे पहायचीही अदावंतची इच्छा नव्हती. 'आणि अदावंत, कोणापाशी याबाबत एक शब्दही बोलू नकोस! एक शब्दही नको!'

तो कशाला चर्चा करील? जमले तर साराच्या सार प्रकारच पार विसरून जायची त्याची इच्छा होती. तो कशाला कोणाला सांगेल?

जिना आधीच अवघड होता. अदावंतच्या डोळयांसमोर सारखी अंधारी येत होती. शतकानुशतके इथे डांबली गेलेली - आणि तरीही वरच्या जगात स्वैर संचार करणारी ती हिडीस प्रतिमा त्याच्या डोळयांपुढून हलत नव्हती.

ते वर पोहोचले तेव्हा अदावंतचा श्वास धापा टाकल्यासारखा येत होता. मानेला व कपाळाला घाम आला होता. चेहरा पांढरा पडला होता.

'खाली अजून हवा दूषित आहे.' वर आल्या आल्या वैद्य म्हणाले. 'अदावंत जवळजवळ बेशुद्ध झाला होता. तेव्हा कुणीही खाली उतरायचे नाही. धोक्याची जागा म्हणून मी हे तळघर सर्वांना निषिद्ध करीत आहे.'

अदावंत खंदकातून वर आला होता आणि मोकळ्या मैदानावरच्या हिरव्यागार हिरवळीवर पडून राहिला होता. आकाशात खूप उंच पांढरे ढग तरंगत होते. हवेत एक प्रकारचा तजेला होता. शरीराखाली कुस्करल्या गेलेल्या गवताचा सुगंध पसरला होता. त्याला आताच्या क्षणाइतके हे जग कधीही आकर्षक वाटले नव्हते. सगळे गमावण्याचा धोका जाणवताच ही आसक्ती उत्पन्न झाली होती.

ज्या गोष्टीसाठी आपण इतके दिवस धडपड करीत होतो, त्या किती क्षुल्लक होत्या, याचे अभिज्ञान आता झाले होते. आता त्याला समजले की, या जगात आशा अमर होती. त्या आशेच्या आधारावरच असह्यसुद्धा सह्य होत होते.

वैद्यांची उंच, कृश आकृती त्याच्या दिशेने येताना पाहून त्याचे हे विचार थांबले व तो गवतावर उठून बसला. वैद्यही त्याच्या शेजारीच येऊन बसले. प्रत्यक्ष कामगारांत सदासर्वदा मिसळायची त्यांची पद्धतच होती, तेव्हा त्यांच्या या कृतीचे कोणाला आश्चर्य वाटण्यासारखे नव्हते.

खालच्या गवताचे एक पान तोडून वैद्य त्याच्याशी चाळा करीत होते. दोघांच्या मनात विषय एकच होता; पण त्याला तोंड कोणी व कसे फोडायचे हाच प्रश्न होता. शेवटी वैद्य (अदावंतकडे न पाहता) म्हणाले,

'अदावंत, त्या आकृतीबद्दल तुला काही शंका नाही ना? पूर्वी स्वप्नात दिसलेली हीच आकृती ही तुझी खात्री पटली आहे ना?'

'हो प्रोफेसर! त्यात कसलीही शंका नाही.

'माझेही काही अंदाज चुकले, अदावंत. नऊ इंचापेक्षा जास्त मोठ्या आकाराच्या बाहुल्या नसतातच, अशी माझी खात्री होती; पण तो अंदाज चुकला आहे. इथला हा प्रकारच जरा वेगळा वाटतो. हे खालचे तळघर त्यांच्या ग्रामदेवतेचे किंवा राज्यदेवतेचे मंदिर असावेसे वाटते. त्यावेळीही ही आकृती तळघरात होती, काही मोजक्या, निवडक व ठराविक लोकांनाच तिथे प्रवेश असला पाहिजे. तेव्हा इतक्या हजार वर्षांपूर्वीच्या त्या काळातही या आकृतीस काहीतरी खास व महत्त्वाचे स्थान होते.'

अदावंतला कळत होते की, हा मुद्दा खरा महत्त्वाचा नाही. ते दैवत कितीही जुने असेल किंवा कितीही गुप्त व पवित्र असेल; या घटना हजारो वर्षांपूर्वीच्या होत्या व त्याचा त्यांच्याशी काही संबंध नव्हता. खरा प्रश्न वेगळाच होता. हजारो वर्षांपूर्वी, जमिनीखाली खोलवर गाडली गेलेली ही भयानक, हिडीस आकृती - ती आता पृथ्वीतलावर संचार करीत होती. अदावंतला आधी स्वप्नात दिसली होती व मग प्रत्यक्षही दिसली होती. (त्याची आता खात्री पटली होती की, शेडमध्ये त्याला स्वप्न पडले नव्हते! नाही!) कोणता अघोरी उद्देश मनात ठेवून? हा अदावंतचा पाठपुरावा का?....

त्याच्या मनातले विचार वैद्यांनी बरोबर ओळखले.

‘अदावंत, मीही त्याच गोष्टीवर विचार करीत आहे. स्वप्नातले देखावे निरर्थक म्हणता येतील किंवा त्यामागे काही शारीरिक किंवा मानसिक कारणे उभी करता येतील; पण हा प्रकार वेगळा वाटतो.’

‘प्रोफेसर,’ अदावंत चाचरत म्हणाला, ‘मी कोठे कोठे वाचले आहे की, या जुन्या वसाहती उद्‌ध्वस्त करणाऱ्यांवर काही काही वेळा भयानक आपत्ती आल्या आहेत. त्यामागे जुनेपुराणे; पण प्रभावी शाप असतात असाही एक लोकभ्रम आहे. हा त्यातला तर प्रकार नसेल?’

‘पण अदावंत, तुझी स्वप्ने आणि तुझे अनुभव हे आपण या वास्तूला हात लावण्यापूर्वीपासूनचे आहेत! आणि तू तर स्वतः कधी या पुरातन अवशेषाच्या वाटेसही गेला नाहीस! शाप असताच, तर तो मला भोगायला हवा होता? तुला का? नाही, तसे काही नाही -’

‘अदावंत,’ वैद्य समजुतीच्या आवाजात म्हणाले, ‘इतका निराश होऊ नकोस, तुला अजून काही शारीरिक धोका पोहोचलेला नाही. या अनैसर्गिक भेटीमागे दुष्ट हेतूच असेल, असे गृहीत धरून का चालतोस? यामागचा हेतू मला कळला नाही, तोवर निष्कर्ष काढण्यात काय अर्थ आहे?’

‘आणि आपल्याला तो हेतू कसा समजणार?’

‘का? प्रत्यक्ष पाहूनच!’ त्याच्या आश्चर्यचकित चेहऱ्याकडे पाहत वैद्य शांतपणे म्हणाले. ‘हे त्या आकृतीचे निवासस्थान आहे. आपण दोघेही इथेच आहोत. नाताळच्या चारपाच दिवसांत काम बंदच राहणार आहे. त्यावेळी आपण प्रत्यक्षच पाहू।’

‘म्हणजे?’ अदावंत भयभीत आवाजात म्हणाला.

‘होय. दोघे रात्रीचा इथेच मुक्काम टाकू!’

या मधल्या दिवसांत अदावंतचे मन एक प्रकारच्या निरुद्ध अवस्थेत होते. कँपवरच्या लोकांना वैद्यांनी दिवाळीचा बोनस जाहीर केला, कधी नव्हे ती यावेळी सलग सात दिवसांची नाताळची सुटीही जाहीर केली होती. एक रखवालदार सोडून कँपवर कोणीही राहिले नाही. आपला विचार त्यांनी अदावंतजवळ बोलून दाखवला होता. कँपवर एकदा सामसूम झाली की, ते आणि अदावंत दोघेही रात्रीचे पहिले पाचसहा तास या प्राचीन अवशेषाजवळ काढणार होते. तो दिवस किंवा रात्र जसजशी जवळ यायला लागली तसतसा अदावंतचा अस्वस्थपणा वाढायला लागला. त्याला शारीरिक धोका नव्हता, या वैद्यांच्या सांगण्यावर विश्वास

ठेवायची तयारी होती; पण या काळोख्या रात्री तो त्या अवशेषांपाशी घालवणार होता. हाच तर 'त्याचा' उद्देश नसेल? कारण सर्व प्रसंगांत एक अमानवी व अकल्पनीय सुसूत्रता दिसत होती. त्याची स्वप्ने, त्याची बदली, त्याचे रात्रीतले आगमन, शेडमध्ये काढावी लागलेली रात्र व ते अभद्र दर्शन! दुसरा धागा खर्ड्यापाशी सुरू झालेला होता. काही पुरातन वस्तू सापडणे, चाचणी, तपास, शोध, उत्खनन या मार्गाने दुसरा धागा शेवटी अदावंतला येऊन मिळाला होता. एका विलक्षण घटनेची तर ही पूर्वतयारी नव्हती? आणि अदावंतने रात्री त्या अवशेषात हजर राहणे हा त्या योजनेतलाच एक भाग नसावा ना? शंका अनेक होत्या, उत्तर कशाचेच नव्हते. वैद्यांची सूचना मान्य करण्यावाचून त्याला दुसरा मार्गच नव्हता.

साडेनऊच्या सुमारास ते दोघे कँपमधून बाहेर पडले. थंडी कडाक्याची पडली होती. वैद्यांचा एक जाडसर वूलनचा कोट अदावंतने अंगावर चढवला होता. वैद्यांनी बरोबर रग्ज, दोन थर्मास भरून चहा, ब्रँडीची एक चपटीशी बाटली आणि वीस सेलचा हंटिंग टॉर्च घेतला होता. अदावंतबरोबर त्याची सतरंजी आणि तीन कांबळी होती.

निरभ्र काळ्या आकाशात तारे रत्नांसारखे चमकत होते. हवेत एक प्रकारचा ठिसूळपणा होता. प्रकाश अंधूक असला तरीही वस्तूंना स्फटिकातून पाहिल्यासारखा एक स्पष्टपणा होता.

भिंतीवर धुक्याचा पातळसर थर साचायला लागला होता. ते जसे उघड्यावर आले, तशी थंडीही वाढली, त्यांच्या नजरेचा परीघही कमी झाला. पन्नासेक फुटांपलीकडेच सर्वकाही धुक्याच्या त्या धूसर पडद्याआड अदृश्य झाले होते. एकाकीपणाची, अलिप्तपणाची ही भावना जराशी विलक्षणच होती. त्यांचे पन्नास फूट त्रिज्येचे विश्व हेच जणू सृष्टीच्या कालप्रवाहापासून विभक्त झाले होते. स्वच्छंदीपणाने इतस्ततः फिरत होते. दिशा चुकलेल्या एखाद्या जहाजासारखे...

उत्खनन केलेला भाग समोर आला. काळाच्या उदरात हजारो वर्षांपूर्वी गडप झालेल्या या शहराचे नाव त्यांना माहीत नव्हते. तिथल्या लोकांचे वेश, आचारविचार, व्यवहार - कशाचीही त्यांना कल्पना नव्हती. मागे राहिले होते ते फक्त हे भग्न अवशेष. दगडांची जोती, तीनचार फूट उंचीच्या पडक्या भिंती... आणि अर्थात ते तळघर!

ते खाली उतरले. पूर्वी जिथे प्रचंड दरवाजा होता तिथून मधल्या, त्या भव्य पटांगणात आले आणि तिथेच भिंतीजवळ त्यांनी आपला मुक्काम ठोकला.

बैठक अंथरणे, रग्ज व कांबळी पसरणे ही कामे अदावंत करीत होता; पण त्याच्या मनाचा विलक्षण गोंधळ उडाला होता. जीव अगदी गलबलत होता. काय होत आहे हे कळत नव्हते, सांगताही आले असते; पण आतल्या आत तो अगदी कासावीस होत होता.

ते दोघे फारसे बोलत नव्हते. केवळ शांतपणे बसून होते.

एक दिशा उजळली, उशिराचा चंद्र उगवत होता.

बाराच्या सुमारास त्यांचा चहाचा पहिला हप्ता झाला व पुन्हा दोघे आपापल्या विचारात गढून गेले.

चंद्र वर आला. त्याची किरणे समोरच्या देखाव्यापर्यंत पोहोचली.

अदावंतला वाटले, हजारो वर्षांपूर्वी चंद्र असाच प्रकाशत असेल आणि इथे, समोरच्या चौकोनात, त्या लोकांचे कार्यक्रम चालत असतील.

त्यांची पुरातन वाद्ये वाजत असतील, शाहीर कथा - गीते गात असतील. चौक माणसांनी फुलून गेला असेल-

चंद्र आणखी वर आला. किरण सरळ खाली येऊ लागले.

समोरच्या धुक्याने झाकलेल्या अवशेषांवर पडू लागले.

अदावंतने डोळे चोळून पुन्हा समोर पाहिले. त्याला एवढ्यात वारा जाणवला नव्हता; पण समोरच्या धुक्यात किंचितशी हालचाल दिसल्याचा भास झाला होता. त्या चौकोनात पडणारे चंद्राचे किरण धुक्यात जणू शोषले जात होते.

समोर दिसणारी हालचाल केवळ छायाप्रकाशांचा खेळ होती का?

का खरोखरच त्याला काही काही अस्पष्ट आकृती दिसत होत्या?

चंद्रप्रकाश पडत होता, साकळत होता, धुक्यातल्या अस्पष्ट आकृती अधिकाधिक रेखीव होत होत्या. अदावंतचे शरीर एकदम थरारून उठले. 'यासाठी' का त्याला इथपर्यंत आणले गेले? 'हीच' का आतापर्यंतच्या प्रसंगमालिकेची परिणती होती?

समोर काहीतरी विलक्षण घडत होते, यात शंकाच नव्हती. त्या धूसर आकृती कणाकणाने स्पष्ट होत होत्या, बदलत होत्या. हाच विलक्षण, जादूचा चंद्रप्रकाश आसपासच्या पडक्या भिंतींवर पडत होता, त्या किरणांखाली भिंतीची उंची वाढत होती, त्यांना आकार येत होता-

'अदावंत! झोपलास की काय?' वैद्यांनी त्याला हसून विचारले. त्यांच्या धक्क्यासरशी समोरचा सर्व देखावा पाण्यावरच्या प्रतिबिंबासारखा हलला, अगदी विरघळून जायच्या बेतात आला. अदावंतच्या मनात एक विलक्षण उत्सुकता जन्मास आली होती. मान वैद्यांकडे न वळवता तो अधीरपणे म्हणाला,

'नाही, नाही प्रोफेसर! मला काहीतरी दिसत आहे!'

'काय?' पुन्हा एक धक्का.

'मग सांगतो - जरा थांबा!'

दृश्य परत स्थिर झाले. आता त्यावरचा धुक्याचा पापुद्रा पार गेला होता. भिंती अभिमानाने वर आकाशात चढल्या होत्या. त्यांचा रंग सफेद पांढरा होता, वरच्या तटावर पहारेकरी उभे होते, निशाणांची रांगच्या रांग फडफडत होती.

समोरच्या चौकात खूप मोठा जनसमुदाय जमला होता. त्यांची वस्त्रे उंची होती, अलंकार चमकत होते; पण अदावंतची खात्री झाली की, हे लोक एखाद्या आनंदोत्सवासाठी इथे जमलेले नाहीत. त्यांच्या माना खाली होत्या, तोंडातून चकार शब्द निघत नव्हता.

मध्यभागी तळघराचे दार उघडलेले होते आणि सर्वांचे लक्ष त्या तळघराकडे होते. सर्वजण कशाची तरी उत्कटतेने वाट पाहत होते.

शेवटी तळघरातून अंधूक प्रकाश दिसायला लागला. हातात एक मशाल घेतलेला तरुण मनुष्य वर आला व बाजूस उभा राहिला. लोक अजूनही तळघराकडेच पाहत होते.

एकामागोमाग एक असे चौघेजण खालून वर आले. त्या चौघांच्या खांद्यावर काहीतरी होते. ते त्यांनी अलगद तळघराशेजारीच ठेवले आणि तेही दूर उभे राहिले. अदावंतची नजर खाली वळली आणि त्याला दिसले की, एक मंचकावर एका तरुण माणसाचा देह ठेवलेला आहे. त्याच्या अंगावर भरजरीची वस्त्रे होती; पण त्याचा निस्तेज व निश्चल चेहरा एकच गोष्ट उघड करीत होता. मृत्यू!

अजूनही लोक तळघराकडेच पाहत होते आणि आता खालून एक म्हातारा माणूस वर आला. क्षणभरच त्याचा चेहरा अदावंतच्या दिशेने वळला. तो सुरकतलेला, वयाने थकलेला चेहरा पाहून अदावंतने क्षणभर डोळेच मिटून घेतले आणि परत खाडकन उघडले.

एका स्त्रीचा आवाज त्याच्या कानी आला होता. आवाज गर्विष्ठ होता, अधिकाराचा होता आणि अदावंतला त्या शब्दांचा अर्थ समजला होता.

'महाराज अजून झोपलेलेच दिसतात, शाविस्था!'

त्या आवाजाच्या रोखाने अदावंतची नजर गेली. तळघरापासून जरा मागे दोन आसने होती. त्यापैकी एक रिकामे होते आणि दुसऱ्यावर - दुसऱ्यावर एक अप्रतिम लावण्यवती तरुण स्त्री बसली होती. तिनेच आताचे शब्द त्या वृद्धाला

उद्देशून उच्चारले होते, यात संशय नव्हता. त्या वृद्धाचेच नाव शाविस्था होते, हेही उघड झाले. शाविस्था त्या स्त्रीकडे वळला आणि एकवार मान लववून थकलेल्या आवाजात म्हणाला,

'होय महाराणी, महाराज अजून झोपेत आहेत.'

'पण असे कसे होईल?' ती रागाने म्हणाली. कालच्या चंद्राला महाराज झोपी गेले. आज दुसरा चंद्र आला तरी ते झोपलेच कसे?'

या प्रश्नावर वृद्ध शाविस्था निरुत्तर राहिला. आसपासच्या लोकांत थोडीशी चुळबुळ झाली. ती स्त्री पुन्हा म्हणाली,

'महाराजांना अत्रारपुढे नेले होते ना?' अत्रार! ते नाव विलक्षण प्रभावी दिसले. ते नाव उच्चारताच सर्व लोकांनी आपले हात तोंडावर ठेवले व ते काहीतरी पुटपुटले, 'अत्रार! महाप्रभावी अत्रार!'

शाविस्था खालच्या मानेने म्हणाला,

'होय, महाराणी.'

'मग?' तिचा प्रश्न चाबकाच्या फटकाऱ्यासारखा आला. तिच्यात आणि या वृद्ध शाविस्थात अगदी उघडउघड वैर दिसत होते.

'शाविस्था! मी विचारते आहे, मग काय झाले?'

'महाराणी, आपल्या महाराजांचा आत्मा काही काळ त्यांच्या शरीराला सोडून गेला आहे.' शाविस्था खालच्या आवाजात म्हणाला.

'आणि तो परत केव्हा येणार आहे?' तिखट प्रश्न.

'महाराणी –' एवढेच बोलून शाविस्था थांबला. सर्व जमाव एकदम तटस्थ झाला. तिथला ताण अदावंतपर्यंतही पोहोचला.

'महाराणी, आपण महाराजांना काही दिवस खाली ठेवावे – शाविस्था घाईघाईने बोलला. सर्वत्र खूप मोठ्याने कुजबुज झाली.

'अत्रारचा तसा संदेश आहे?' तिने आश्चर्याने विचारले. लोकांतून पुन्हा 'अत्रार! महाप्रभावी अत्रार' अशी गुणगुण उठली. त्यात शाविस्थाचे शब्द गडप झाले; पण त्याची मान होकारार्थी हलली.

'शाविस्था,' ती हलक्या; पण अतिशय कुत्सित आणि क्रूर आवाजात म्हणाली, 'मला तुझी शंका यायला लागली आहे. इतके दिवस सैल सुटलेली तुझी जीभ आता का अडखळते आहे? अत्रारचा – महाप्रभावी अत्रार! –अत्रारचा सेवक म्हणून तुझी महाराजांनी नेमणूक केली, तेव्हाच माझा त्याला विरोध होता.'

प्रसंगातले नाट्य लोकांनाही जाणवायला लागले होते. त्यांचे पाय फरशीवर घासायला लागले होते. 'या सबबीखाली तुला फुकटचे घर मिळत होते, उत्तमोत्तम मांस मिळत होते, गोड व स्वच्छ पाणी मिळत होते, उंची मद्ये मिळत होती, कोणतेही काम करावे लागत नव्हते-' शब्दाशब्दाने ती वृद्ध शाविस्थाविरुद्ध साऱ्या समुदायाला चिथावीत होती. त्यांची गुणगुण आता वाढली होती.

'शाविस्था, मला असे वाटते, की तू महाराजांना फसवत होतास. या फसवणुकीची नीट चौकशी व्हायलाच हवी!'

समुदायात खळबळ माजली होती. अदावंतला वाटले की, आता कोणत्याही क्षणी हे रागावलेले लोक त्या मध्यभागी उभ्या असलेल्या क्षीण व असहाय शाविस्थावर झडप घालणार-

'थांबा!' एक खडा आवाज त्या गोंगाटात गर्जत उठला आणि सर्व लोक एकदम तटस्थ झाले. शाविस्थाचा - वृद्ध थकलेल्या शाविस्थाचा - हा आवाज असेल यावर अदावंतचा विश्वासच बसेना; पण शाविस्थाच बोलत होता. त्याच्या जर्जर शरीराला रागाने उभारी आली होती. तो संतापाने थरथर कापत होता. 'थांबा!' तो पुन्हा गरजला. 'तुम्ही केवळ मूर्ख आहात म्हणूनच महाप्रभावी अत्रार व त्याचा सेवक, मी शाविस्था, यांची अशी टिंगल करता!' आणि मग तो अतिशय तुच्छतेने म्हणाला, 'महाप्रभावी अत्रारच्या शक्तीची तुम्हाला काय कल्पना आहे?'

त्याच्या जळत्या नजरेखाली सर्वांच्या माना खाली गेल्या.

पण त्या मानी, रागीट स्त्रीची मान नमली नाही. 'शाविस्था' ती गोड; पण जहरी आवाजात म्हणाली. 'महाप्रभावी अत्रारच्या शक्तीच्या गोष्टी सांगू नकोस! तू काय करू शकतोस ते सांग!'

'महाराणी,' शाविस्था थंडपणे म्हणाला, 'मलाही त्या शक्ती वापरता येतील; पण त्यांची मला भीती वाटते-'

'का?'

'हातातून सुटलेल्या बाणासारख्या त्या आहेत! मग त्यांच्यावर आपले काही नियंत्रण राहत नाही! त्यांचा परिणाम कोठे नि कसा होईल सांगता येत नाही! मला भीती वाटते!'

'हे अशक्य आहे!' ती संतापाने म्हणाली.

'महाराणी, ऐका. अरण्यात एखादे लहान पोरसुद्धा एक ठिणगी टाकून वणवा लावू शकते - मग हजारो पुरुषांची शक्तीसुद्धा त्या अग्नीला थांबवू शकत नाही-'

'तुझे तत्त्वज्ञान नको!'

'मग काय हवे?' शाविस्थाही आता रागावलेला दिसला. ती स्त्री ताडदिशी उभी राहिली व खणखणीत आवाजात म्हणाली,

'महाराजांना या क्षणी जाग आण! नाहीतर कबूल कर की, तू आजवर आम्हा सर्वांना फसवत होतास!'

या विलक्षण आव्हानापुढे शाविस्था काही वेळ तसाच उभा राहिला. लोकांची परत चुळबुळ सुरू झाली होती. समोरचा प्रसंग इतका नाट्यपूर्ण होता की, अदावंत काही वेळ स्वतःची समस्या, स्वतःचे आयुष्य, सर्वकाही विसरून गेला होता. विलक्षण उत्कंठतेने समोर पाहत होता-

एखाद्या टेपस्ट्रीवरचा सीन हलावा तसा समोरचा देखावा हलायला लागला. चेहरे पुसट होऊ लागले...

वैद्य अदावंतला हलवीत होते. 'अदावंत! अदावंत! शुद्धीवर आहेस का? समोर कशाकडे पाहत आहेस!'

त्याला ही तंद्री भंगायला नको होती. त्यांचा हात अधीरपणे दूर करीत तो एवढेच म्हणाला, 'थांबा प्रोफेसर! मग सांगतो!'

समोरचा देखावा परत सावरला.

लोकमत आपल्याविरुद्ध जात आहे याची शाविस्थाला कल्पना आली. तो लोकांकडे सावकाश सावकाश वळला व ताठ उभा राहिला. त्याच्या डोळयांत आता एक वेगळीच चकाकी दिसायला लागली होती.

'ठीक आहे,' तो म्हणाला, 'जशी तुमची इच्छा.'

धिम्या पावलांनी तो तळधरापाशी येऊन उभा राहिला.

'काही काही गोष्टी अशक्य असतात; पण तुम्हा मूर्खांना त्याचे ज्ञान नाही. ठीक आहे. अत्रारने मला दिलेल्या शक्तीने मी आता ती अशक्य गोष्टही शक्य करून दाखवतो.' आणि मग त्याचा आवाज चढला. 'आपल्या महाराजांचा आत्मा त्यांना निद्रावस्थेत सोडून गेला आहे. कोठे? आपल्याला त्याचे ज्ञान नाही; पण अत्रारला - सर्वज्ञानी, महाप्रभावी अत्रारला आहे! तुमच्या सर्वांच्या डोळयांसमोर मी स्वतः प्रत्यक्ष अत्रारलाच त्या कामगिरीवर पाठवतो!'

या शब्दांचा लोकांवर एखाद्या विजेसारखा आघात झाला. याची त्यांनी अपेक्षाही केली नसावी. कितीकांनी आपले चेहरे हातात झाकून घेतले. 'अत्रार! महाप्रभावी अत्रार!' त्यांच्या तोडून एक अभावित आवाज निघाला.

'होय. महाप्रभावी अत्रार!' शाविस्था गरजला. 'त्यालाच मी आता आवाहन करणार आहे. तो आपल्या महाराजांचा आत्मा शोधण्यासाठी बाहेर पडेल. त्याची पावले त्रिखंड धुंडाळतील! त्याची नजर सर्व कालपट पाहील! जिथे असेल तिथून महाराजांचा आत्मा अत्रार घेऊन येईल! अत्रारच्या शक्तीला मर्यादा नाहीत!'

त्याच्या या निर्धारी शब्दांपुढे महाराणीही नरमली.

'अत्रार आता आपल्या जगात प्रवेश करील. त्याचे एक पाऊल शेकडो योजनांचे असेल. त्याचा एक क्षण शेकडो वर्षांचा असेल. पृथ्वीवरील सर्व काळांतून, सर्व खंडांतून अत्रार संचार करील. त्याला पाहणारे भीतीने किंचाळत दूर पळतील. अत्रार अग्नीसारखा आहे, वादळासारखा आहे, प्रलयासारखा आहे. त्याच्या अमर्याद शक्तीची कल्पना आपल्याला नाही. महाराजांचा आत्मा सापडेपर्यंत त्याची ही योजना-योजनांची पावले पृथ्वी मोजत राहतील!'

शाविस्थाने आपले हात डोक्यावर सरळ धरले. सर्व लोक श्वास रोखून चित्रासारखे उभे होते. अदावंतचाही श्वास त्याच्या छातीत अडकल्यासारखा झाला होता. शाविस्था नाटक करीत असला, तर त्याचा अभिनय अपूर्व होता. बाजी प्राणांची लागली होती.

शाविस्थाच्या मुखातून काही शब्द यायला लागले. अदावंतला त्यांचा अर्थ तर कळला नाहीच; उलट ते शब्द आहेत का नाहीत, याचीही शंका यायला लागली. त्या प्रचंड आवारात ते आवाज घुमत होते, प्रतिध्वनित होऊन पुन्हा पुन्हा कानांवर आपटत होते.

शाविस्था थांबला. विलक्षण शांतता पसरली.

आणि मग त्या शांततेत एक नवाच आवाज ऐकू येऊ लागला. दण्! दण्! आवाज तळघरातून येत होता. त्या दगडी पायऱ्यांवरून कोणीतरी किंवा काहीतरी वर येत होते. दण्! दण्!

'अत्रार येत आहे! त्याला वाट द्या!' शाविस्था ओरडला.

तळघरापासून लोक घाईघाईने मागे सरले.

दण्! दण्! तो आवाज जवळ आला. आणखी जवळ आला. आणखी जवळ आला. तळघराच्या काळ्या चौकोनातून काहीतरी वर आले. गोलसर लहान चकचकणारे, त्यात दोन मोठे डोळे होते.

डोके, खांदा, छाती, पाय-

तळघरातून अत्रार बाहेर आला. अदावंतने ती आकृती ओळखली व त्याच्या काळजाला एक विलक्षण हिसका बसला.

सभोवतीच्या लोकांचा भयाने थरकाप झाला होता. अत्रार, महाप्रभावी अत्रार, त्यांचा सर्वशक्तिमान देव त्यांच्यासमोर आला होता. काही नुसतेच खाली कोसळले, काही किंचाळत खाली पडले, दाराजवळचे लोक घाईघाईने बाहेर पळून गेले. जे उभे होते ते दाटीवाटीने भिंतीकडे सरकले होते. तळघरापासून दारापर्यंत खुली वाट होती.

'अत्रार! महाप्रभावी अत्रार! त्याला वाट द्या!' शाविस्था ओरडला.

अत्रार दाराकडे वळला आणि त्याची लहान पावले पडायला लागली. अत्रारच्या लहान आकृतीखेरीज बाकीचा सर्व देखावा अस्पष्ट झाला, धूसर झाला, एका धुराच्या लोटासारखा उसळून वर गेला -

त्या धुराचे पदर अत्रारच्या चेहऱ्यावरून जात होते.

अत्रार एक-एक पाऊल टाकीत पुढे येत होता आणि अदावंतला क्षणभर असा भास झाला की, खरोखरच त्याच्या पावलागणिक मैलामैलांचे अंतर काटले जात आहे, शतकाशतकाचा काल मागे पडत होता -

अत्रार पुढे येत होता आणि अगदी शेवटच्या क्षणी अदावंतला समजले की, तो सरळ आपल्याकडे येत आहे.

अदावंतकडे!

अत्रार त्याच्याकडे येत होता. अंतराने आणि काळानेही!

प्रोफेसर वैद्य अदावंतला गदागदा हलवत होते - 'अदावंत! शुद्धीवर ये! समोर काय दिसतेय?' विचारत होते; पण आता त्याच्या डोळयांसमोरचा अत्रारचा आकार हलत नव्हता, विरघळत नव्हता - कारण आता त्याच्या डोळयांसमोर अतिप्राचीन प्रसंगांचे प्रक्षेपण नव्हते -

तर प्रत्यक्ष अत्रारच आला होता! खरा!

अत्रार त्याच्यासमोर येऊन उभा राहिला, अदावंतची अवस्था भीतीच्याही पलीकडची होती. मन आणि गात्रे गोठून गेली होती.

अत्रार निश्चल उभा राहिला होता; पण त्याचे लहानसे शरीर कसल्यातरी अतर्क्य, अकल्पनीय, पण महाप्रभावी शक्तीने ओतप्रोत भरल्यासारखे दिसत होते. महाप्रभावी अत्रार!

अदावंतला वाटले, याच एका घटिकेकडे आतापर्यंतचे सर्व प्रसंग वाटचाल करीत होते. सर्व घटक याक्षणीच एकत्र आले होते. इतके दिवस मनात खोलवर वावरणारी भीती उफाळून वर आली; हा भावनांचा पूर मेंदूच्या कानाकोपऱ्यातून धडाडत गेला. मन रिते झाले. मेंदूचे विचारमार्ग ओस पडले. चित्त थरारून गेले.

-आणि मेंदूच्या त्या मोकळ्या आवारातून तो आवाज घोंगावत आला.

'महाराजा खिमीर, चल! मी तुझ्यासाठी आलो आहे!'

हे शब्द आपल्याला उद्देशून बोलले गेले असतील, यावर अदावंतचा विश्वासच बसेना. वैद्य तसेच शेजारी बसून होते. त्यांना ही समोरची हिडीस आकृती दिसत नव्हती का? त्यांना तो चमत्कारिक आवाज ऐकू येत नव्हता का? नसला पाहिजे - ते किती गप्प बसले होते!

'महाराज खिमीर, चल!' तो आवाज परत आला.

'मी कोणी महाराजा नाही - मी अदावंत आहे-' अदावंत चाचरत, अंग चोरून बसत म्हणाला. त्याच्या आवाजासरशी मात्र वैद्य दचकले आणि एकदम म्हणाले,

'काय रे? काय म्हणालास? काय बडबड करतो आहेस?'

आणि तो चमत्कारिक आवाजही परत आला-

'तू खिमीरच आहेस. उशीर लावू नकोस. चल.'

एक लहानसा ओबडधोबड दिसणारा हात पुढे आला.

'नको - नको! माझ्या मागे ही ब्याद नको! मी अदावंत आहे!'

'काय बरळतो आहेस रे? वैद्यांचा पुन्हा एक प्रश्न.

'खिमीर आहेस, मी तुला न्यायला आलो आहे. चल!'

त्या आवाजात एक अंतिम आत्मविश्वास होता. स्वतःच्या असामान्य सामर्थ्याची पुरेपूर जाणीव होती. एक विलक्षण धाक होता.

'माझ्या स्वप्नात इतके दिवस तूच येत होतास?'

'मी तुझा शोध करीत होतो, खिमीर.'

'आणि मला वेगवेगळी दृश्येही दिसत होती-'

'तुझा आत्मा ज्या ज्या वाटेने गेला त्या त्या वाटेवरून मी तुझ्या मागे आलेलो आहे. त्या सर्व ठिकाणी तू काही काही वेळ होतास. मी तुझ्यासाठी माझा फास टाकला होता. त्यामागोमाग मी येत होतो. अनेक राज्ये उदयास आली आणि नाश पावली. अनेक नगरे वसविली गेली आणि भग्न झाली. अनेक युद्धे झाली;

कधी तू जिंकलेस, कधी तू हरलास. कधी तू संत होतास, कधी दुरात्मा होतास; पण या साऱ्यातून माझा फास, आरपार गेला व तुझ्यापाशी पोहोचला. चल.'

'पण आताच का?' अदावंत क्षीण आवाजात म्हणाला.

'हाच योग्य क्षण आहे.' अत्रार निर्णायक आवाजात म्हणाला.

वैद्य अदावंतला सारखे हलवीत होते. तो असहायपणे त्यांच्याकडे वळला आणि म्हणाला,

'प्रोफेसर, माझ्या रहस्याचा उलगडा झाला आहे. मला दिसणारी ती आकृती म्हणजे पुरातन काळचे एक दैवत आहे - अत्रार, त्यांचा राजा खिमीर मरण पावला आहे आणि त्यांच्या राजगुरूने, शाविस्थाने, या अत्रारला राजाच्या शोधार्थ पाठवले आहे. तो आता इथे आला आहे. तो म्हणतो - मीच खिमीर आहे.'

'कसला अत्रार? कसला खिमीर? चल! तुला वेडाचा झटका आलेला दिसतो. चल, इथून निघू या -' वैद्य म्हणाले.

एकीकडे वैद्य आणि दुसरीकडे अत्रार! जय कोणाचा होणार याबद्दल अदावंतला शंकासुद्धा आली नाही.

'चल! राणी वाट पाहत आहे! प्रजा वाट पाहत आहे!'

त्या मृत्तिकाहस्ताचा स्पर्श अदावंतच्या खांद्याला झाला आणि त्याची स्वतंत्र चेतना हरपली. अवघडलेल्या शरीराने तो उभा राहिला आणि अत्रारच्या मागोमाग यांत्रिक पावले टाकीत निघाला.

अत्रार मधल्या तळघराकडे जात होता.

'अदावंत! अदावंत! थांब!' वैद्यांचे ओरडणे त्याच्या कानांवर आले; पण चारपाच पावलांतच तो आवाज क्षीण झाला, ऐकू येईनासा झाला. त्याच्या मनात एक विलक्षण द्वैत जन्माला आले होते. आपल्या अस्मितेचे कोणीतरी दोन भाग करीत आहेसे त्याला वाटले. एक मार्ग वैद्यांजवळ राहिला, दुसरा या अत्रारबरोबर पुढे चालत होता - तळघराकडे.

त्याची स्वतंत्र इच्छाशक्ती नष्ट झाली होती. तो कोणत्यातरी महाप्रभावी प्रेरणेचा गुलाम झाला होता. ही प्रेरणा सर्वशक्तिवान होती. त्याला असा विलक्षण भास झाला की, या प्रेरणेखाली सारे सृष्टिचक्रच मंदावले, थांबले व उलट गतीने फिरू लागले!

अत्रारचा फास आवळला होता आणि अत्रार त्याला काळातून मागे मागे खेचीत होता, पावलापावलागणिक शतके मागे पडत होती. सारे ब्रह्मांड उलट्या दिशेने फिरत होते!

तळघराचे काळे दार आ वासून उघडे होते. ते जवळ आले.

अदावंतने शेवटचा, निकराचा प्रयत्न केला.

एक क्षणभरच मात्र त्याच्या डोळयांसमोर आपले लहानपण, शिक्षण, नोकरी, प्रोफेसर वैद्य हे सर्व उभे राहिले; पण दुसऱ्याच क्षणी हा सर्व प्रसंगपट नाहीसा झाला.

तिरीमिरी येऊन तो त्या काळ्या विवरात कोसळला.

पायऱ्या समोर नव्हत्या, एका बाजूस होत्या.

शाविस्थाचे हात हळूहळू खाली आले.

'महाराजांची बंधने दूर करा.' तो थकलेल्या आवाजात म्हणाला. चार सेवक धावत धावत पुढे आले व त्यांनी त्या निश्चल देहावरील जड वस्त्रे काढून घेतली आणि त्याच क्षणी महाराजा खिमीरने एकदम डोळे उघडले. वर मोकळे आकाश दिसताच तो एकदम इकडेतिकडे पाहू लागला व घाईघाईने उठून बसला. महाराणी धावत धावत एव्हाना त्याच्यापाशी पोहोचलीही होती. तो काही बोलायच्या आतच जमलेल्या जनसमुदायातून प्रचंड घोषणा निनादत निघाली-

'महाराजा खिमीरचा जयजयकार! अत्रार! महाप्रभावी अत्रार!'

'हा काय प्रकार आहे?' खिमीर कपाळाला आठ्या घालीत म्हणाला.

'माझी शय्या इथे चौकात कोणी आणली?'

महाराणीचा कोमल हात त्याच्या केसांवरून फिरला, तिने हलक्या आवाजात त्याला सर्वकाही सांगितले. शाविस्थाला दिलेली धमकी, त्याचे अत्रारला आवाहन, सर्वकाही...

म्हातारा शाविस्था मान खाली घालून शेजारी उभा होता. खिमीर उठला आणि उभा राहिला. कठोर पौरुषाचा तो अभिजात नमुना होता. उंच, बांधेसूद शरीर, सतेज वर्ण, निग्रही चेहरा....

खिमीर शाविस्थाजवळ आला.

'शाविस्था, राणी सांगते ते खरे आहे?'

'होय महाराज.'

'अत्रारने मला परत आणले?'

'होय महाराज.'

खिमीरच्या चेहऱ्यावर एक आश्चर्य आणि उत्कंठा उमटली.

‘मी– मी– खूप दूर गेलो होतो?’

‘होय महाराज.’

‘कोठे? त्याने हलकेच विचारले आणि आता शाविस्थाने प्रथमच मान वर करून खिमीरकडे पाहिले. त्याचे घारे डोळे मोठे झाले, विस्फारले. त्या घाऱ्या डोळयांच्या पार्श्वभूमीवर खिमीरला अनेक दृश्ये दिसली. राजवाडे, मंदिरे, अरण्ये, युद्धे, सागर...

खिमीरची पोलादी छातीही धडधड करायला लागली.

‘इतके कष्ट घेऊ नका, महाराज.’ डोळे मिटीत शाविस्था म्हणाला.

‘माणसाच्या बुद्धीला ते सहन होणार नाही.’

‘शाविस्था -’ खिमीर थांबला.

‘होय महाराज!’

‘तू माझा अत्यंत इमानी मित्र आहेस.’

‘होय महाराज.’

‘आणि मोठा धूर्तही आहेस.’

‘होय महाराज!’

शाविस्थाच्या चेहऱ्यावर प्रथमच एक अस्पष्ट हास्य आले.

खिमीर आपल्या तरुण व सुंदर राणीकडे वळला.

वैद्य तळघराच्या दारापाशी आले व त्यांनी खाली टॉर्चचा प्रकाश टाकला. त्यांना ज्याची धास्ती वाटत होती तेच घडले होते. तीस फूट खाली, फरशीवर, अदावंत वेडावाकडा पडला होता. त्यांना जमले तितक्या लवकर ते पायऱ्या उतरून खाली गेले; पण आता त्या घाईचा काहीच उपयोग नव्हता. त्याचे प्राणोत्क्रमण एका क्षणातच झाले असले पाहिजे, त्यांची खात्री झाली. त्याचे वय किती लहान होते! त्यांना वाटले. जेमतेम पंचवीस वर्षे! सारे आयुष्य जायचे होते! आणि त्या आधीच त्याच्या आयुष्याचा चुराडा उडाला होता. त्यांचे मन अदावंतबद्दलच्या करुणेने व्याकूळ झाले.

त्याला इथे आणण्यात आपलीच चूक झाली होती का? त्यांनी स्वतःला विचारले. त्याची ती विलक्षण स्वप्ने आणि इथली ही प्राचीन, रोमांचकारी जागा. मध्यरात्रीची वेळ. वरून ओघळणारा चंद्रप्रकाश.

त्याच्या मनावरचे दडपण असह्य झाले का? कोणालाच कधी कळणार नाही. इथे आल्यापासूनच तो बावचळल्यासारखा करायला लागला होता आणि मग काहीतरी असंबद्ध बोलायला लागला होता. कसलातरी कडेलोट झाला. कसल्यातरी भ्रमाच्या मागे लागून तो त्या तळघराकडे गेला—

पण एका गोष्टीचा (किंवा दोन गोष्टींचा) विचार वैद्य टाळत होते. त्यांना प्रत्यक्ष काहीही दिसले नसले, तरीही शेवटी मनाला असा भास झाला होता की, जवळ एखादे अद्‌भुत अस्तित्व, एक असामान्य शक्ती वावरत आहे. त्यांच्या अंगावरील केस न्‌ केस शहारून ताठ झाला होता -

आणि त्यांच्या डोळ्यांसमोर अदावंत त्या तळघराकडे जात असताना ते काहीही करू शकले नव्हते. त्यांच्या सर्व अवयवांतली शक्तीच काढून घेतल्यासारखी झाली होती. हातपाय हलवणे तर राहोच, तोंडावाटे शब्दसुद्धा निघत नव्हता! एक प्रकारच्या अदृश्य; पण अभेद्य कवचाखाली त्यांचे सारे शरीर सापडले होते! ती भीती तर खास नव्हती - काहीतरी बाहेरचे, काहीतरी महाप्रभावी...

आणि आणखी एक गोष्ट. त्या बाहुलीच्या पायांना लागलेला, ओला चिखल? तो तिथे कसा आला? वरचे प्रवेशद्वार त्यांनी स्वतः हजारो वर्षांनंतर प्रथमच उघडले होते...

'एक अपघात,' असे पोलीस केसमध्ये वर्णन होईल; पण वैद्यांना (निदान आता तरी) वाटत होते की, हा अपघात साधा नाही- इथे तर स्थळांचे, इतर काळांचे किंवा इतर अज्ञातशक्तींचे धागेदोरेही गुंतलेले आहेत. प्रभूची इच्छा! -ते मनाशी पुटपुटले.